THÂN LOAN
THÁNH NHÂN
Toàn Thư

Tập 1

THÍCH NHƯ ĐIỂN
Sưu khảo và Phiên dịch

THÂN LOAN THÁNH NHÂN TOÀN THƯ

TẬP 1

VIÊN GIÁC
TÙNG THƯ

Viên Giác Tùng Thư

THÂN LOAN THÁNH NHÂN TOÀN THƯ - Tập 1

Sưu khảo và Phiên dịch: **Thích Như Điển**

Viên Giác Tùng Thư ấn hành lần thứ nhất, quý IV/2023

Trách nhiệm xuất bản: Nguyên Đạo

Sửa bản in: Nguyên Đạo, Thanh Phi

Kỹ thuật và bìa: Nhuận Pháp

ISBN: 979-8-8690-0675-2

Viên Giác Tùng Thư

MỤC LỤC

Thích Như Điển

LỜI TỰA

Cách đây chừng 30 năm, Tổ Đình Viên Giác tại Hannover Đức Quốc chúng tôi có nhận được bộ *Đại Chánh Tân Tu Đại Tạng Kinh* (Taisho Shinshu Daizokyou) bằng Hán Văn gồm 100 tập do cố Hòa Thượng Thích Tịnh Hạnh từ Đài Loan giới thiệu để được tặng. Bộ Đại Tạng Kinh giá trị này do *Phật Đà Giáo Dục Cơ Kim Hội* xuất bản và gửi tặng đến các nơi có duyên. Phật Đà Giáo Dục Cơ Kim Hội dưới sự chứng minh và lãnh đạo tinh thần của cố Hòa Thượng Thích Tịnh Không đã làm được không biết bao nhiêu công đức truyền tải giáo lý Phật Đà qua việc xuất bản kinh điển và sách vở về Phật Giáo, với hình thức ấn tống bằng nhiều ngôn ngữ khác nhau như: Hoa Ngữ, Anh Ngữ, Pháp Ngữ, Đức Ngữ, Việt Ngữ. Nhờ đó tôi có cơ hội để tham cứu Kinh điển rất thuận tiện.

Vào cuối thế kỷ thứ 20, tôi đã bắt đầu đi vào Đại tạng bằng cách đọc và dịch những bản kinh ngắn dễ hiểu. Sau đó kể từ năm 2003, sau khi lui về ngôi Phương Trượng của Tổ Đình Viên Giác, tôi bắt đầu dịch tập thứ 32 về Luận Tập Bộ Toàn ra Việt Ngữ trong vòng 5 năm. Một số kinh văn đã được chỉnh sửa và một số vẫn còn chờ thời gian cho phép mới có thể thực hiện được. Mặc dầu tập 32 này nhiều dịch giả khác cũng đã phiên dịch rồi; nhưng mỗi người có một lối dịch khác nhau; nên phần mình, tôi vẫn giữ lại như vậy để làm kỷ niệm của một thời gian đã đi qua trong đời mình.

Đại Chánh Tân Tu Đại Tạng Kinh là một đại tạng có tầm vóc quốc tế, đã được nhiều nhà học giả, triết gia, tư tưởng gia chọn bộ này làm tiêu biểu so với những bộ đã có trước tại Trung Hoa hay Triều Tiên và Nhật Bản.

Bắt đầu từ năm 1994, cố Hòa Thượng Thích Tịnh Hạnh đã quyết tâm cho dịch bộ Đại Chánh này ra Việt Ngữ và đến năm 2014 sau khi Ngài viên tịch tại Đài Loan đã xuất bản được 187 tập Tiếng Việt. Từ tập 188 đến tập 202 sẽ được xuất bản trong nay mai. Tuy nhiên tất cả 202 tập Tiếng Việt này cũng chỉ mới dịch sang Việt Ngữ đến giữa tập thứ 54 của tạng Đại Chánh về sự vựng bộ hạ, ngoại giáo bộ toàn. Đến Kinh văn thứ 2131 về phiên dịch danh nghĩa tập là chấm dứt. Từ kinh văn số 2132 đến kinh văn số 2920 của quyển thứ 85 thuộc Phật Giáo Trung Quốc và Phật Giáo Nhật Bản, Hòa Thượng Thích Tịnh Hạnh chưa cho dịch ra Việt Ngữ và kể cả 4 tập thuộc về Mật tạng từ tập thứ 18 đến tập thứ 21 thuộc kinh văn số 848 đến kinh văn số 1420 chưa được dịch. Tuy nhiên phần này có cư sĩ Huyền Thanh và Hòa Thượng Viên Đức đã dịch đa phần sang Việt Ngữ và có cho đăng tải trên các trang nhà Phật Giáo đó đây, ai muốn tham khảo có thể vào đó tham khảo được.

Ở Việt Nam trong thời gian gần đây có một tổ chức tên là: *Thế Giới Phật Giáo Từ Thiện* ra đời, đã in lại một số sách Phật giáo, đa phần thuộc Phật giáo Nam Truyền, được dịch từ Anh Văn sang Việt Ngữ và được gửi tặng đến các chùa khắp nơi trên thế giới. Đây cũng là một công đức không nhỏ của việc chuyên chở lời Phật dạy đến cộng đồng của người Phật tử Việt Nam chúng ta.

Người đại diện của tổ chức này đã liên lạc với chúng tôi và nhờ dịch một số sách bằng tiếng Nhật liên quan đến Tịnh Độ tông Nhật Bản. Năm 2022 vừa qua tôi đã dịch quyển "Sống với Thán Dị Sao" của tác giả Yamazaki Ryumyo (Sơn Kỵ Long Minh) từ tiếng Nhật sang Việt Ngữ, sau khi đã layout xong, tôi định gửi về cho tổ chức này xuất bản tại Việt Nam; nhưng được trả lời rằng: Sau Corona, giấy in nhập từ ngoại quốc về quá đắt. Do vậy họ chưa cho xuất bản kinh sách Phật Giáo trong thời gian này. Do vậy tôi cho xuất bản trên mạng toàn cầu Amazon, qua Viên Giác Tùng Thư và Liên Hội Phật Giáo tại Hoa Kỳ đứng ra lo phần xuất bản quyển sách này vào tháng ba năm 2023 vừa qua. Sách xuất bản trên trang mạng Amazon rất tiện lợi, bất kỳ nơi nào trên thế giới cũng có thể đặt sách và họ sẽ gửi trực tiếp đến nhà mình ở, dầu cho ở Châu Phi, Châu Mỹ, Châu Á, Châu Âu Hay Châu Úc cũng sẽ nhận được sách một cách dễ dàng.

Tháng mười năm 2022 vừa qua, nhân việc đi tham dự *Lễ Về Nguồn* lần thứ 12 và Hiệp Kỵ Lịch Đại Chư Tổ Sư tại Tu Viện Quảng Đức ở Melbourne, Úc Châu, sau Lễ tôi đã ghé thăm Hòa Thượng Thích Bảo Lạc; nơi Thiền Lâm Pháp Bảo tại Wallacia gần Sydney. Trong vòng gần 3 tuần lễ, tôi đã viết xong tác phẩm thứ 71 nhan đề là: "Bàn về mối liên hệ giữa Tôn giáo, Giáo dục và Văn hóa"; quyển sách này cũng đã có mặt trên Amazon vào ngày 28 tháng 6 năm 2023 kỷ niệm ngày sinh nhật lần thứ 74 của chúng tôi. Như vậy năm 2023 có 2 tác phẩm đã được xuất bản.

Trước mùa An cư kiết hạ năm 2023 này, chúng tôi nhận được một email từ Việt Nam gửi sang tự giới thiệu là người thuộc về tổ chức *Phật Đà Giáo Dục*, nhưng khi nhìn mail thì thấy đề là *Đại Bảo Pháp Vương*, những danh từ này thì không xa lạ gì với tôi lắm. Đọc email xong mới thấy ý chính là mong tôi dịch dùm những tác phẩm thuộc về Tịnh Độ Tông Nhật Bản của Ngài Thân Loan sáng tác và những đệ tử của Ngài ghi chép lại. Đạo hữu này cho biết là có đọc nhiều sách tôi viết và dịch từ chữ Hán và Nhật Ngữ sang Việt Ngữ liên quan về Tịnh Độ tông. Do vậy tôi đã hoan hỉ nhận lời.

Suốt mùa An cư kiết hạ năm 2023 Thầy trò chúng tôi tại Tổ Đình Viên Giác, Hannover, Đức Quốc, cứ mỗi tối từ 20:00 đến 21:30 cùng trì tụng Kinh Đại Bát Nhã và sau đó là ngồi thiền. Mỗi ngày đều đặn như vậy kể từ năm 1984 đến nay; mỗi năm trong vòng 3 tháng như thế, hoặc lạy kinh từng chữ hay tụng kinh bộ.

Đọc Sử Truyện Bộ trong Đại Chánh Tân Tu Đại Tạng Kinh chúng tôi thấy được những câu chuyện mô tả về việc đi thỉnh kinh của Ngài Huyền Trang từ kinh đô Trường An, Trung Quốc vào năm 629 đến năm 645 đời nhà Đường thì về lại kinh đô Trường An, mang theo 657 bộ Kinh luận từ tiếng Sanskrit và Ngài đã chủ trì dịch ra tiếng Hán trực tiếp từ tiếng Phạn với gần 100 chư Tăng cũng như học giả đương thời do Vua Đường Thái Tông hộ trì; ngay cả Ngọc Hoa Cung cũng đã được nhà vua cung ứng cho Ngài Huyền Trang chủ trì việc phiên dịch ra những kinh điển này. Nhờ vậy ngày nay chúng ta mới có những bản dịch từ Hán văn ra Việt ngữ để đọc tụng hàng ngày. Sau 19 năm phiên dịch (645-664), Ngài đã dịch ra được 75 bộ Kinh gồm 1.330 quyển.

Ngài đi 2 năm, ở Ấn Độ 12 năm và trở lại Trung Quốc cũng 2 năm bằng đường bộ. Tổng cộng 16 năm. Trong thời gian ở Ấn Độ, Ngài học Duy Thức với Ngài Giới Hiền và về lại Trung Quốc Ngài thành lập Duy Thức tông hay Pháp Tướng tông. Tông này được gọi là tông Hữu tướng; nhưng vào năm 661 đến 663 Ngài chủ trì dịch Kinh Đại Bát Nhã ra Hán Văn và trong Đại Chánh tạng thuộc về tập thứ 5 đến tập thứ 8. Đó là kinh văn số 220 gồm 600 quyển; từ quyển 1 đến quyển 200 thuộc tập thứ 5; từ quyển 201 đến quyển 400 thuộc tập thứ 6 và từ quyển thứ 401 đến quyển thứ 600 thuộc tập thứ 7. Riêng tập thứ 8 của Đại Chánh Tạng từ kinh văn số 221 đến kinh văn số 261 thuộc về những kinh điển liên quan đến Bát Nhã.

Bát Nhã thuộc về tánh Không hay không tánh và ở cuối đời Ngài Huyền Trang đã cho dịch ra Hán Văn trong vòng 3 năm như vậy. Đến năm 664 Ngài viên tịch, sau khi dịch xong Kinh Đại Bát Nhã một năm (xin tham khảo thêm ở quyển Đại *Đường Tây Vực Ký mà chúng tôi và Phật tử Nguyễn Minh Tiến đã cho* hiệu đính lại và xuất bản trong năm 2021 vừa qua). Bát Nhã thuộc không tướng và Duy Thức thuộc hữu tướng. Như vậy Ngài Huyền Trang đã bắt đầu từ hữu tướng và cuối đời sau 19 năm dịch kinh (645-664) Ngài đã buông bỏ tất cả để đi vào trạng thái của chân như diệu hữu của không tánh.

Năm 1973, Giáo Hội Phật Giáo Việt Nam Thống Nhất hình thành Ban Phiên dịch Đại Tạng kinh Việt Nam và Hòa Thượng Thích Trí Nghiêm đảm nhận phần phiên dịch Kinh Đại Bát Nhã này. Theo trong lời tựa của dịch giả thì Ngài đã dịch từ năm 1973 đến năm 1980 trong 8 năm liên tục như vậy, và phần giảo chánh lại kinh văn thứ 220 này do Hòa Thượng Thích Thiện Siêu đảm nhận.

Năm 2019 chúng tôi kỷ niệm 70 năm có mặt trên cuộc đời này, cùng 55 năm xuất gia học đạo và hành đạo, Thầy Hạnh Tấn, một trong những đệ tử xuất gia lớn của tôi muốn cầu nguyện cho Sư phụ có thọ mạng lâu dài, nên đã tập trung 100 vị gồm chư Tăng Ni và Phật tử về Chùa Viên Giác Hannover, để trì tụng bộ Kinh Đại Bát Nhã 24 tập này gồm 600 cuốn trong vòng 10 ngày và bây giờ đại chúng Chùa Viên Giác kể cả tôi vẫn tiếp tục trì tụng như vậy. Sau Kinh Đại Bảo Tích 9 tập đến Kinh Đại Bát Nhã và trong mùa An cư năm nay (2023) đang tụng đến tập thứ 14. Còn 10 tập nữa chắc phải còn cần đến trong nhiều mùa An cư kiết hạ như thế nữa để hoàn thành.

Tôi sống vui với đạo ở tuổi 74, 75 như thế này đâu còn gì để nói thêm nữa. Do vậy khi có người nhờ dịch sách hay điểm sách hoặc viết lời tựa cho kinh, sách, thơ văn tôi đều hoan hỷ đọc và viết theo sở cầu của những người cần đến. Cho nên tôi luôn luôn bận rộn với việc này, ngoài việc thường ngày vẫn đọc Đại Tạng Kinh là vậy.

Đạo hữu từ Việt Nam gửi cho tôi bản "Mạt Đăng Sao" của Ngài Thân Loan biên chép trước và nhờ tôi dịch sang Việt ngữ từ Hán Ngữ và Nhật Ngữ. Tôi bắt đầu dịch từ ngày 18 tháng Sáu năm 2023 và cho đến hôm nay viết lời cuối này là gần 2 tháng. Trong 2 tháng đó có biết bao nhiêu Phật sự của Giáo Hội phải tham gia. Ví dụ như Khóa Tu Học Phật Pháp Âu Châu kỳ thứ 34, tổ chức tại chùa Khánh Anh ở Pháp từ ngày 24 tháng 7 đến ngày 2 tháng 8 năm 2023, và đặc biệt trong mùa An cư kiết hạ năm 2023 này có một khóa xuất gia tu gieo duyên trong vòng một tháng do Thầy Hạnh Định, Trụ trì Tổ Đình Viên Giác chủ trương và việc này cũng đã được Giáo Hội Âu Châu thông qua trong lần họp nhân khóa An cư kiết đông vào đầu năm 2023 vừa rồi tại chùa Khánh Anh.

Xuất gia gieo duyên là một hạnh lành. Đã có chín vị phát tâm tập sự làm Sa Di và Sa Di Ni trong vòng từ 5, 10 ngày đến một tháng. Cuối khóa thì xả y gửi lại chùa và lần tới có nhân duyên, lại tiếp tục tham dự vào con đường phạm hạnh trong một thời gian ngắn như vậy, cũng là một phước báo rồi.

Sau khi xem bản văn *Mạt Đăng Sao* này của Đạo hữu từ Việt Nam gửi sang thì thấy tương ứng với kinh văn số 2659 trong tập thứ 83 Tục Chư Tông Bộ thứ 14 của Đại Chánh Tạng. Nhưng bản trong Đại Chánh Tạng do Ngài Tông Giác biên soạn, từ trang 711 đến 721 bằng chữ Hán thì không đầy đủ như bản tôi đang dịch do Đạo hữu này cung cấp, và theo như Đạo hữu này cho biết thì gần đây Nhật Bản mới cho lưu hành bản nầy ra bên ngoài quê hương của họ và tôi may mắn đã dịch trọn vẹn phần *Mạt Đăng Sao* này với 68 trang viết tay.

Kế tiếp tôi đã dịch *Tam Thiếp Hòa Tán* và những hòa tán khác ra Hán Việt. Từ đó lấy nội dung của 4 câu Hán Việt, tôi dịch thành thơ lục bát theo thể thơ Việt Nam mình để độc giả dễ hiểu; nhưng để tiện bề tra cứu tôi cho đi luôn cả phần chữ Hán để nhiều người có thể tham khảo.

Một số kinh văn trong sách này có trong Đại Chánh Tạng như: An Tâm Quyết Định Sao thuộc tập thứ 83, kinh văn số 2679. Duy Tín Sao cũng thuộc tập thứ 83, kinh văn số 2675. Duy Tín Sao Văn Ý thuộc tập 83, kinh văn số 2658. Một Niệm Nhiều Niệm Văn Ý cũng thuộc tập thứ 83, kinh văn Số 2657. Một số không theo thứ tự kinh văn cũng như không nằm trong Đại Chánh Tạng, nhưng có liên quan đến Tịnh Độ Tông Nhật Bản như: Huệ Tín Tiêu Tức[1], Di Đà Như Lai Danh Hiệu Đức, Nhất Niệm Đa Niệm Phân Biệt Sự của Ngài Long Khoan thượng nhơn biên soạn.

Riêng bản văn Duy Tín Sao của Ngài Thánh Giác thượng nhơn (1167-1235) là tôi đắc ý nhất. Bởi lẽ Ngài đã ghi chép rất rõ lời dạy của Ngài Thân Loan, Thầy của mình qua tài liệu này

[1] Tôi đã chuyển từ Nhật ngữ sang Việt ngữ xong; nhưng nội dung không nêu rõ về việc gì; nên không cho đi trong sách này.

thuộc về Tịnh Độ tông rất dễ hiểu. Đó là phải đầy đủ 3 tâm mới sinh về Tịnh Độ được gồm: thành thật tâm, thâm tâm và phát nguyện hồi hướng tâm. Đọc cách giải thích của Ngài, người tu theo pháp môn Tịnh Độ sẽ tâm đắc ngay.

Tất cả những tông phái Tịnh Độ của Trung Hoa, Đại Hàn, Nhật Bản và Việt Nam chúng ta đều lấy 3 bản kinh sau đây làm chỗ quy hướng về pháp môn Bổn Nguyện của Pháp Tạng Tỳ Kheo là:

Kinh Vô Lượng Thọ

Kinh Quán Vô Lượng Thọ

và *Kinh A Di Đà.*

Riêng Phật Giáo Nhật Bản họ đã thiết lập sự truyền thừa trực tiếp từ kim khẩu của Đức Phật Thích Ca Mâu Ni nói ra:

1) Đệ nhất Tổ Tịnh Độ tông là Ngài Long Thọ.

2) Đệ nhị Tổ Tịnh Độ tông là Ngài Thế Thân (*2 vị này người Ấn Độ*)

3) Đệ tam Tổ Tịnh Độ tông là Ngài Đàm Loan.

4) Đệ tứ Tổ Tịnh Độ tông là Ngài Đạo Xước.

5) Đệ ngũ Tổ Tịnh Độ tông là Ngài Thiện Đạo (*3 vị này người Trung Hoa*).

6) Đệ lục Tổ Tịnh Độ tông Nhật Bản là Ngài Nguyên Tín.

7) Đệ thất Tổ Tịnh Độ Tông Nhật Bản là Ngài Nguyên Không (Pháp Nhiên).

8) Đệ bát Tổ Tịnh Độ Chân Tông Nhật Bản là Ngài Thân Loan (Xước Không). (*3 vị này người Nhật Bản*).

Riêng Việt Nam chúng ta từ thuở đạo Phật được truyền vào, chúng ta chưa có phân chia ra Thiền hay Tịnh. Đến thế kỷ thứ 5 Ngài Đàm Hoằng có mặt tại núi Tiên Du Bắc Việt tu theo pháp Thập lục quán và đã vãng sanh về Tây phương Tịnh Độ năm 455 tại Việt Nam. Từ đây tôi căn cứ là Tịnh Độ tông có mặt ở Việt Nam trước cả Ngài Tỳ Ni Đa Lưu Chi (?-594) mang Thiền tông đến Việt Nam nữa. Như vậy Ngài Tỳ Ni Đa Lưu Chi đến Việt Nam sau Ngài Đàm Hoằng cả mấy chục năm cũng trong cùng thế kỷ thứ 5. Do vậy riêng cá nhân tôi, xin đề nghị thỉnh Ngài Đàm Hoằng làm Sơ Tổ của Tịnh Độ Tông Việt Nam. (Xem thêm sách *Tư tưởng Tịnh Độ tông* cùng tác giả).

Sưu khảo và phiên dịch, xong rồi phải dò lại một lần nữa, sau đó mới cho đánh máy. Thông thường khâu này chú Sanh, thư ký văn phòng của chùa đảm trách, nhưng tác phẩm này chữ Hán Việt khá nhiều, sợ Chú không quen mặt chữ. Dịp may đã đến, mùa hè năm nay có Thầy Hạnh Đạo từ Việt Nam và Thầy Trung Thành từ Đài Loan sang thăm Viên Giác cũng như nhập chúng tùng hạ tại đây và đó là cơ duyên tôi đã nhờ 2 Thầy lo phần đánh máy ở dạng Word, kế tiếp tôi phải sửa lại một lần nữa và cuối cùng nhờ cô Thanh Phi ở tận bên Úc xem dùm lần cuối trước khi nhờ Phật tử Nguyên Đạo kiểm tra lại, cho dàn trang, làm bìa và layout. Theo Đạo hữu ở Việt Nam đề nghị, tôi lấy nhan đề của quyển sách thứ 72 này là: *Thân Loan Thánh Nhân Toàn Thư, Tập một*. Nếu còn nhân duyên thì tập hai sang năm 2024 sẽ được thành tựu. Cá nhân tôi tuổi cũng đã lớn rồi, chẳng biết vô thường sẽ xảy ra vào lúc nào đây, nên làm xong việc nào thì vui việc ấy vậy. Tự nhiên năm nay tôi có cơ duyên hoàn thành 3 tác phẩm và dịch phẩm và được xuất bản. Do vậy xin cảm ơn tất cả nhiều nhân duyên đã được kết hợp để đưa đến việc lành này vậy. Tôi sẽ gửi một bản về Việt Nam để quý vị chuyên tu về Tịnh Độ có tài liệu tham cứu và một bản sẽ cho quảng bá trên mạng toàn cầu Amazon, để quý Phật tử khắp nơi trên thế giới có nhân duyên thì cũng sẽ tìm đọc vậy.

Ngoài ra, để giúp độc giả nắm bắt được tư tưởng chủ đạo của Pháp môn Tịnh Độ ở Nhật Bản qua việc hệ thống hóa được các trước tác của Ngài Thân Loan, tôi cho in thêm vào phần Phụ Lục của sách này Chương I tác phẩm TỊNH ĐỘ TÔNG NHẬT BẢN của tác giả Kakehashi Jitsuen mà trước đây tôi đã phiên dịch từ Nhật ngữ sang Việt ngữ. Tác phẩm này xuất bản lần đầu tiên vào năm 2007 tại Đức, tái bản ở Việt Nam qua NXB Phương Đông vào 2009. Xin quý độc giả tham khảo thêm.

o O o

Lời cuối con xin niệm ơn Tam Bảo, Thầy Tổ và mẹ cha, huynh đệ. Kế đến là những đệ tử xuất gia và tại gia thân thương của tôi. Nếu không có quý vị thì sự hiện diện của tôi trên cõi đời này cũng kém đi nhiều ý nghĩa. Ngoài ra những người bạn đạo, những học trò, kể cả những người xa lạ cũng đều là những thiện hữu tri thức của tôi, trong đời này cũng như những đời kế tiếp nữa, dầu cho ở cõi này hay ở nhiều cõi khác nữa chúng ta vẫn là những người con của Đức Phật Thích Ca Mâu Ni và Đức Phật A Di Đà.

Sưu khảo và phiên dịch xong quyển sách này vào lúc 11:30 ngày 10 tháng 8 năm 2023 tại Phương Trượng Đường Tổ Đình Viên Giác, Hannover, Đức Quốc.

Thích Như Điển

Phương Trượng Tổ Đình Viên Giác Hannover

Hiệp Chưởng

Đại Chánh Tân Tu Đại Tạng Kinh quyển thứ 83

Kinh văn số 2659 Tục Chư Tông Bộ 14

MẠT ĐĂNG SAO

Do Tòng Giác biên soạn,

Từ trang 711-721.

Phần nguyên văn tuy là tiếng Nhật do Ngài "Ngu Ngốc Thân Loan" viết vào năm Ngài 79 tuổi. Nhưng câu văn và chữ nghĩa ở thế kỷ thứ 13 rất khó lãnh hội được ý chính của toàn bản văn này. Nên chúng tôi đã dịch bản văn mới do Ngài Tông Giác biên soạn lại bằng Nhật ngữ hiện đại để cho mọi người dễ hiểu.

Mạt Đăng Sao này bắt đầu được dịch vào ngày 18/06/2023, nhằm ngày Mồng 1 tháng 5 Quý Mão trong mùa An cư kiết hạ tại Phương Trượng Đường, Tổ đình Viên Giác, Hannover, Đức quốc.

Đoạn thứ nhất:

Lúc người niệm Phật cảm thấy được Phật A Di Đà đến tiếp dẫn, có nghĩa là tất cả những công đức của những việc làm đã được dạy cho biết rằng: đó là việc vãng sanh về Tịnh Độ (chư hạnh vãng sanh), cũng đã đề cập về phương diện này.

Điều này tương ứng với việc niệm Phật tự lực. Lâm chung có nghĩa là các việc làm của người vãng sanh còn bị giữ lại bởi việc căn bản. Những người như vậy thì chưa được có tín tâm chân thật.

Bởi vì sự chờ đợi lúc lâm chung Đức A Di Đà đến tiếp dẫn. Đầu tiên là những người ác của thập ác, ngũ nghịch đều gặp nhau với thiện hữu trí thức, lúc ấy cần phải nói lời khuyến khích niệm Phật.

Kẻ niệm Phật được tín tâm chân thật thì Đức Di Đà đón nhận, nên được vãng sanh về Tịnh Độ. Những người này chắc chắn quyết định được vãng sanh về cõi Tịnh Độ.

Vì là (Chánh định tụ) nên không cần phải chờ đến lúc lâm chung; nên không cần phải nương vào sự tiếp dẫn của Di Đà, mà khi tín tâm đã quyết định thì sự vãng sanh về Cực lạc là việc đương nhiên, cách thức đón tiếp không còn cần thiết nữa.

Chánh niệm có nghĩa là một lòng tin vào Bổn Nguyện của Di Đà. Chúng ta vì có được tín tâm vào điều này nên chắc chắn sẽ đến được Niết Bàn. Tín tâm này được gọi là sự nhất tâm.

Sự nhất tâm này cũng gọi là Kim Cang Tâm (còn gọi là Tâm Kim Cang), đây là đại Bồ đề tâm. Việc này cũng có nghĩa là tha lực nằm trong tha lực.

Ở nơi ngôn từ chánh niệm nghĩa là chia ra riêng biệt hai ý nghĩa. Thứ nhất có nghĩa là tâm thanh tịnh (định tâm) của người thực hành chánh niệm. Một loại khác là tâm bình thường (tán tâm), người hành trì chánh niệm y nguyên như thế.

Cả hai việc chánh niệm này, trong tha lực có tự lực của chánh niệm. Bởi lẽ cả định và tán là bao gồm những việc lành của các hạnh vãng sanh. Việc lành này chính là việc lành của tự lực. Nếu muốn Di Đà đến tiếp dẫn thì những người này sẽ không sanh về biên địa, thai sanh hay thế giới khinh mạn giải đãi được.

Ngoài ra, ở lời thệ nguyện thứ 19 cho biết rằng: đối với những người thiện lương có lời nguyện vãng sanh lúc lâm chung về cảnh giới Tịnh Độ, thì Di Đà sẽ hiện ra tiếp đón theo như lời nguyện ước.

Việc chờ đợi chắc chắn được vãng sanh lúc lâm chung, được gọi là lai nghinh vãng sanh. Điều này có nghĩa là chỉ cho những hành giả cả định tâm lẫn tán tâm.

Đức Phật A Di Đà có Bổn Nguyện tuyển chọn những người niệm Phật vãng sanh (tuyển trạch Bổn Nguyện), không phải chỉ có niệm hay không có niệm. Hữu niệm có nghĩa là chỉ cho việc nghĩ đến sắc và hình.

Vô niệm có nghĩa là tâm không để ý đến hình thể của mọi người ở trong thế giới này, tâm chỉ suy nghĩ đến màu sắc. Ngoài ra còn gọi tâm ấy ở trong trạng thái không chấp trước vào điều gì cả.

Hữu niệm và vô niệm là như vậy, tất cả đều là lời dạy của Thánh Đạo. Thánh Đạo có nghĩa là con người trở thành Phật, nhưng vì để ưu tiên nói về con đường Phật đạo của chúng ta.

Tông Phật Tâm, tông Chơn Ngôn, tông Hoa Nghiêm, tông Tam Luận v.v... tông nào cũng dạy về Đại thừa to lớn.

Phật Tâm tông có nghĩa là đề cập đến Thiền tông đang có mặt rộng rãi trong thế giới ngày nay. Ngoài ra, Pháp Tướng tông, Thành Thật tông, Câu Xá tông v.v... là những tông thuộc về quyền giáo Tiểu thừa.

Quyền giáo có nghĩa là để trở thành Phật hay Bồ tát thì mọi người phải thể hiện tư cách, siêng năng học theo lời dạy ấy, nên gọi là quyền.

Tuy vậy, ở Tịnh Độ thì có hữu niệm và vô niệm. Ở đây nói hữu niệm có nghĩa là cái tâm hằng ngày làm nhiều điều thiện (ý nghĩa của tán thiện). Vô niệm nghĩa là tâm ấy thanh tịnh, vì việc sanh về Tịnh Độ nên tu hành (ý nghĩa của định thiện). Vô niệm của Tịnh Độ nghĩa là Thánh đạo của vô niệm, lại là một việc khác. Ngoài ra, trong Thánh đạo của vô niệm lại có hữu niệm, phải luôn theo dõi quan sát tâm của chính mình.

Ở trong Tịnh Độ tông cũng có cả chơn lẫn giả. Chơn nghĩa là tuyển trạch Bổn Nguyện. Giả nghĩa là định và tán là hai việc lành. Tuyển trạch Bổn Nguyện chính là Tịnh Độ Chơn tông vậy.

Hai việc lành của định và tán là dạy cho việc niệm Phật tha lực và vì nương vào đó cho nên nói là giả (phương tiện giả môn). Tịnh Độ Chơn tông chính là Đại thừa Phật giáo cao cả to lớn.

Ở phương tiện giả môn lại có Đại thừa, Tiểu thừa; Quyền giáo, Thật giáo để dạy cho mọi người. Trong thời gian tu hành của Đức Thích Ca Như Lai ở nhiều đời đã có hàng trăm người thiện hữu tri thức hướng dẫn cho (Kinh Hoa Nghiêm).

Đoạn thứ hai:

Ngu Ngốc Thân Loan viết lúc Ngài 83 tuổi, trả lời những nghi ngờ của tín giả được hỏi.

Điều cương yếu của Tịnh Độ Chơn tông có thể nói về lời dạy cho việc vãng sanh về Cực lạc đối với những người có niềm tin về tha lực, tự lực cũng có trong đó. Việc này là do sự (nghi ngờ) của những người theo Phật giáo Ấn Độ cũng như các vị Tổ sư.

Đầu tiên, tự lực có nghĩa là mỗi hành giả tự chính mình có duyên nơi Phật. Đồng thời ngoài niệm danh hiệu của Đức Phật A Di Đà, ngoài sự tu hành bằng những việc lành cho việc niệm Phật, với chúng ta được yêu cầu nên tích tụ công đức nơi thân này là nguyên nhân của việc vãng sanh vậy.

Với tâm phân biệt ở thân, khẩu, ý bị bấn loạn, cần phải tu sửa, điều chỉnh để được vãng sanh, thì đây gọi là tự lực.

Mặt khác, tha lực có nghĩa là ở trong 48 lời nguyện của Đức Phật, chính bản thân của Đức A Di Đà cao cả cũng đã tuyển chọn ra lời nguyện thứ 18, phải tin tưởng một cách chắc thật về Bổn Nguyện đó của việc niệm Phật vãng sanh, đó được gọi là tha lực.

Vì là lời thệ nguyện của Đức Phật, nên tha lực nghĩa là không có nghĩa, nên Ngài Pháp Nhiên thánh nhân đã ngưỡng vọng. Nghĩa ấy gọi là ý nghĩa của sự phân biệt.

Bởi vì sự phân biệt của con người là ý nghĩa từ sự tự lực mà ra. Còn tha lực là tin một cách chắc thật vào Bổn Nguyện. Gọi việc vãng sanh là điều tất yếu quyết định vậy. Nên ở đây không cần nói đến ý nghĩa nữa.

Vì thế, nếu chính mình là người xấu ác, cũng chỉ phải nghĩ rằng Đức Như Lai không nghinh đón mình. Chúng ta là kẻ phàm phu, hơn thế nữa phiền não dẫy đầy (phiền não cụ túc) nên gọi là người xấu ác.

Lại nữa, chính tâm mình cũng chỉ nghĩ là có thể được vãng sanh, là việc lành, cho nên do sự phân biệt của tự lực đó, mà chỉ có thể sanh về Chơn Thật Báo Độ được.

Nếu con người của chúng ta cứ mãi tin tưởng vào tự lực của chính mình thì sự lười biếng giải đãi ấy sẽ vãng sanh về biên địa, trong thai sanh và nghi thành, còn việc vãng sanh về Tịnh Độ thì khó có thể được.

Khi còn là Pháp Tạng Bồ tát, qua sự thành tựu của Bổn Nguyện thứ 18 để trở thành Di Đà, sự nghĩ bàn của chúng ta cũng như sự lợi ích không cùng tận được đón nhận qua hình thức, Ngài Thiên Thân Bồ tát gọi là tận thập phương vô ngại quang Như Lai. Cho nên cả người lành lẫn người xấu ác đều không giới hạn, không phải tuyển chọn tâm phiền não, cũng không phải sự ngăn cách mà có thể nói rằng: tất nhiên sẽ được vãng sanh.

Cho nên Hòa thượng Huệ Tâm Viện trong "Vãng sanh yếu tập" nói rằng hình thức tin tưởng chắc thật vào Bổn Nguyện niệm Phật, dẫu cho gặp bất cứ việc gì, lúc nào, ở đâu đi nữa thì nếu luôn niệm Phật đương nhiên sẽ được trợ giúp, nên phải ngưỡng vọng về niềm tin sâu xa đó.

Người được tín tâm chân thật sẽ được Di Đà dùng ánh sáng nhiếp thủ, đây là điều không sai, vì trong thánh điển đã viết như vậy. Nếu đầy cả vô minh và phiền não mà được vãng sanh về cõi an dưỡng của Tịnh Độ, thì đương nhiên như Đức Thích Ca nói là đã được Phật quả vô thượng. Tuy vậy, đối với những kẻ như chúng ta đang sống trong cõi ngũ trược ác thế khó có thể tin được lời dạy của Đức Thích Tôn.

Ở đây có vô số vũ trụ trong vũ trụ này là chứng nhân của việc này. Đây là lời dạy của Hòa thượng Thiện Đạo giải thích như vậy. Cả Đức Thích Tôn lẫn Đức Di Đà và chư Phật trong cả vũ trụ này, tất cả đều có tấm lòng giống nhau. Đó là đối với chúng sanh của Bổn Nguyện niệm Phật. Điều này giống như ảnh và hình không thể lìa nhau, được giải thích một cách rõ ràng như thế. Cho nên người có tín tâm với Đức Thích Ca Như Lai gần gũi như bạn bè, Ngài hoan hỷ biểu hiện. Việc này có nghĩa là người có tín tâm ấy chính là người đệ tử Phật chân chính. Lại nữa cũng còn gọi là người sống trong chánh niệm.

Đức A Di Đà sẽ nhiếp thủ những người có tín tâm như vậy, không hề buông xả cho nên cũng gọi là kẻ được tâm kim cang, đồng thời cũng còn gọi là thượng thiện nhơn, hảo hảo nhơn, tối thắng nhơn, hy hữu nhơn. Những người như thế phải được hiểu rằng đó là quyết định ở Chánh định tụ. Người giống như Đức Phật Di Lặc và được ngưỡng vọng như Đức Thích Ca. Đó chính là người đã có tín tâm chân thật, thì chắc chắn được vãng sanh về chơn thật báo độ vậy.

Việc được tín tâm này phải rõ rằng đó là sự ban cho của Đức Thích Ca, Đức Di Đà, chư Phật trong vũ trụ làm phương tiện, vì thế không nên hủy báng lời của Đức Thích Ca cũng như của Di Đà.

Ngoài việc làm tốt của sự niệm Phật ra, không người phỉ báng, không nên có. Chúng ta niệm Phật sẽ thắng thế người giận giữ hủy báng, chúng ta sẽ không giận dữ. Tâm yêu tiếc, thân thiện mang theo ấy, Ngài Pháp Nhiên thánh nhơn ngưỡng vọng.

Như vậy thì tôn kính lời nói thế nào? Ân Phật sâu xa. Ví dụ như giải đãi lười biếng, dẫu cho có vãng sanh về biên địa, nghi thành hay thai cung đi nữa thì ở trong 48 lời nguyện của Di Đà, với lời nguyện thứ 19 và 20 thì Ngài yêu thương chúng ta, cho nên đã dùng làm sự che chở cho chúng ta thật là ý nghĩa và vượt qua khỏi được sự an ủi. Sự sâu sắc của ân Phật đó không bao giờ có hạn định cả.

Hơn thế nữa, vãng sanh về Báo độ chơn thật là khai mở được sự giác ngộ của đại Niết Bàn. Việc này không thể dùng ngôn từ để nói được cảnh giới ấy. Thật là tuyệt vời, hãy luôn nhớ nghĩ đến ân Phật sâu xa hơn.

Những điều như vậy chỉ phải là ý kiến riêng của Tánh Tín Phòng và của Ngài Thân Loan đưa ra, mà dẫu cho có nhỏ đến đâu đi chăng nữa thì cũng không thể đo lường được.

Đoạn thứ ba:

(Không thấy ở bản chính đề lúc bao nhiêu tuổi Ngài Thân Loan đã soạn)

Người có được tín tâm, bởi vì chắc chắn được sống ở nơi Chánh định tụ, cũng có thể nói là giác ngộ ở ngôi vị tối cao của Bồ Tát (Đẳng chánh giác), đồng đẳng với chư Phật.

Đối với sự lợi ích của sự nhiếp thủ bất xả của Đức Phật A Di Đà được gọi là sự giữ gìn hành giả, như trong "Hội vô lượng thọ Như Lai" cho biết rằng đó là Đẳng chánh giác vậy. Nghĩa là cùng một ngôi vị. Ngôi vị Đẳng chánh giác nghĩa là tương ưng với ngôi vị Bổ xứ của Ngài Di Lặc. Bởi lẽ cũng giống như Ngài Di Lặc trong đời sắp đến ngộ ra lẽ vô thường, nên nói rằng sẽ giống như Ngài Di Lặc.

Ở nơi "Kinh Đại Vô Lượng Thọ" gọi là: "Thứ như Di Lặc", đó là việc sắp thành Phật của Ngài Di Lặc. Thường thì tất cả các tông phái đều gọi là Phật Di Lặc. Nếu được như vậy thì sẽ giống như ngôi vị của Ngài Di Lặc, cũng còn gọi là đồng với ngôi vị Như Lai của những người thuộc Chánh định tụ. Người mang chơn thật tín tâm của Tịnh Độ cũng có thể nói rằng thân này mong manh, bất tịnh và hay tạo nghiệp ác và tâm này nên hiểu rằng có thể giống với tâm của Như Lai, trong đó có Ngài Di Lặc Bồ tát, bởi lẽ tâm ấy được quyết định ở Vô thượng giác kia. Nên trong 50 ức, 7000 vạn năm nữa chắc chắn Ngài sẽ thành Phật.

Điều này cũng còn gọi là tam hội, những người theo Tịnh Độ tông cũng có được tâm này.

Hòa thượng của Chùa Quang Minh, ở trong "Bát Chu Tán" đã giải thích rằng: Người có tín tâm ấy, chắc chắn tâm của họ ở được nơi cõi Tịnh Độ. Ở đó là nơi Tịnh Độ, điều này có nghĩa là tâm của người đó có lòng tin kia thường hiện diện nơi ấy. Việc này cũng hay nói là giống với Ngài Di Lặc. Từ việc giống với Ngài Di Lặc về Đẳng chánh giác, nghĩa là tín tâm của người ấy giống với địa vị của Đức Như Lai.

Đoạn thứ tư:

(Bên dưới đoạn này để Ngài Thân Loan biên soạn nhưng không cho biết là vào năm Ngài bao nhiêu tuổi)

Đây chính là những điều được trích ra từ kinh điển. Ở Kinh Hoa Nghiêm gọi là "Tín tâm hoan hỷ giả, tả chư Như Lai đẳng", có nghĩa là tín tâm của người hoan hỷ, đồng với Như Lai, tức là lòng tin ấy, người kia có được sự hoan hỷ, mà theo lời Đức Thích Tôn là "Kiến kỉnh đắc đại khánh, tắc ngã thiện thân hữu", có nghĩa là người có lòng tin thì có được nhiều hỷ lạc an vui to lớn, người ấy là bạn lành của ta.

Đồng thời trong lời nguyện thứ 17 của Di Đà cũng có dạy rằng: "Thập phương thế giới vô lượng chư Phật, bất tất tư ta, ưng ngã danh giả, bất thủ chánh giác". Nghĩa là vô lượng chư Phật trong các vũ trụ khi nghe ta niệm danh hiệu Di Đà (nếu không được như vậy) thì Ngài sẽ không ở ngôi chánh giác. Đồng thời ở trong những câu văn đã hiển thị sự thành tựu của sự thệ nguyện này, tất cả đều do sự tán thán, ca ngợi Di Đà với sự hoan hỷ.

Không có gì để nghi ngờ nữa cả, lá thư này đã được viết trích ra từ văn tự là "đồng đẳng với các đức Như Lai".

Đoạn thứ năm:

(Bên dưới có ghi là Ngu Ngốc Thân Loan viết vào năm Ngài 85 tuổi)

Tự nhiên có nghĩa là chính mình, nghĩa là sự phân biệt với chính ta là người niệm Phật. Nhiên nghĩa là việc đương nhiên, mà sự phân biệt ấy không phải của hành giả.

Điều này gọi là pháp nhĩ, tức là do sự thệ nguyện của Như Lai. Pháp nhĩ được gọi, điều không nhất thiết quan hệ với sự phân biệt của hành giả, cho nên nói rằng sự tự nhiên vậy.

Đối với tất cả những việc này con người chúng ta không liên hệ về sự phân biệt, có nghĩa phải rõ là không ý nghĩa trong ý nghĩa.

Tự nhiên cũng có nghĩa là "từ việc tự nhiên ấy". Tuy do sự thệ nguyện của Di Đà, mà khởi nguyên là do không phải sự phân biệt của những người niệm Phật, khi xướng danh hiệu Nam Mô A Di Đà Phật, được đón về cõi Tịnh Độ thì điều ấy có nghĩa là việc này qua lời thệ nguyện của Di Đà, cho nên sự tự nhiên và ta (Thân Loan) đã dạy như vậy.

Lời nguyện của Di Đà là sự thệ nguyện cho tất cả mọi người được thành Phật. Vô thượng Phật có nghĩa là không phải hình thức, không có hình tướng; có nghĩa là sự tự nhiên, còn nếu có hình tướng thì sẽ không gọi là vô thượng Niết bàn. Chúng ta hiểu rằng với ta sự không có hình tướng ấy là do Di Đà làm cho ta thành Phật, mà ta (Thân Loan) đã được dạy như vậy.

Đó chính là sự đo lường về ý nghĩa của sự tự nhiên của Di Đà. Nếu giải thích về đạo lý nầy thì không thể dùng sự luận bàn mà nói về sự tự nhiên kia được.

Nếu còn sự luận bàn thì vừa nói là không ý nghĩa ấy trong ý nghĩa, phải thấy một lần nữa rằng nghĩa kia không có gì cả. Tự nhiên ấy chính là trí tuệ của các Đức Phật vượt lên khỏi sự lý giải của chúng ta rồi.

Đoạn thứ sáu:

(Ngài Thiện Tín ghi lúc Ngài 87 tuổi)

Dẫu thế nào đi chăng nữa thì cả năm rồi và năm nay có cả người già lẫn trẻ đến thăm, nhưng họ rất buồn. Đúng hơn là về đạo lý vô thường sống chết thì lời dạy Đức Thế Tôn đã rõ, chẳng có gì lấy làm lạ. Nhưng với Thiện Tín này (Thân Loan) thì việc chết sống của người lành lẫn kẻ dữ chẳng bất bình gì cả. Với sự tín tâm đã quyết định cho người đó nên chẳng có nghi ngờ gì, phải nghĩ rằng người ấy đang được ở ngôi vị Chánh định tụ.

Ngay cả đối với những người ngu si vô trí đi nữa cũng có thể rõ biết rằng, khi lâm chung thì người lành được đón tiếp. Đức Như Lai đã nói rằng việc vãng sanh ấy không có hạn lượng, điều ấy chẳng bao giờ sai khác.

Với tôi (Thân Loan) những năm về sau, mọi người đến đây, việc này cũng chẳng sai chút nào, quyết định chẳng phải giống như các học giả đã luận tranh về việc vãng sanh về thế giới Cực Lạc. Cho nên Ngài Pháp Nhiên thánh nhân đã ngưỡng vọng rằng "người theo Tịnh Độ tông, kể cả người ngu cũng được vãng sanh", mà chỉ riêng mình tôi (Thân Loan) đã được (nghe).

Ngài Pháp Nhiên thánh nhơn đã quan tâm tìm đến những người mặc dầu không quen biết để thăm và đã nói rằng: Các anh/chị chắc chắn sẽ được vãng sanh về Cực Lạc, mà điều này chính tôi (Thân Loan) đã được thấy.

Tuy nhiên đứng về phương diện giáo học để lý giải, lúc tìm đến thăm những người hiền lành thì sự vãng sanh của những người ấy được ngưỡng vọng như thế nào khi nghe được?

Pháp Nhiên thánh nhơn đã nói rằng với những lời lẽ như thế nầy: với tôi, bây giờ việc suy nghĩ như vậy cũng nhiều, cũng không cần rõ biết mặt mũi của người ấy để lừa đảo, không rõ biết tín tâm kia, vẫn được vãng sanh.

Đúng ra dầu cho chẳng có lừa đảo người thì sự quyết định cho lòng tin của người ấy cũng không thể không rơi vào ở địa vị Chánh định tụ. Thừa Tín Phòng Điện đã cho biết, đã bảo rằng: "Hãy truyền đạt đến cho mọi người như vậy. Nên biết như thế".

Đoạn thứ bảy:

(Ở đây có viết là "nguyên văn bất minh", nghĩa là không có bản văn chính)

Những sự việc liên quan về vãng sanh thì với sự phân biệt của người phàm chúng ta chẳng có gì để y cứ vào đó cả. Do chúng ta đã phó thác cho lời nguyện của Như Lai và đó chính là tha lực.

Việc vãng sanh đã có nhiều tranh luận, với tôi (Thân Loan) thì nghĩ rằng là những điều kỳ diệu.

Khi tâm mình đã quyết định tin vào lời thệ nguyện của Đức Như Lai thì đó chính là sự lợi ích của việc tiếp nhận không từ bỏ một ai của Di Đà (nhiếp thủ bất xả), mong được ở ngôi vị bất thối.

Với tín tâm chân thật quyết định cho việc nầy cũng gọi là sự quyết định của tâm kim cang, cho nên được nhiếp thủ bất xả. Từ đó khởi lên việc giác ngộ được cảnh giới của tâm vô thường kia.

Những tâm nầy cũng gọi là ở ngôi vị bất thối, ngôi vị Chánh định tụ, hay Đẳng chánh giác. Với tâm được quyết định ấy, tất cả chư Phật ở trong vũ trụ đều rất hoan hỷ, được tán thán ngay với tâm của chư Phật.

Như vậy, đối với người có tín tâm chân thật đồng với chư Phật. Lại nữa, điều đó giống như việc bổ xứ Đức Di Lặc vậy. Những ai có được tín tâm ấy thì tất cả chư Phật trong vũ trụ nầy đều hoan hỷ tán thán cả và được cho rằng cũng giống như Đức Phật.

Lại nữa, tha lực có nghĩa là không có ý nghĩa trong việc có ý nghĩa. Việc ấy là như vậy, mỗi người do sự phân biệt nên có nghĩa như vậy. Còn chư Phật do lời thệ nguyện vượt lên khỏi sự bất khả tư nghì của chúng ta, mà chỉ có giữa ta và Phật mới hiểu rõ mà thôi.

Điều nầy người phàm không thể phân biệt được. Đầu tiên với việc bổ xứ của Ngài Bồ Tát Di Lặc không thể phân biệt được sự bất khả tư nghì của trí tuệ Phật. Cho nên lời thề nguyện của Đức Như Lai chính là không có nghĩa gì trong ý nghĩa ấy vậy.

Việc này là sự ngưỡng vọng của Ngài Pháp Nhiên thánh nhơn. Ngoài việc tâm đắc nầy ra, vì sự vãng sanh; với người cần đến thì không cần rõ biết, nếu vượt qua khỏi thế giới nầy thì ý kiến của người khác cũng không là việc thiết yếu nữa.

Bên trên là những câu trả lời đã được Ngài Thân Loan giải đáp.

Đoạn thứ tám:

(Đoạn này cũng do Ngài Thân Loan viết, nhưng không thấy để lúc Ngài bao nhiêu tuổi)

Ngũ thuyết, ở trong đời này được dạy cho biết có nhiều loại, nhưng tựu chung không quá 5 loại như sau:

Thứ nhất là Phật thuyết, thứ hai là đệ tử Phật thuyết; thứ ba là Thiên Tiên thuyết; thứ tư là Quỷ thần thuyết và thứ năm là Biến hóa thuyết (có nghĩa là hình thức giả hiện lại cho tương lai). Đây gọi là ngũ thuyết.

Chúng ta ở trong 5 thuyết đó, dùng đến Phật thuyết, ngoài ra bốn thuyết kia thì không nương vào đó. Chúng ta nương vào kinh điển là việc căn bản như: Tịnh Độ Tam Bộ Kinh mà Đức Thích Ca tự chính Ngài nói ra.

Tứ độ có nghĩa: một là không có chơn lý nơi pháp của thân (là cảnh giới của pháp thân), hai là cảnh giới báo thân về sự tu hành của Bồ tát, là cảnh giới của quả báo. Ba là cảnh giới tương ưng (ứng thân) với chúng sanh để giáo hóa cho những chúng sanh ấy thành Phật. Đây gọi là cảnh giới của hóa Phật (hóa thân).

Chúng ta được vãng sanh về cảnh giới Tịnh Độ an lạc, trong này thuộc về báo độ. Đó là độ thứ tư.

Ba thân ở đây là: thứ nhất là pháp thân, thứ hai là báo thân, thứ ba là ứng thân. Chúng ta được nhiếp thủ bởi Di Đà về cõi Tịnh Độ, đây là báo thân của Như Lai.

Tam Bảo nghĩa là: một là Phật bảo, hai là Pháp bảo, ba là Tăng bảo. Ở trong nầy chúng ta tin tưởng phụng hành của Tịnh Độ tông chính là Phật bảo.

Tứ thừa có nghĩa: thứ nhất là lời dạy của đức Phật (Phật thừa), thứ hai là lời dạy của các vị Bồ tát (Bồ tát thừa), thứ ba là lời dạy của các vị Duyên Giác (Duyên Giác thừa), thứ tư là lời dạy của những vị Thanh Văn (Thanh Văn thừa).

Ở trong nầy chúng ta những người tu theo Tịnh Độ tông thuộc về Bồ tát thừa.

Nhị giáo có nghĩa: một là nghe lời dạy và giác ngộ được nhanh (đốn giáo), thứ hai là nghe và giác ngộ trải qua nhiều giai đoạn (tiệm giáo). Lời dạy của Tịnh Độ thuộc về đốn giáo.

Nhị tạng có nghĩa: thứ nhất là những giáo điển được nói là những công hạnh của Bồ tát (Bồ tát tạng); thứ hai là những giáo điển dạy về những công hạnh của Thanh Văn (Thanh Văn tạng). Lời dạy của Tịnh Độ tông thuộc về Bồ tát tạng.

Nhị đạo có nghĩa: thứ nhất là để đến con đường giác ngộ phải trải qua nan hành khổ hạnh (nan hành đạo), thứ hai là để đi đến con đường giác ngộ một cách dễ dàng gọi là (dị hành đạo). Với những người tu theo Tịnh Độ tông thì thuộc dị hành đạo.

Nhị hành có nghĩa: thứ nhất là chỉ một loại thực hành (chánh hành), thứ hai là thực hành nhiều loại khác nhau (tạp hành). Những người tu theo Tịnh Độ tông của chúng ta lấy chánh hành làm căn bản.

Nhị siêu có nghĩa: thứ nhất là xa rời sự mê mờ được siêu thoát (dực siêu), thứ hai là ngang qua sự mê mờ được lìa khỏi siêu thoát, gọi là hoành siêu. Người tu theo Tịnh Độ tông thuộc về hoành siêu.

Nhị duyên có nghĩa: thứ nhất là vô duyên; thứ hai là hữu duyên. Tịnh Độ tông của chúng ta được dạy về hữu duyên.

Nhị trụ là: một là chỉ trụ, thứ hai là bất trụ. Theo lời dạy Tịnh Độ tông của chúng ta ngoài lời Phật dạy, 100 năm sau hầu như bị giảm thiểu và sự sống ấy được sống vì sự lợi ích.

Bất trụ nghĩa là của những vị thực hành việc lành thuộc về Thánh đạo môn. Việc này ở vào thời mạt pháp được bảo tồn nơi long cung.

Bất tư nghì nghĩa: lời dạy tư nghì là dùng để chỉ cho những người tu hành thuộc về Thánh đạo của tám vạn bốn ngàn pháp môn. Gọi là bất tư có nghĩa là lời dạy của Tịnh Độ, với giáo pháp ấy vượt khỏi sự suy nghĩ của con người.

Trên đây là những lời giải đáp. Thế nhưng những ai muốn biết một cách rõ ràng tường tận về giáo nghĩa thì nên tìm hiểu thêm. Ở đây trong những lá thư như thế này không thể giải thích hết được.

Đối với tôi (Thân Loan) mắt không còn nhìn thấy, nên hầu như tất cả mọi việc quả nhiên, là đã quên đi. Nên đối với những người sáng mắt không dùng sự học thức để giải thích được. Hãy tìm đến với những vị học giả của Tịnh Độ để biết thêm.

(anakashiko/anakashiko- những từ này không có trong từ điển)

Đoạn thứ chín

(Đoạn nầy do Ngài Giáo Danh Ngự Phòng soạn)

Đã đọc thư gửi đến một cách tường tận. Ở đó lòng hoài nghi với tôi (Thân Loan) dĩ nhiên là chẳng suy nghĩ gì cả. Nghĩa là dẫu cho có xướng danh hiệu theo lời thệ nguyện của Di Đà đi nữa, cả hai việc nầy chẳng có gì sai biệt nhau. Sự thệ nguyện ấy không thể tồn tại khi rời khỏi danh hiệu. Đồng thời danh hiệu cũng không thể tồn tại khi rời xa lời thệ nguyện. Tuy vậy, dẫu cho tôi (Thân Loan) có cho biết thế nào đi chăng nữa thì vẫn không có sự phân biệt của mọi người. Đành rằng lời thệ nguyện ấy dẫu cho có lòng tin thoát khỏi sự tư nghì (suy nghĩ) của chúng ta đi nữa thì danh hiệu kia cũng phải suy nghĩ đến, nếu một lòng tin tưởng xưng niệm thì sự phân biệt của con người, công việc ấy chẳng còn cần thiết nữa. Lời thệ nguyện của Di Đà khi nghe đến rõ biết được rồi suy nghĩ chăng?

Thật sự ra tất cả việc nầy đều sai. Đành rằng sự tư nghì (suy nghĩ) của con người, sự tín thành có thể vượt khỏi. Nhưng sự phân biệt đủ loại ấy không cần đến nữa. Vì đối với sự vãng sanh là nguyên nhân, thì những điều này qua sự phân biệt không cho ta sự quan hệ nào cả. Bởi vì tất cả đều nên giao phó hết cho Đức Di Đà Như Lai.

Giáo Danh Ngự Phòng

Lá thư này hãy cho mọi người xem, đối với niềm tin về tha lực, ý nghĩa chẳng có gì cũng được xem là có nghĩa.

Đoạn thứ mười:

Ngài Thân Loan gởi cho Ngài Tịnh Tín Ngự Phòng tha lực nghĩa là sự đề cập đến việc không phân biệt điều này hay điều kia.

Đã đọc cẩn thận thư gửi rồi. Bây giờ tìm hiểu theo lời dạy của Tịnh Độ thì khi chúng ta khởi lên một niệm, khi có lòng tin thì chẳng có gì có thể làm phương hại với ánh sáng tâm linh của Như Lai đã nhiếp thủ rồi, và vì được nhận sự gia hộ nên thông thường việc vãng sanh về Tịnh Độ là điều có thể quyết định qua sự ngưỡng vọng của ông/bà. Đây là việc tôn trọng ý kiến và nghĩ rằng ý kiến ấy đã được thuật lại một cách chính xác, nhưng đối với tất cả việc này thì chính sự phân biệt của mình đã bị trói buộc vào đó. Đức Như Lai vì lòng từ bi, vượt qua khỏi sự suy nghĩ của chúng ta, ngoài sự tin tưởng kia, với tôi (Thân Loan) nghĩ rằng không cần phải suy nghĩ phân biệt chuyện này chuyện kia gì cả.

Lại nữa, có người tin tưởng ngưỡng vọng muốn chính mình được rời khỏi cuộc đời này, nhưng mà nghiệp nhơn để sanh về Tịnh Độ quá ít, thì với tôi (Thân Loan) cũng không tán thành về việc này.

Dẫu cho có nói về việc rời khỏi hay nói đến nghiệp nhơn của Tịnh Độ, tất cả đều giống nhau. Giống như tất cả sự thấy biết giải thích này phải loại trừ sự phân biệt đo lường ra mới phải.

Đối với trí huệ của Đức Phật chúng ta qua sự lý giải vì đã tuyệt đối tin tưởng rồi, thì điều này việc kia chẳng cần phân biệt gì cả thì người ấy mới đáng quý.

Thế nhưng con người đối với sự nói năng này nọ phải không nên có sự nghi ngờ về lời thệ nguyện của Như Lai, tất cả đều được ủy thác. Những việc như thế, qua sự phân biệt không cần thiết nữa. Kashiku.

Đoạn thứ mười một:

Thân Loan gửi cho Giác Tín Ngự Phòng để trả lời cho Chuyên Tín Phòng, ở gần nơi kinh thành qua sự quen biết lâu, tin tưởng nhớ đến.

Với tấm lòng dễ dãi của Ngài có đến 300 bài chính thức; chính thức đồng ý về sau này.

Huệ Tín Phòng đã di chuyển về gần kinh thành và tôi nghĩ rằng đã được yêu cầu việc này.

Lại nữa, theo chỗ rõ biết thì tiền của 300 bài chắc chắn đã cung kính nhận được rồi.

Trong ngày 7 tháng 4 nơi thư kia, rồi ngày 26 tháng 5 chắc chắn rằng đã xem rồi. Ở đó có nhiều điều đáng ngưỡng vọng, nhưng về một lòng tin và cũng đã nói về việc thực hành nhất niệm.

Với lời nói thì có hai loại, nhưng nếu lìa khỏi niềm tin thì không thực hành việc niệm Phật được. Sự thực hành nhất niệm cũng không thể rời khỏi niềm tin nhất niệm được. Ở đây khi dịch về thực hành có nghĩa là sự cứu vớt từ Đức Như Lai qua việc nếu có một tiếng xưng danh hiệu Bổn Nguyện để vãng sanh, thì với một tiếng cũng xưng danh niệm Phật. Hoặc giả thực hành xưng danh cho đến 10 lần như thế gọi là hành. Nghe qua lời thệ nguyện của Như Lai, tâm không còn nghi ngờ một chút gì nữa, gọi đấy là tin nhất niệm. Cho nên nói về cả hai loại là tín và hạnh. Nếu còn nghi ngờ về lời dạy là chỉ một lần xưng danh hiệu Phật mà được vãng sanh thì tôi (Thân Loan) cũng đã dạy cho biết rằng sự thực hành ấy, lòng tin phân biệt không còn tồn tại nữa. Đồng thời cũng không nên nghĩ rằng xa rời niềm tin, sẽ không có sự thực hành. Điều này báo cho tất cả cũng phải nên hiểu rằng, đó đều do lời thệ nguyện của Di Đà mà có được. Hạnh và Tín chính là lời thệ nguyện của Di Đà. Rõ ràng hơn, nếu còn thọ mạng (sức khỏe) thì nhất định phải lên kinh đô một chuyến vậy.

Đoạn thứ mười hai:

Thân Loan

Nam mô A Di ĐàPhật.

Xin trả lời:

Ở đây tìm hiểu nghi ngờ về việc niệm Phật, nhưng đối với những người tin rằng niệm Phật có thể được vãng sanh, việc bài xích về vãng sanh nơi biên địa, với tôi (Thân Loan) thì không thể hiểu được.

Lý do là với Bổn Nguyện của Di Đà thì khi có người xưng danh hiệu, qua lời thệ nguyện được đón về Cực lạc, tin tưởng sâu sắc xưng tụng, nhưng ở tâm ấy phải thích hợp. Dẫu cho có tín tâm, nếu niệm danh hiệu chẳng chí thành, không văn vẻ, bởi có xưng tán danh hiệu một cách cho có lệ thì tín tâm ấy nếu vẫn còn mỏng manh, khó được vãng sanh.

Cho nên nếu niệm Phật một cách chân thật thì sẽ được vãng sanh, khi xưng tán danh hiệu không còn nghi ngờ thì sẽ vãng sanh về báo độ.

Điều cần yếu là dẫu cho khi xưng tán danh hiệu, nhưng nếu không tin vào tha lực Bổn Nguyện thì sẽ sinh về biên địa. Với người có niềm tin sâu sắc nơi Bổn Nguyện tha lực thì dẫu có sanh về biên địa đi chăng nữa, với việc này nên cố gắng tâm đắc để niệm Phật. Với tôi (Thân Loan) kẻ già nua này cũng cho rằng sẽ đạt được. Cho nên hãy một lòng cầu vãng sanh. Ở cõi Tịnh Độ chắc chắn rằng sẽ được chờ đợi nơi đó. Kashiku.

Đoạn thứ mười ba:

Thân Loan nhẫn nại trả lời cho Ngự Phòng

Sự tìm hiểu về người niệm Phật, Đức Di Đà hoàn toàn (hầu hết) đều được tiếp rước về Tịnh Độ như trong "Ban chu tam muội hành đạo vãng sanh tán" đã nói. Đức Thích Ca Như Lai và Di Đà giống như là lòng từ bi của cha và mẹ chúng ta. Nên đã có nhiều cách khác nhau để chỉ cho chúng ta về lòng tin cao cả (vô thượng tín tâm), chính từ đó để quyết định niềm tin này.

Đức Thích Ca và Di Đà rõ biết hết sự tính toán kia, nên quyết định cho tâm vãng sanh ấy, không còn hoài nghi gì nữa cả. Phải biết rõ đấy là việc nhiếp thủ. Vì là nhiếp thủ (gìn giữ) nên không phải phân biệt điều gì cả, cho đến khi nào sự vãng sanh của chúng ta thành tựu được ở ngôi vị bất thối mới thôi. Đây gọi là ngôi vị Chánh định tụ.

Tin sâu vào Đức Thích Ca và Di Đà đã hướng dẫn để rõ biết, như đã được nói, lòng tin ấy chính là lúc quyết định cho thời gian được nhiếp thủ.

Sau khi chúng ta được nhiếp thủ rồi, sẽ ở vào ngôi Chánh định tụ. Đã là như vậy cho nên sự phân biệt của các hành giả đối với thế trần không nên có và đó chính nhờ vào tha lực vậy. Kashiku.

Đoạn thứ mười bốn:

Kính gửi ông Úy!

Ở nơi kinh Đại Vô Lượng Thọ có phần tín tâm hoan hỷ. Thánh nhơn đã dẫn dạy theo Kinh Hoa Nghiêm, ngay cả nơi Tịnh Độ Hòa Tán cũng đã ca ngợi rằng: "Lòng tin đối với những người hoan hỷ giống như đã nói là bình đẳng với Như Lai. Đại tín tâm ấy thành Phật tánh. Phật tánh ấy chính là Như Lai". Ở trong những người chuyên tu niệm Phật cũng đã có nhiều người trong này hiểu sai về lời nói ấy. Đối với những người có lòng tin, vui mừng với niềm tin ấy đồng đẳng với Như Lai. Đó là nói về tự lực. Ở đây nói như vậy là lời nói chân thật. Nói khác đi, cũng có người đề xướng đến việc này. Đối với những người nói như thế, chẳng biết là họ muốn nói đến việc gì, nhưng cách suy nghĩ khác như thế cũng đã có như vậy.

Người có được tín tâm chân thật liền có thể vào nơi Chánh định tụ. Nếu ở được ngôi bất thối ấy thì sẽ rõ biết được sự diệt độ kia.

Ngộ được sự diệt độ có nghĩa là khi rõ biết được sự chết của người có tín tâm chơn thật sẽ được vãng sanh về báo độ, đồng thời khi chúng ta chết đi cũng sẽ được thọ mạng vô hạn.

Lại nữa ánh sáng vô hạn của Di Đà chiếu khắp và tâm ta cũng đồng đẳng với tâm sáng suốt rực rỡ của Di Đà. Điều này nói rằng, đó là "đại tín tâm trở thành Phật tánh. Phật tánh ấy trở thành Như Lai".

Có thể nghĩ đến lời thệ nguyện thứ 11, 12 và 13 đã được nói đến. bởi lẽ chúng ta có nhiều tội lỗi sâu dày, nên Ngài đã phát ra những lời thệ nguyện như vậy để cứu vớt. Lời thệ nguyện ấy nên tán thán ca ngợi vậy.

Lòng từ bi của những thệ nguyện như vậy thật ra không có ngôn từ nào để diễn tả cho cùng tận, để có thể gặp được sự hoan hỷ ấy. Kể từ vô thỉ cho đến ngày nay, chư Phật nhiều vô số đã cứu vớt chúng sanh như thế. Dẫu cho chúng ta có khởi lên Đại Bồ Đề tâm của tự lực đi nữa, với tự lực ấy không thể mở được cánh cửa giác ngộ. Qua sự chỉ dạy của Đức Thích Ca và Di Đà cho chúng ta rõ biết về sự tự lực của tạp hạnh tạp tu là không thể giác ngộ được. Nên đã phát lời thệ nguyện là nhiếp thủ bất xả đối với mọi người. Từ đó chúng ta sẽ không còn tâm nghi ngờ nữa, chỉ một lòng niệm Phật và với tâm niệm Phật ấy suy tưởng, chắc chắn sẽ được vãng sanh. Lời thệ nguyện của Di Đà hãy tin rằng đã vượt khỏi sự suy nghĩ của chúng ta, dẫu cho là Tịnh Độ hay nhiếp thủ bất xả. Ngay cả tín tâm, Phật tâm đi nữa thì tất cả đều chỉ vì duy nhất một mình ta. Có thể suy nghĩ như vậy được.

Tịnh Độ do các vị Tổ sư dạy bảo, phải hiểu rằng đó là ý nghĩa của Bổn Nguyện, có thể vãng sanh về cõi chơn thật báo độ. Đó chính là ân đức nghe được rồi niệm Phật qua lời dạy của Di Đà mà ở nơi "A Di Đà kinh nghĩa tập" đã chỉ rõ ra như thế. Bởi vì chúng ta thế sự đa mang nên đã bỏ quên thời gian niệm đến danh hiệu của Ngài. Vì lòng từ bi Đức Di Đà đối với chúng ta mà không nên quên việc này, phải tiếp tục giữ gìn Tín Tâm Kim Cang. Lại nữa chúng ta cũng không được phép quên ân đức của chư Phật và các vị Tổ sư cho nên danh hiệu phải nên thường niệm đến.

Với tôi đã sống một thời gian lâu ở Kyoto nhưng cũng vì bận rộn làm cho tâm tịnh khó được, nên sau đó hối hận. Với việc này thỉnh thoảng lên kinh đô đều ước nguyện muốn thọ giáo với Ngài Thân Loan.

Những việc này đã trở thành niềm tin của tha lực, mà Di Đà và Ngài Thân Loan đã dạy cho vậy. Cung kính đến thánh nhơn hãy vui lòng doãn nạp cho Liên Vị Ngự Phòng điện này.

Đoạn thứ mười lăm:

Thân Loan trả lời cho Tịnh Tín Ngự Phòng

Sự tìm đến thăm và đã gặp được là điều quý hóa với những người có được lòng tin chắc chắn sẽ thành Phật giống như Đức Như Lai thì việc này kinh điển đã nói rồi. Tuy Đức Di Lặc chưa thành Phật nhưng bởi vì ở đời kế tiếp Ngài sẽ thành Phật nên gọi là Phật Di Lặc. Cũng giống như ý nghĩa này, người có được chân thật tín tâm sẽ được ngưỡng vọng giống như Đức Như Lai.

Lại nữa Thừa Tín Phòng đã chủ trương đồng đẳng ngang hàng với Đức Phật Di Lặc là điều chẳng sai. Sự đồng đẳng với Như Lai đó là sự cảm nhận của tự lực vậy.

Đoạn thứ mười sáu:

Thân Loan viết,

Cũng chẳng hiểu về những lời dạy qua sự giảng thuyết nơi kinh điển và những sách vở chú thích, đồng thời cũng chẳng hiểu gì về ý nghĩa của những lời dạy của Tịnh Độ tông. Ở trong đó có nhiều người giữ nguyên tật xấu, phóng túng và tội ác mà cũng chẳng biết xấu hổ, nên đã nói về "khi việc ác cần tồn tại mà thực hành cũng là điều tốt" thì không đúng ở đây.

Ở quận phía bắc (bây giờ thuộc huyện Unaragijo ở phía bắc) có Thiện Thừa Phòng là người mà với tôi (Thân Loan) không gần gũi và cuối cùng thì mất, nhưng việc này vẫn còn sót lại chăng? Bởi vì chúng ta là những kẻ phàm phu ngu dại đầy phiền não cụ túc. Nếu nghĩ rằng chuyện nào cũng tốt đẹp, ích lợi; cả người hay sát sanh cũng tốt sao? Ngay cả với những người có tâm lợi ích, nguyện sanh về Cực lạc, nếu một lòng niệm Phật và thay đổi tâm ấy và đối với những người phạm vào tội ác làm phương hại thì không thể đúng được.

Điên cuồng với phiền não không suy nghĩ được, cũng không có điều đó; nói điều chẳng thể nói được, suy nghĩ điều không thể suy nghĩ được thì khó có thể vãng sanh. Đối với người bụng dạ đen tối mà nói là không. Nếu chuyện không có mà nói là có, đối với phiền não thì điên cuồng mà cho là không và rồi lấy ý đó thì những điều này quyết là không đúng được.

Khi đi Kagoshima chú ý đến những người xấu ác với những người như vậy mà sửa đổi cho đúng việc sai trái của kia thì những người niệm Phật có thể nói lời chứng minh được.

Điều chấn động là bất cứ cái gì cũng ủy thác cho tâm mình để nói ra điều đó, là những điều cạn cợt. Hãy bỏ những việc ác ở đời này, đừng làm những điều thô thiển nữa. Ở trong đời yếm thế này hãy nên niệm Phật. Nên với người niệm Phật thì đối với những người xấu ác kia, nếu có nói ác khẩu thì cuộc đời không biết chán ghét đó cũng khó chấp nhận

Cho nên, Ngài Thiện Đạo đại sư mới bảo rằng: "Hãy xa lìa những người chỉ trích, chỉ thích làm việc xấu xa, mà hãy dùng tâm chí thành như những gì đã dạy để nói". Cứ ủy thác vào việc ác trong tâm của chính mình làm chấn động chăng? Ở ông/bà chẳng rõ biết về những kinh điển và những sách vở đã giải thích, nên đối với những người chẳng rõ biết về lời dạy của Đức Như Lai thì cũng chẳng dạy được điều gì cả.

Lại nữa, nhiều việc được sanh về Tịnh Độ, không phải để đo lường với sự phàm phu mà là sự phó thác cho lời thệ nguyện của đức Phật A Di Đà. Đó có thể nói là tha lực.

Đối với mọi người không có sự tính toán so đo như thế quả là kỳ diệu thay.

Đoạn thứ mười bảy:

Ngài Thân Loan

Nếu nói rằng ở trong tha lực có chứa tự lực, việc nghe như vậy đã có nhưng chưa bao giờ được nghe rằng trong tha lực lại có tha lực. Trong tha lực có tự lực nghĩa là nói đến những người thật tiễn của tạp hạnh, tạp tu, định tâm niệm Phật, tán tâm niệm Phật. Trong tha lực không có tha lực nghĩa là không còn việc gì chấp nhận trong đó nữa.

Chuyện gì thì Huệ Tín Phòng thỉnh thoảng vẫn nói như thế khi ở đây. Lúc đó đã đưa ra những lời như vậy. Anakashiko. Anakashiko.

Đoạn thứ mười tám:

Thân Loan

Tùy Tín Ngự Phòng

Sự tình khi tìm đến muốn rõ biết về sự hồi hướng qua lời thệ nguyện của Đức Phật A Di Đà, đã nhận được một niềm tin chân thật, khi tâm hoan hỷ ấy đã định sẵn. Bởi lẽ Đức Phật A Di Đà nhiếp thủ không xả bỏ ai nên lòng tin ấy là tâm

Kim Cang kiên cố. Lúc ấy gọi là giống với ngôi vị của Chánh Định Tụ vậy. Vì cùng với ngôi vị của Di Lặc Bồ Tát, tín tâm của người ấy hoàn toàn bình đẳng với tâm Phật. Lại nữa cũng được giải thích rằng khi được sự hoan hỷ với tín tâm như của chư Phật thì chính tự thân người đó bình đẳng. Nên trong Kinh Đại Vô Lượng Thọ Đức Thích Tôn đã dạy rằng: "Cung kính được thấy có sự vui mừng lớn lao, lại nữa sẽ giống như việc lành của ta." Nên phải hoan hỷ. Vì thế, nói rằng kẻ được niềm tin ấy đồng với Chư Phật vậy.

Lại nữa, việc này đối với Bồ Tát Di Lặc là vị được quyết định sẽ thành Phật- gọi là Phật Di Lặc. Cho nên người có lòng tin về tha lực cũng có thể gọi là giống như chư Phật vậy. Điều này không có gì để nghi ngờ cả.

Với người đồng hành ngưỡng cầu, khi lâm chung được chư Phật chờ đợi đến tiếp dẫn, thì điều này với lực của chính mình không còn tác dụng nhiều nữa. Kẻ mà qua niềm tin được quyết định, qua lời thệ nguyện của Đức Phật A Di Đà nhiếp thủ, chẳng từ bỏ một ai. Nên lúc lâm chung dẫu cho có chờ đợi Đức Di Đà đến tiếp dẫn cũng không cần phải suy nghĩ đến, bởi tín tâm không được quyết định nên mới chờ đợi việc đến tiếp dẫn chăng?

Với lá thư này hãy vui lòng mang đến cho Tùy Tín Phòng dùm, người viết lá thư ấy vẫn còn nghi ngờ mà gọi là người đồng hành thì chẳng phải vậy. Anakashiko, Anakashiko.

Đoạn thứ mười chín:

Ngài Thân Loan

Đã gửi thư nhiều lần nhưng có lẽ đã chẳng xem sao? Không còn gì để nói rằng Minh Pháp Phòng đã vãng sanh. Theo tôi (Thân Loan) nghĩ, thì sự cầu nguyện của những người ở Thường Lục Trung Quốc được vãng sanh là những việc thật là tuyệt vời. Sự vãng sanh ấy đối với những người phàm phu rất công phu, nhưng cũng chẳng phải là của tự mình. Ngay cả công phu của những người có trí lực thì cũng chẳng phải là tự có được. Thánh Nhơn đã cho biết rằng: Việc vãng sanh ấy chẳng phải do công phu của chính mình mà do sự ủy thác vào năng lực thiện nguyện của Đức Phật A Di Đà. Chúng ta, những người theo Phật không phải người trí thức, lại nữa chỉ tin vào sự cứu độ của Đức Phật A Di Đà.

Những gì thuộc về so sánh, đo lường xin vui lòng hãy ngưng lại ngay.

Lần trước đã gửi Duy Tín Sao và đã xem về câu văn "tự lực tha lực". Những tài liệu này đối với thời đại bây giờ đã trở thành việc hướng đạo. Những việc này là viết cho những người niệm Phật và vì họ là những người nương theo đó mà vãng sanh về Tịnh Độ. Đối với những người theo lời nguyện vãng sanh thì sẽ trở thành văn chương lắm đó.

Lại nữa những người này qua lời dạy của Ngài Pháp Nhiên Thánh Nhơn tin theo sự vãng sanh ấy, cũng có thể nói rằng ở trong những người niệm Phật này hợp với phương pháp vãng sanh. Bởi chính họ đã tranh biện như vậy. Điều này, bây giờ cũng giống như thế. Việc vãng sanh của Minh Pháp Phòng, hơn thế nữa được chờ mong suy nghĩ về sự tự lực vãng sanh đã cải đổi và xác lập lại tín tâm kia.

Nói là việc vãng sanh được quyết định, có nghĩa là không làm những việc ác, không nói những lời thô. Với những sự điên cuồng về phiền não tham dục, khởi lên dục vọng, giận dữ điên cuồng, sân si phiền não quay cuồng trong những tật đố của phiền não, chìm đắm điên cuồng với sự ngu si phiền não. Nếu không than lên vì sự từ bi thì nói rằng do từ sự thệ nguyện đã được cứu vớt. Những kẻ phàm phu ấy là do Đức Phật A Di Đà vì sự phiền não đầy đủ của chúng ta, cho nên ý này phải quan tâm và phải suy nghĩ rằng quyết định không làm việc ấy. Bởi lẽ những người chuyên làm việc ác mà vãng sanh rất khó. Với tôi (Thân Loan) thì nghĩ như vậy.

Hãy cố gắng cho những người đồng hành nghe và nên biết như vậy.

Ở trong cuộc đời này, việc giải thích về sự niệm Phật đã có thay đổi như vậy. Nhưng theo lời dạy của cố Pháp Nhiên thánh nhơn mà có người nghe được thì có thể nghĩ rằng tín tâm của người ấy thật là vững chắc. Trong hiện tại đối với việc giải thích về sự niệm Phật, người này, kẻ kia đã nói khác đi, nên nhiều người khi nghe đến đã bị mê hoặc nghĩ rằng những việc này chẳng khổ tâm sao? Ngay cả ở Kyoto hay ở miền quê đi chăng nữa cũng thế, như cách hướng dẫn của tôi (Thân Loan) đã tường thuật không muốn lặp lại nữa. Việc của Minh Giáo Phòng đã đến Kyoto, xin thành thật cảm ơn. Việc vãng sanh của Minh Pháp Phòng nghe qua cung cách ấy rất là hoan hỷ.

Ý chí của mọi người, xin cảm ơn mà tôi đã đón nhận. Với lá thư này hãy đọc cho mọi người nghe. Lại nữa, ngay cả những đồng bằng (bằng hữu đồng môn) đang sống ở trong núi tại Thường Lục cũng nên cho họ xem thư này vậy. Anakashiko Anakashiko.

Năm tới khi tiếp tục duy trì việc niệm Phật vãng sanh cũng có thể chính tâm ấy chuyển đổi xấu đi. Nhưng hỡi các đồng bằng (bằng hữu đồng môn) hãy nên gần gũi thân cận với tấm lòng chân thật với nhau.

Đoạn thứ hai mươi:

Ngài Thân Loan

Đã nhận được nhiều thư từ các nơi gửi đến, việc của Minh Giáo Phòng đã vượt đến Kyoto, xin cảm ơn từ những bức thư và ý kiến. Nhưng tôi (Thân Loan) đã chưa có lời nào để đáp lễ.

Việc vãng sanh của Minh Pháp Phòng, thật ra không có gì để ngạc nhiên, ngược lại lấy làm vui là đằng khác nữa. Ở Kagoshima, Hành Phương và cả những quận nhỏ người người đã cầu nguyện cho Minh Pháp Phòng, nên ai cũng vui mừng.

Lại nữa, sự vãng sanh ở Nhập Đạo Điện của Bình Trũng cũng đã được nghe qua, cũng chẳng có lời nào để nói nữa. Xin chúc mừng, ngoài ra chẳng có gì.

Mọi người đây đó, quyết định vãng sanh về Tịnh Độ hãy nghĩ đến và nên kiên trì. Nếu được như vậy thì những người cầu nguyện vãng sanh ấy cũng có người hiểu sai về việc vãng sanh. Ngay cả bây giờ cũng như thế, theo tôi (Thân Loan) nghĩ như vậy. Ngay cả ở Kyoto, việc vãng sanh cũng không giải thích được, người người bị mê lầm, cả nơi nhà quê cũng giống như vậy cả. Những điều này tôi (Thân Loan) đã nghe.

Ngay cả trong hàng đệ tử của ngài Pháp Nhiên Thánh Nhơn, có người chính mình là những học giả nổi tiếng nhưng họ đã tự phụ và bây giờ đã thay đổi cách dạy. Bản thân họ cũng mê hoặc và làm cho người khác mê mà theo, thật là khốn đốn.

Hình như không đọc vào lời dạy của kinh. Như thế những người được gọi là trí thức ấy cũng không có duyên (nếu niệm Phật) thì việc vãng sanh về Tịnh Độ không phải là điều chướng ngại. Nếu chỉ nghe về việc vãng sanh rồi giải thích sai đi thì trường hợp này cũng chẳng phải là ít. Bây giờ những việc như thế thay đổi khó lường.

Ví dụ như Tín Kiến Phòng, chẳng hiểu gì về lời dạy của Tịnh Độ, sai đi phương hướng khi nghe cứ như thế mà tiến tới, quả thật là sự đau buồn.

Rất nhiều người chẳng rõ biết về lời thệ nguyện của Đức Phật A Di Đà tự ngày xưa, đã chẳng thể hiện việc niệm Phật như Đức Thích Ca và Đức Phật A Di Đà chỉ dạy hướng dẫn đầy đủ. Nên ngày nay khi bắt đầu nghe đến lời thệ nguyện của Đức Phật A Di Đà đột nhiên như kẻ ngu bị say rượu, uống những loại tam độc, như: tham dục, giận dữ và ngu si vào một cách thích thú, làm cho rượu độc ấy len lỏi vào người, khi bắt đầu nghe đến lời thệ nguyện của Đức Phật A Di Đà thì sự say đắm ngu muội kia dần dần từng bước sẽ tỉnh cơn say ấy. Tam độc kia từng bước cũng sẽ không còn thích hợp nữa. Đức Phật A Di Đà cũng giống như hạt mầm của một loại thuốc, có thể làm cho thân thể này thích hợp.

Ở đây nếu còn say cũng như chưa tỉnh và rượu càng thêm vào thì chất độc ấy sẽ không hề tiêu đi mà độc ấy lại còn hiện hữu làm cho sự buồn đau không ít.

Phiền não vây chặt thân, quấn chặt tâm. Khi thích thú thì thân ấy cũng không chấp nhận được, lời nói khó thích nghi lại nói, tâm kia suy nghĩ điều chẳng đáng suy nghĩ. Tâm kia sẽ từ từ khép chặt lại thể hiện những việc làm cho tâm kia càng nhức nhối. Đầu tiên, khi việc say chưa tỉnh thì lại càng tiếp tục uống rượu nên chất độc ấy lại chẳng bao giờ tiêu mất được nên chất độc kia lại càng thấm sâu vào. Cũng có câu nói rằng "vì có thuốc nên chất độc thích". Theo tôi (Thân Loan) nghĩ thì điều này chẳng đúng.

Khi nghe niệm đến danh hiệu của Đức Phật A Di Đà, thì chí thành niệm Phật không thiếu sót, thì người như vậy sẽ lìa khỏi cuộc đời xấu xa này.

Lại nữa theo tôi (Thân Loan) nghĩ rằng những việc làm xấu xa của thân chúng ta sẽ chạy càng xa đi, lánh đi việc xấu kia.

Những người lần đầu tiên nghe đến lời thệ nguyện của Đức Phật A Di Đà sẽ suy nghĩ rằng: với thân xấu xa của chúng ta, tâm ác độc của ta mà tự rõ biết được thì ở thân này làm sao có thể sanh về thế giới Tịnh Độ được. Nghĩa là với người như vậy, bởi người ấy chưa có thể rời khỏi phiền não của thân được, không kể đến sự lành giữ của tâm thì Đức Phật A Di Đà sẽ đón về Tịnh Độ. Điều ấy đã được nói là chắc thật.

Sau khi nghe mà còn tin tưởng sâu xa hoan hỉ tin nhận Đức Phật A Di Đà, rồi chán ghét thân này bị mê mờ lưu chuyển trong thế giới này rất là buồn thảm. Nếu tin tưởng sâu xa vào lời nguyện của Đức Phật A Di Đà và người thích xưng niệm danh hiệu của Đức Phật A Di Đà so với trước luôn nghĩ về điều xấu ác và chạm đến sự xấu ác kia. Nhưng bây giờ nếu xả bỏ tâm ấy và nương vào lời thệ nguyện của Đức A Di Đà sẽ được mãnh liệt hơn.

Lại nữa, khi có tín tâm để cầu sanh về Tịnh Độ, có thể rõ ràng là sẽ đến gần được Đức Thích Ca và Đức Phật A Di Đà. Dẫu cho phiền não có chưa rời khỏi thân này đi chăng nữa, mà tâm kia được sanh, thì tâm xưa kia vẫn như vậy sao? Ở trong những người bạn thân kia sẽ có ít nhiều lời nói không tốt. Thầy trò báng bổ nhau, khinh lờn người chỉ đạo về mặt tín ngưỡng, rồi vì lý do khinh miệt của bạn bè bằng hữu niệm Phật, khi vào tai tâm ấy sẽ đau nghiến. Những người như vậy dạy cho sự hủy báng, chính là người của ngũ nghịch vậy.

Như vậy không thân cận gần gũi được như câu chuyện trong Tịnh Độ Luận gọi là "người như thế này vì chẳng có tâm tin nơi Phật pháp mà còn phỉ báng Pháp, nghĩa là tâm ấy sinh ra tâm ngũ nghịch".

Lại nữa, Ngài Thiện Đạo (đại hành giả của Tịnh Độ giáo, giữa đời nhà Đường) gọi đó là tâm chí thành và đã bảo rằng người nào mà thích sự xấu ác kia xa rời sự sân hận thì không nên gần gũi. Đó là sự gần gũi thân cận với tín tâm của những người chỉ đạo và tín tâm của những bạn bè thân thiết.

Người mà muốn thân cận với người xấu ác, sau khi sanh về Tịnh Độ (thành Phật rồi) sẽ trở lại thế giới mê mờ cứu giúp những chúng sanh, và khi trở lại thế giới của thế gian này cũng sẽ gần gũi thân thiện với tội nhân. Như vậy, với tôi (Thân Loan) cũng chẳng đo lường được. Từ lời thệ nguyện của Đức Phật A Di Đà, nghĩ rằng có thể làm chấn động được.

Ngay cả bây giờ với tôi (Thân Loan) với nhận thức như vậy có thể thân cận gần gũi với người xấu và tội nhân chăng? Lần lượt cũng đã trải qua như vậy. Hãy vui lòng suy nghĩ kỹ càng đi.

Việc vãng sanh về Tịnh Độ phải có tâm cương quyết, bởi khi khởi lên sự so sánh đo lường về Di Đà và người có tín tâm kiên cố như tâm Kim Cang thì sẽ không bao giờ có tâm khinh thường người tín tâm của người chỉ đạo hay bài xích thầy trò.

Lá thư này ngoài những địa phương như Kagoshima, Thành Phương Nam Ấp những người ở những địa phương khác nhất là những người có ý nguyện vãng sanh về Tịnh Độ đều giống nhau nên vui lòng cho họ đọc.

Anakashiko, Anakashiko.

Đoạn thứ hai mươi mốt:

Thân Loan trả lời cho Tăng sĩ Tịnh Tín

Chúng ta dẫu có giác ngộ được Đại Niết Bàn về cảnh giới an lạc Tịnh Độ đi chăng nữa thì điều ấy cũng có thể nói là sự diệt độ. Danh từ tuy sai biệt nhưng với báo thân của chúng ta có thể nói là đã ngộ được là Phật. Điều ấy có thể khai mở, nên Di Đà qua lời thệ nguyện như sự thệ nguyện của Bồ tát Bảo Tạng thì chúng ta nên hồi hướng việc này, gọi là hồi hướng vãng tướng. Qua lời nguyện của việc hồi hướng này gọi là lời nguyện của sự niệm Phật vãng sanh.

Tin tưởng vào lời nguyện này, không có hai tâm, nghĩa là một lòng chuyên tu. Sự phát khởi lên tín tâm chân thật như thế này, đối với việc không so tính của Đức Thích Ca và Đức A Di Đà, xin hãy vui lòng biết, phát khởi tâm như vậy.

Anakashiko, Anakashiko.

Đoạn hai mươi hai:

Thân Loan

Ở nơi "Bảo hiệu kinh" không phải là việc Bổn Nguyện của Di Đà, mà cũng chẳng phải là việc thiện hạnh. Đó chẳng qua là sự bảo hộ giữ gìn và nói về Phật danh. Danh hiệu ấy cũng là việc thiện vậy.

Hành có nghĩa là việc làm lành (thiện hạnh). Bổn Nguyện ấy do Phật hứa hẹn, nếu đạt được thì con người chúng ta không cần có thiện mà cũng chẳng có hành. Nghĩa là do tha lực vậy.

Bổn Nguyện danh hiệu có nghĩa là nguyên nhơn sự vãng sanh của chúng ta. Đây cũng gọi là cái nhơn của vãng sanh vậy. Đây chính là cha của chúng ta, lại cũng là ánh sáng quang minh của đại bi. Đây chính là nguyên nhân gián tiếp để chúng ta được vãng sanh về Tịnh Độ. Còn gọi là cái duyên sở sanh và là mẹ của chúng ta vậy.

Dịch xong 22 đoạn này vào ngày 28.06.2023. Kỷ niệm Sinh nhật lần thứ 74.

Dịch giả Thích Như Điển,

Phương Trượng Tổ Đình Viên Giác

Hannover, Đức Quốc.

TAM THIẾP HÒA TÁN

Từ ngữ gọi chung 3 bộ Hòa Tán: *Chánh Tượng Mạt, Tịnh Độ và Cao Tăng* do Ngài Thân Loan người Nhật Bản soạn. Lúc về già, vì muốn cho giáo nghĩa căn bản của Chân tông dễ hiểu hơn, nên Ngài Thân Loan đã soạn ra các Hòa Tán này và cùng với chính tín kệ, các Hòa Tán này đều được đọc tụng trong các khóa lễ sớm chiều tại các chùa viện Nhật Bản. Tịnh Độ Hòa Tán gồm 118 bài kệ, khen ngợi đức Phật A Di Đà, tam kinh (Kinh Vô Lượng Thọ, Kinh Quán Vô Lượng Thọ và Kinh A Di Đà) lợi ích đời hiện tại...

Chánh Tượng Mạt Hòa Tán gồm 108 bài kệ, nói về Chính Tượng Mạt Tịnh Độ, Nghi Hoặc, Thánh Đức Phụng Tán, Thuật Hoài...

Cao Tăng Hòa Tán gồm 117 bài kệ, khen ngợi 7 vị cao Tăng (Long Thọ, Thế Thân, Đàm Loan, Đạo Xước, Thiện Đạo, Nguyên Tín và Nguyên Không).

Tịnh Độ Hòa Tán gồm 118 bài kệ.

1. Quan Đầu Tán (2 bài)
2. Tán A Di Đà Phật Kệ Hòa Tán (48 bài)
3. Đại Kinh Tán (22 bài)
4. Quán Kinh Tán (9 bài)
5. Di Đà Kinh Tán (5 bài)
6. Chư Kinh Tán (6 bài)
7. Hiệp Thế Lợi Ích Tán (15 bài)
8. Thế Chí Tán (8 bài)

Bắt đầu dịch những bài tán này vào ngày 05.07.2023 *tại Phương Trượng Đường Tổ Đình Viên Giác, Hannover, Đức Quốc.*

"Xưng Tán Tịnh Độ Kinh" (Huyền Trang Tam Tạng dịch) viết rằng: "giả sử kinh ở nơi trăm ngàn Cu Ti Na Do Tha kiếp, được vô lượng trăm ngàn Cu Ti Na Do Tha cái lưỡi, trên mỗi một cái lưỡi, xuất ra vô lượng ngôn từ, tán thán công đức nầy, cũng không thể hết được." (văn)

"Tán A Di Đà Phật Kệ" (do Ngài Đàm Loan biên soạn) viết rằng: "Nam Mô A Di Đà Phật gọi là Vô Lượng Thọ Bạng Kinh phụng tán, lại viết là An Dưỡng".

Sau khi thành Phật 10 kiếp, thọ mệnh ở các nơi không thể lường; phát thân quang luân, biến khắp pháp giới, chiếu đến thế giới đui mù, tối tăm (do vậy) nên đảnh lễ.

1. Lại có tên là Vô Lượng Quang
2. Chơn Thật Minh
3. Lại có hiệu là Vô Biên Quang
4. Bình Đẳng Giác
5. Lại có tên là Vô Ngại Quang
6. Nan Tư Nghì
7. Lại có tên là Vô Đối Quang
8. Tất Cánh Y
9. Lại có tên là Quang Diệm Vương
10. Đại Ứng Cúng
11. Lại có tên là Thanh Tịnh Quang
12. Lại tên là Hoan Hỷ Quang
13. Đại An Úy
14. Lại tên là Trí Huệ Quang
15. Lại tên là Bất Đoạn Quang
16. Lại tên là Nan Tư Quang
17. Lại tên là Vô Xưng Quang,
18. Gọi Là Siêu Nhật Nguyệt Quang
19. Vô Đẳng Đẳng
20. Quảng Đại Hội
21. Đại Tâm Hải
22. Vô Thượng Tôn

23. Bình Đẳng Lực

24. Đại Tâm Lực

25. Vô Xưng Phật

26. Bà Già Bà

27. Giảng Đường

28. Thanh Tịnh Đại Nhiếp Thọ

29. Bất Tư Nghì Tôn

30. Đạo Tràng Thụ

31. Chơn Vô Lượng

32. Thanh Tịnh Lạc

33. Bổn Nguyện Công Đức Tụ

34. Thanh Tịnh Huân

35. Công Đức Tạng

36. Vô Cực Tôn

37. Nam Mô Bất Khả Tư Nghì Quang

Bên trên là những danh hiệu của Đức A Di Đà Như Lai (bên trên đã lược bớt, sao ra). "Thập Trụ Tỳ Bà Sa Luận" viết rằng: "Thứ nhất là Tự Tại Nhơn (ta lễ bái); hai là: Thanh Tịnh Nhơn (ta quy mệnh); ba là: Vô Lượng Đức (ta xưng tán).

Tham khảo thêm kinh văn số 2652 nơi Đại Chánh Tân Tu Đại Tạng Kinh về "Chánh Tượng Mạt Pháp Hòa Tán (một quyển) từ trang 664 đến trang 669. Tập thứ 83 phần Tục Chư Tông, bộ thứ 14.

CHÁNH TƯỢNG MẠT PHÁP HÒA TÁN

(gồm 108 khổ)

Mộng Cáo Tán (1 khổ)

Nguyên Khang năm thứ 2 nhằm đêm Mùng 9 tháng 2 năm Đinh Tỵ (1257). Lúc Ngài Thân Loan Thánh Nhơn 85 tuổi.

(1)

應信彌陀之本願，凡信彌陀本願者

由攝取不捨利益，悉皆得悟無上覺

正像末浄土和讃

愚禿善信集

Dịch âm:

Ưng tín Di Đà chi Bổn Nguyện

Phàm tín Di Đà Bổn Nguyện giả

Do nhiếp thủ bất xả lợi ích

Tất giai đắc ngộ Vô Thượng Giác.

Chánh Tượng Mạt Tịnh Độ Hòa Tán
Ngu Ngốc Thiện Tín Tập

Dịch ý:

Nên tin Bổn Nguyện của Di Đà
Phàm kẻ tin Di Đà Bổn Nguyện
Do nhiếp thủ bất xả lợi ích
Tất đều được ngộ Vô Thượng Giác.

Chánh Tượng Mạt Tịnh Độ Hòa Tán
Ngu Ngốc Thiện Tín Tập

Dịch ra thơ lục bát:

Nên tin Bổn Nguyện Di Đà
Kẻ tin Bổn Nguyện mới là tín tâm
Lợi ích nhiếp thủ chẳng lầm
Tất cả đều đạt ngộ phần Chân Như

(Thích Như Điển dịch ra thơ lục bát)

Tam Thời Tán (58 khổ)

(2)

釋迦如來涅槃後，迄今二千有餘年

正像二時皆已過，如來遺弟應悲泣

Thích Ca Như Lai Niết Bàn hậu
Hất kim nhị thiên hữu dư niên
Chánh tượng nhị thời giai dĩ quá
Như Lai di đệ ưng bi khấp.

Dịch ý:

Sau khi Như Lai Niết Bàn
Đến nay hơn hai ngàn năm
Chánh,Tượng hai thời đều đã qua
Như Lai để ta nên sầu khóc.

Dịch ra thơ:

Thích Ca nhập diệt đến nay
Hai ngàn năm lẻ việc nầy rõ thêm
Chánh pháp tượng pháp qua rồi
Làm sao chẳng khóc bồi hồi chúng ta.

(3)

末法五濁之有情，不能行證之時機
釋迦所有之遺法，皆被藏入龍宮中

Mạt pháp ngũ trược chi hữu tình
Bất năng hành chứng chi thời cơ
Thích Ca sở hữu chi di pháp
Giai bị tạng nhập long cung trung.

Dịch ý:

Mạt Pháp, ngũ trược của hữu tình
Chẳng thể hành chứng của thời cơ
Thích Ca chỗ có là còn pháp
Tất cả đều được nhập Long Cung.

Dịch thơ:

Chúng sanh mạt pháp hữu tình
Chẳng ai chứng được như nghìn thuở xưa
Thích Ca lời dạy chẳng thừa
Tất cả đều được chứa vừa long cung.

(4)

正像末之三時期，彌陀本願皆弘傳
像季末法之此世，諸善悉入龍宮中

Chánh tượng mạt chi tam thời kỳ
Di Đà Bổn Nguyện giai hoằng truyền
Tượng quý mạt pháp chi thử thế
Chư thiện tất nhập long cung trung.

Dịch ý:

Chánh, Tượng, Mạt của ba thời kỳ
Di Đà Bổn Nguyện đều truyền rộng
Thời Tượng, Mạt pháp của đời nầy
Tất cả điều lành đều ở Long Cung.

Dịch thơ:

Ba thời, chánh tượng mạt kia
Di Đà Bổn Nguyện chẳng lìa truyền lai
Tượng cùng mạt pháp với ai
Tất cả việc tốt đã vào long cung.

(5)

大集經中曾有言，此世第五五百年
因為鬥諍堅固故，白法隱滯不能行

Đại tập kinh trung tằng hữu ngôn
Thử thế đệ ngũ ngũ bách niên
Nhơn vi đấu tranh kiên cố cố
Bạch pháp ẩn trệ bất năng hành.

Dịch ý:

Trong Kinh đại tập từng có nói
Đời nầy là năm trăm năm mươi năm
Bởi vì đấu tranh kiên cố vậy
Bạch pháp ẩn mất chẳng thể hành.

Dịch thơ:

Trong kinh đại tập viết rằng
Năm trăm năm lẽ ấy là phải chăng
Con người kiên cố đấu tranh
Bạch pháp biến mất chẳng năng hành trì.

(6)

有情壽命數萬歲，果報逐漸趨衰退
至於二萬歲之時，遂有五濁惡世名

Hữu tình thọ mệnh số vạn tuế
Quả báo trục tiệm xu ai thóai
Chí ư nhị vạn tuế chi thời
Toại hữu ngũ trược ác thế danh.

Dịch ý:

Hữu tình thọ mệnh nhiều vạn năm
Quả báo theo dần, dẫn buồn lui
Cho đến hai vạn năm thời gian

Theo đó tên ngũ trược ác thế.

Dịch thơ:

Đời người có được vạn năm
Quả báo do đấy không nằm đâu xa
Đến khi hai vạn tuổi già
Tên ấy được đặt năm điều trược nguy.

(7)

劫濁時光遷移時，有情逐漸身變小
五濁惡邪強盛故，其心如毒蛇惡龍

Kiếp trược thời quang thiên di thời
Hữu tình trục tiệm thân biến tiểu
Ngũ trược ác tà cường thạnh cố
Kỳ tâm như độc xà ác long.

Dịch ý:

Lúc kiếp trược, ánh sáng thay đổi
Hữu tình dần dẫn biến thân nhỏ
Ngũ trược ác tà cường thịnh vậy
Tâm nầy như độc xà rồng ác.

Dịch thơ:

Kiếp trược ánh sáng biến đi

Chúng sanh thay đổi thần kỳ biến thân
Năm trược ma mị thịnh gần
Tâm này chẳng khác độc thần rồng ma.

(8)

無明煩惱盛，如塵數遍滿
愛憎違順者，似高峰嶽山

Vô minh phiền não thạnh
Như trần số biến mãn
Ái tắng vi thuận giả
Tợ cao phong nhạc sơn.

Dịch ý:

Vô minh phiền não thạnh
Như bụi bặm đầy khắp
Yêu giận lìa thuận vậy
Tợ núi cao,núi cao hơn.

Dịch thơ:

Vô minh phiền não lại nhiều
Đầy cả như bụi bặm đủ điều đó đây
Ghét yêu trái nghịch nhau nầy
Như núi cao ấy càng đầy hơn lên.

(9)

有情邪見甚熾盛，猶如叢林荊棘刺
疑謗念佛之信者，動生瞋毒行破壞

Hữu tình tà kiến thậm sí thạnh
Do như tòng lâm kinh cức thứ
Nghi bán niệm Phật chi tín giả
Động sanh sân độc hành phá hoại.

Dịch ý:

Hữu tình tà kiến cháy mạnh mẽ
Giống như gai góc của Tòng Lâm
Nghi ngờ, phỉ báng kẻ tin Phật
Liền sanh sân hận, hay phá hoại.

Dịch thơ:

Chúng sanh tà kiến sâu dày
Giống như gai góc ở ngay chốn thiền
Kẻ nghi niệm Phật triền miên
Phát sanh sân hận muộn phiền hư hao.

(10)

命濁中夭刹那間，依正二報同時滅
背正歸邪興盛故，橫加障礙起仇心

Mệnh trược trung yêu sát na gian
Y chánh nhị báo đồng thời diệt
Bối chánh quy tà hưng thạnh cố
Hoành gia chướng ngại khởi cừu tâm.

Dịch ý:

Làm cho trong trược, vạ sát na
Y, Chánh hai báo đồng lúc giảm
Trái chánh về tà hưng thịnh vậy
Thêm ngang chướng ngại khởi tâm thù.

Dịch thơ:

Làm cho sạch dơ va chạm
Y chánh hai báo nay thời còn đâu
Bỏ chánh theo tà đây rồi
Tâm kia hờn giận chướng rồi còn chi.

(11)

末法第五五百年，此世一切眾有情
若不信如來悲願，將無有出離之期

Mạt pháp đệ ngũ ngũ bách niên
Thử thế nhất thiết chúng hữu tình
Nhược bất tín Như Lai bi nguyện
Tương vô hữu xuất ly chi kỳ.

Dịch ý:

Mạt pháp lần thứ năm trăm năm mươi
Đời nầy tất cả chúng hữu tình
Nếu chẳng tin bi nguyện Như Lai
Sắp chẳng có ra khỏi kỳ nầy.

Dịch thơ:

Năm trăm năm, mạt pháp năm
Tất cả sanh chúng đều nằm trong đây
Lòng tin nếu chẳng nương Thầy
Sẽ chẳng ra khỏi cửa nầy nên lo.

(12)

九十五種皆汙世，唯佛一道獨清淨
只有出到菩提時，利益火宅方自然

Cửu thập ngũ chủng giai ô thế
Duy Phật nhất đạo độc thanh tịnh
Chỉ hữu xuất đáo Bồ Đề thời
Lợi ích hỏa trạch phương tự nhiên.

Dịch ý:

Chín mươi lăm loại đều ô thế
Chỉ Phật một đường riêng thanh tịnh
Chỉ cho ra khỏi đến Giác Ngộ

Lợi ích nhà lửa, mới tự nhiên.

Dịch thơ:

Chín lăm đủ loại nhớp đời
Chỉ riêng Đức Phật rạng ngời tịnh thanh
Con đường giải thoát rành rành
Nhà lửa đang ở trở thành tự nhiên.

(13)

五濁時機已經到，道俗必然共相諍
見信念佛之行者，横遭疑謗破滅盛

Ngũ trược thời cơ dĩ kinh đáo
Đạo tục tất nhiên cộng tương tranh
Kiến tín niệm Phật chi hành giả
Hoành ngộ nghi báng phá diệt thạnh.

Dịch ý:

Ngũ trược thời cơ đã đến rồi
Đạo tục tất nhiên cùng tranh nhau
Thấy kẻ hành giả tin niệm Phật
Ngang gặp nghi,báng, phá diệt thạnh.

Dịch thơ:

Đời ác năm trược ai ơi

Kẻ tu người tục gặp thời tranh nhau
Thấy người niệm Phật càu nhàu
Trước sau nghi kỵ lại bày diệt nhau.

(14)

不得菩提者悉皆，視專修念佛為仇
頓教毀滅之證是，生死大海無邊際

Bất đắc Bồ Đề giả tất giai
Thị chuyên tu niệm Phật vi cừu
Đốn giáo hủy diệt chi chứng thị
Sanh tử đại hải vô biên tế.

Dịch ý:

Chẳng được Giác Ngộ, đều như vậy
Thấy chuyên tu niệm Phật là thù
Hủy hoại đốn giáo làm bằng chứng
Sanh tử biển lớn, không biên tế.

Dịch thơ:

Chẳng ai chứng được Bồ Đề
Thấy người chuyên niệm lại về mỉa mai
Đốn giáo hủy diệt biện tài
Chết đi sống lại có ai rõ đường.

(15)

雖是正法之時機，然以底下凡愚身
因無清淨真實心，如何能發菩提心

Duy thị chánh pháp chi thời cơ
Nhiên dĩ để hạ phàm ngu thân
Nhơn vô thanh tịnh chơn thật tâm
Như hà năng phát Bồ Đề tâm.

Dịch ý:

Chỉ có thời cơ của Chánh Pháp
Mới dùng thấp nhất thân phàm ngu
Vì tâm chơn thật không thanh tịnh
Làm sao có thể phát tâm Bồ Đề;

Dịch thơ:

Chỉ có chánh pháp ấy thôi
Giúp cho ngu trí phàm trần biết tu
Thật tâm bất tịnh như mù
Làm sao giác ngộ đường tu bây giờ.

(16)

自力聖道菩提心，心與語言皆不及
常沒流轉眾凡愚，云何能令其發起

Tự lực thánh đạo Bồ Đề tâm
Tâm dữ ngữ ngôn giai bất cập
Thường một lưu chuyển chúng phàm ngu
Vân hà năng lệnh kỳ phát khởi.

Dịch ý:

Tự lực Thánh Đạo tâm Bồ Đề
Tâm cùng ngôn ngữ đều chẳng sánh
Thường chìm, lưu chuyển cả phàm ngu
Vì sao hay làm phát khởi nầy.

Dịch thơ:

Tự lực Bồ Đề tâm ấy
Tâm và ngôn ngữ thấy chẳng giống nhau
Thường hay chìm đắm tâm nầy
Làm sao tỉnh được mà lay giấc nồng.

(17)

三恒河沙之諸佛，其在最初出世時
雖發起大菩提心，自力無濟而流轉

Tam hằng hà sa chi chư Phật
Kỳ tại tối sơ xuất thế thời
Duy phát khởi đại Bồ Đề tâm
Tự lực vô tế nhi lưu chuyển.

Dịch ý:

Chư Phật của cả ba Hằng sa
Ở nơi đầu tiên khi xuất thế
Chỉ phát khởi tâm đại Bồ Đề
Tự lực chẳng cứu mà lưu chuyển.

Dịch thơ:

Chư Phật của cả Hằng sa
Ra đời như thế rạng ngời từ xưa
Bồ Đề tâm phát chưa thừa
Chỉ vì tự lực chuyển lưu đó mà.

(18)

像末五濁惡世中，釋迦遺教皆隱藏
彌陀悲願獨弘開，念佛往生特興盛

Tượng mạt ngũ trược ác thế trung
Thích Ca di giáo giai ẩn tàng
Di Đà bi nguyện độc hoằng khai
Niệm Phật vãng sanh đặc hưng thạnh.

Dịch ý:

Tượng, Mạt ngũ trược trong đời ác
Lời dạy Thích Ca đều ẩn mất
Di Đà bi nguyện riêng mở rộng

Niệm Phật vãng sanh riêng hưng thạnh.

Dịch thơ:

Tượng, Mạt ngũ trược bây giờ
Lời dạy Phật Tổ đang chờ nơi đâu
Di Đà lời nguyện mở ra
Vãng sanh niệm Phật riêng ra thịnh hành.

(19)

攝取其超世無上，五劫思惟之選擇
以光明壽命誓願，作為大悲之根本

Nhiếp thủ kỳ siêu thế vô thượng
Ngũ kiếp tư duy chi tuyển trạch
Dĩ quang minh thọ mệnh thệ nguyện
Tác vi đại bi chi căn bản.

Dịch ý:

Nhiếp thủ cao lên, đời vô thượng
Năm kiếp suy nghĩ mà tuyển chọn
Dùng quang minh thọ mệnh thệ nguyện
Đại bi lấy làm, là căn bản.

Dịch thơ:

Nhiếp thủ cao lên vô thượng

Năm kiếp suy nghĩ đang chờ đợi đây
Quang Minh thọ mệnh đủ đầy
Lấy từ bi ấy cảm hoài xưa nay.

(20)

淨土之大菩提心，是勸令願作佛心
即以此願作佛心，名之為度眾生心

Tịnh Độ chi đại Bồ đề tâm
Thị khuyến lệnh nguyện tác Phật tâm
Tức dĩ thử nguyện tác Phật tâm
Danh chi vi độ chúng sanh tâm.

Dịch ý:

Tịnh Độ là đại Bồ Đề tâm
Là khuyên , khiến nguyện, làm tâm Phật
Tức dùng nguyện nầy, làm tâm Phật
Tên là vì độ chúng sanh tâm.

Dịch thơ:

Tâm lớn Tịnh Độ Bồ đề
Để mà khuyến thỉnh sanh về Lạc Bang
Tâm Phật chính đó rõ ràng
Độ cho sanh chúng muôn ngàn nguyện đây.

(21)

度眾生心者即是，彌陀智願之回向
獲得回向信樂人，皆能悟大般涅槃

Độ chúng sanh tâm giả tức thị
Di Đà trí nguyện chi hồi hướng
Hoạch đắc hồi hướng tín lạc nhơn
Giai năng ngộ Đại Bát Niết Bàn.

Dịch ý:

Tâm độ chúng sanh tức là đây
Di Đà trí nguyện là hồi hướng
Rộng được hồi hướng, người tin vui
Đều hay ngộ được Đại Niết Bàn.

Dịch thơ:

Độ cho sanh chúng tâm nầy
Di Đà trí nguyện là hồi hướng đây
Tin vui rộng được hướng nầy
Niết Bàn an lạc từ nay ngộ rồi.

(22)

歸入如來之回向，獲願作佛心之人
皆能捨自力回向，利益有情無限量

Quy nhập Như Lai chi hồi hướng

Hoạch nguyện tác Phật tâm chi nhơn
Giai năng xả tự lực hồi hướng
Lợi ích hữu tình vô căn lượng.

Dịch ý:

Trở về Như Lai là hồi hướng
Rộng nguyện làm Phật tâm của người
Đều nên bỏ tự lực hồi hướng
Lợi ích hữu tình chẳng sánh bằng.

Dịch thơ:

Trở về hồi hướng Như Lai
Nguyện rộng làm Phật chẳng sai tâm người
Hồi hướng tự lực bỏ rồi
Lợi ích đều được chẳng rời xa nhau.

(23)

他力信水若流入，彌陀智願海水中
依真實報土之性，煩惱菩提成一味

Tha lực tín thủy nhược lưu nhập
Di Đà trí nguyện hải thủy trung
Y chơn thật báo độ chi tánh
Phiền não Bồ đề thành nhất vị.

Dịch ý:

Tin tha lực, nước nếu chảy vào
Di Đà trí nguyện, nước trong biển
Nương Chơn Thật Báo Độ là tánh
Phiền não, Bồ Đề thành một vị.

Dịch thơ:

Tha lực như nước chảy kia
Di Đà biển cả chẳng lìa nước đâu
Tánh kia nương Báo Độ cầu
Bồ Đề, phiền não một mầu tánh linh.

(24)

如來二種之回向，其有深信之人者
皆至等正覺位故，憶念之心常不斷

Như Lai nhị chủng chi hồi hướng
Kỳ hữu thâm tín chi nhơn giả
Giai chí đẳng chánh giác vị cố
Ức niệm chi tâm thường bất đoạn.

Dịch ý:

Như Lai hai loại là hồi hướng
Đây có tin sâu là người ấy
Đều đến Đẳng Chánh Giác vị vậy

Nhớ niệm của tâm thường chẳng dứt.

Dịch thơ:

Hồi hướng hai loại Như Lai
Người kia tin tưởng sâu dày ở đây
Chánh Giác đẳng vị là vầy
Tâm kia chẳng dứt niệm đầy chẳng vơi.

(25)

彌陀智願回向之，信樂真實獲得人
攝取不捨利益故，必定至於等正覺

Di Đà trí nguyện hồi hướng chi
Tín nhạo(lạc) chơn thật hoạch đắc nhơn
Nhiếp thủ bất xả lợi ích cố
Tất định chí ư đẳng Chánh Giác.

Dịch ý:

Di Đà trí nguyện hồi hướng là
Tin vui chơn thật, làm người được
Nhiếp thủ bất xả, lợi ích vậy
Tất định đến nơi Đẳng Chánh Giác.

Dịch thơ:

Hồi hướng trí nguyện Di Đà

Tin vui chơn thật ấy là chơn tâm
Nhiếp thủ bất xả chẳng lầm
Tất Định Đẳng Giác là phần đến nơi .

(26)

五十六億七千萬，彌勒菩薩方出世
獲得真實信心人，此次必定得證悟

Ngũ thập lục ức thất thiên vạn
Di Lặc Bồ Tát phương xuất thế
Hoạch đắc chơn thật tín tâm nhơn
Thử thứ tất định đắc chứng ngộ.

Dịch ý:

Năm mươi sáu ức, bảy ngàn vạn
Di Lặc Bồ Tát mới xuất thế
Rộng được chơn thật người tín tâm
Lần lượt nhất định được chứng ngộ.

Dịch thơ:

Bảy ngàn vạn, năm mươi sáu ức
Di Lặc Bồ Tát tỉnh thức đời nầy
Làm cho người rõ tín tâm
Lần lượt chứng quả chánh nhân nhiều người

(27)

依念佛往生之願，而到達等正覺者
即與彌勒同等位，將證悟大般涅槃

Y niệm Phật vãng sanh chi nguyện
Nhi đáo đạt Đẳng Chánh Giác giả
Tức dữ Di Lặc đồng đẳng vị
Tương chứng ngộ Đại Bát Niết Bàn.

Dịch ý:

Nương niệm Phật vãng sanh là nguyện
Mà đến được Đẳng Chánh Giác ấy
Tức cùng Di Lặc giống như thế
Liền chứng ngộ Đại Bát Niết Bàn.

Dịch thơ:

Nương vào niệm Phật vãng sanh
Đến được Chánh giác là thành Lạc Bang
Tức cùng Di Lặc rõ ràng
Niết Bàn quả vị mọi đàng đương nhiên.

(28)

獲得真實信心故，即時入正定聚位
如同補處之彌勒，必可證悟無上覺

Hoạch đắc chơn thật tín tâm cố
Tức thời nhập Chánh Định Tụ vị
Như đồng bổ xứ chi Di Lặc
Tất khả chứng ngộ Vô thượng giác.

Dịch ý:

Liền được chơn thật tín tâm rồi
Tức thời nhập Chánh Định Tụ vị
Như cùng Bổ Xứ là Di Lặc
Liền được chứng ngộ Vô Thượng Giác.

Dịch thơ:

Tín tâm chơn thật được liền
Nhập vào Chánh Định được thiền bậc cao
Di Lặc nào khác chi nào
Vô thượng chánh giác ngồi vào bậc trên.

(29)

像法期間眾智人，亦擱置自力諸教
時機相應之法故，皆進入念佛之門

Tượng pháp kỳ gian chúng trí nhơn
Diệc các trí tự lực chư giáo
Thời cơ tương ưng chi pháp cố
Giai tiến nhập niệm Phật chi môn.

Dịch ý:

Tượng Pháp thời gian, những người trí
Lại để nơi tự lực lời dạy
Thời cơ giống nhau là pháp vậy
Đều đến vào với cửa niệm Phật.

Dịch thơ:

Rõ biết Chánh, Mạt thời kỳ
Tự lực việc đó cứ thì tự an
Thời cơ pháp đến an nhàn
Hãy vào niệm Phật còn đang chờ gì.

(30)
稱念彌陀之尊號，真實獲得信樂者
憶念之心常不斷，恒常思欲報佛恩

Xưng niệm Di Đà chi tôn hiệu
Chơn thật hoạch đắc tín nhạo(lạc) giả
Ức niệm chi tâm thường bất đoạn
Hằng thường tư dục báo Phật ân.

Dịch ý:

Xưng niệm Di Đà là Tôn hiệu
Chơn thật rộng được tin vui ấy
Nhớ nghĩ là tâm thường chẳng dứt

Thường hay nghĩ muốn báo ân Phật.

Dịch thơ:

Di Đà tôn hiệu niệm lên
Niềm tin vui ấy chứng nên ở người
Tâm kia niệm Phật chẳng lui
Phật ân đền đáp khôn nguôi báo đền.

(31)

五濁惡世諸有情，若信選擇本願者
不可稱說不思議，功德充滿行者身

Ngũ trược ác thế chư hữu tình
Nhược tín tuyển trạch Bổn Nguyện giả
Bất khá xưng thuyết bất tư nghì
Công đức sung mãn hành giả thân.

Dịch ý:

Ngũ trược ác thế các hữu tình
Nếu tin tuyển trạch Bổn Nguyện ấy
Chẳng thể xưng nói, chẳng nghĩ bàn
Công đức sung mãn thân hành giả.

Dịch thơ:

Cõi đời ngũ trược chúng sanh

Nếu tin Bổn Nguyện đạt thành tín tâm
Chẳng thể nói hết nghĩ bàn
Công đức đầy đủ vô ngần người ơi.

(32)

盡十方無礙光佛，為利益未來有情
曾授大勢至菩薩，令得智慧之念佛

Tận thập phương Vô Ngại Quang Phật
Vi lợi ích vị lai hữu tình
Tằng thọ Đại Thế Chí Bồ Tát
Lệnh đắc trí huệ chi niệm Phật.

Dịch ý:

Đến mười phương Vô Ngại Quang Phật
Vì lợi ích vị lai hữu tình
Từng nhận Bồ Tát Đại Thế Chí
Khiến được trí tuệ là niệm Phật.

Dịch thơ:

Vô Ngại Quang Phật mười phương
Chúng sanh kiếp đến vì đường lợi tha
Thế Chí Bồ Tát nhận ra
Trí huệ phát khởi ấy là Phật danh.

(33)

憐湣濁世眾有情，勢至偏勸專念佛

攝取有信心之人，使其同歸入淨土

Lân mẫn trược thế chúng hữu tình

Thế Chí thiên khuyến chuyên niệm Phật

Nhiếp thủ hữu tín tâm chi nhơn

Sử kỳ đồng quy nhập Tịnh Độ.

Dịch ý:

Thương thay đời ác các hữu tình

Thế Chí riêng khuyên chuyên niệm Phật

Nhiếp thủ có tín tâm là người

Khiến người đồng trở về Tịnh Độ.

Dịch thơ:

Nghĩ thương cõi ác người đời

Thế Chí hay bảo siêng thời Phật danh

Tâm kia được nhiếp giữ bền

Tịnh Độ cõi ấy không quên trở về.

(34)

由釋迦彌陀慈悲，使獲得願作佛心

因獲信心之智慧，方成報佛恩之身

Do Thích Ca Di Đà từ bi
Sử hoạch đắc nguyện tác Phật tâm
Nhơn hoạch tín tâm chi trí huệ
Phương thành báo Phật ân chi thân.

Dịch ý:

Do Thích Ca Di Đà từ bi
Khiến rộng được nguyện làm tâm Phật
Do rộng tín tâm là trí tuệ
Liền thành báo Phật ân là thân.

Dịch thơ:

Lòng từ Thích Ca Di Đà
Làm cho ta được chứng nhà Như Lai
Trí huệ rộng mở không sai
Thân kia thành Phật ân dài báo sâu.

(35)

得智慧之念佛者，皆是法藏願力為
若無信心之智慧，云何證彼大涅槃

Đắc trí huệ chi niệm Phật giả
Giai thị Pháp Tạng nguyện lực vi
Nhược vô tín tâm chi trí huệ
Vân hà chứng bỉ Đại Niết Bàn.

Dịch ý:

Có trí huệ là kẻ niệm Phật
Đều là vì Pháp Tạng nguyện lực
Nếu chẳng tín tâm làm trí huệ
Làm sao chứng Đại Niết Bàn kia.

Dịch thơ:

Niệm Phật trí huệ người này
Đó là Pháp Tạng chẳng tầy nguyện kia
Trí huệ không có tín kìa
Niết Bàn xa thẳm lại lìa tín xa.

(36)

是無明長夜燈炬，何用悲傷智眼暗
是生死大海船筏，不必煩歎罪障重

Thị vô minh trường dạ đăng cự
Hà dụng bi thương trí nhãn ám
Thị sanh tử đại hải thuyền phiệt
Bất tất phiền thán tội chướng trọng.

Dịch ý:

Ánh đèn thắp sáng đêm dài vô minh
Thương hại làm sao, trí mắt bị che
Biển sanh tử to lớn làm thuyền

Chẳng hề phiền than, tội chướng nặng.

Dịch thơ:

Ánh đèn chiếu sáng vô minh
Trí mắt che tối chúng sinh thương hoài
Làm thuyền chở hết tử sinh
Chẳng hề ta thán sanh linh tội nhiều.

(37)

願力無窮無盡故，罪業深重亦不重
佛智無邊無極故，散亂放逸亦不捨

Nguyện lực vô cùng vô tận cố
Tội nghiệp thâm trọng diệc bất trọng
Phật trí vô biên vô cực cố
Tán loạn phóng dật diệc bất xả.

Dịch ý:

Nguyện lực vô cùng vô tận ấy
Tội nghiệp sâu dày, lại chẳng nặng
Phật trí vô biên vô cực vậy
Tán loạn phóng dật cũng chẳng buông.

Dịch thơ:

Vô cùng vô tận nguyện kia

Dầu cho nghiệp nặng, chẳng lìa chẳng than
Trí kia chư Phật muôn đàng
Dầu cho phóng dật loạn tan chẳng rời.

(38)

尋如來作願本意，不捨苦惱諸有情
常以回向為首要，得成就大悲心故

Tầm Như Lai tác nguyện bổn ý
Bất xả khổ não chư hữu tình
Thường dĩ hồi hướng vi thủ yếu
Đắc thành tựu đại bi tâm cố.

Dịch ý:

Tìm Như Lai tạo nguyện bổn ý
Chẳng bỏ khổ não các hữu tình
Thường dùng hồi hướng lấy làm trọng
Được thành tựu tâm Đại Bi vậy.

Dịch thơ:

Như Lai Bổn ý đấy rồi
Chẳng ai bỏ sót đứng ngồi chúng sanh
Hay dùng hồi hướng làm chuyên
Đại bi tâm ấy lời nguyền độ tha.

(39)

真實信心之稱名，是彌陀回向之法
故名之為不回向，自力稱名被嫌貶

Chơn thật tín tâm chi xưng danh
Thị Di Đà hồi hướng chi pháp
Cố danh chi vi bất hồi hướng
Tự lực xưng danh bị hiềm biếm.

Dịch ý:

Chơn thật tín tâm là xưng danh
Là pháp hồi hướng Di Đà
Nên gọi là vì chẳng hồi hướng
Tự lực gọi tên bị ngờ biếm.

Dịch thơ:

Tín tâm chân thật xưng danh
Đó là hồi hướng trình lên Di Đà
Điều kia cũng chẳng phải là
Tự lực mà gọi chẳng thà quên đi.

(40)

彌陀智願廣海中，凡夫善惡之心水
歸入之時即可得，轉變成為大悲心

Di Đà trí nguyện quảng hải trung
Phàm phu thiện ác chi tâm thủy
Quy nhập chi thời tức khả đắc
Chuyển biến thành vi đại bi tâm.

Dịch ý:

Di Đà trí nguyện trong biển rộng
Phàm phu thiện ác là nước tâm
Lúc trở về rồi, liền được vậy
Chuyển biến thành ra tâm Đại Bi.

Dịch thơ:

Biển ngộ trí tuệ Di Đà
Phàm phu thiện ác chính là nước tâm
Trở về trước Phật chánh chân
Đổi liền tâm ấy trở thành Đại Bi.

(41)

好樂造惡吾弟子，盛行邪見及放逸
故於末世破我法，蓮華面經如是說

Hảo lạc tạo ác ngô đệ tử
Thạnh hành tà kiến cập phóng dật
Cố ư mạt thế phá ngã pháp
Liên hoa diện kinh như thị thuyết.

Dịch ý:

Vui mừng tạo ác đệ tử ta
Thạnh hành tà kiến cùng phóng dật
Cho nên đời sau phá pháp ta
Kinh Liên Hoa Diện nói như thế.

Dịch thơ:

Đệ tử có lần tạo ác
Dẫy đầy tà kiến có khác tà ma?
Đời sau phá pháp kia mà
Kinh Liên Hoa Diện đã là chứng minh.

(42)

觀佛三昧經中言，誹謗念佛眾有情
墮在阿鼻地獄中，八萬劫中受大苦

Quán Phật Tam Muội kinh trung thuyết
Phỉ báng niệm Phật chúng hữu tình
Đọa tại A Tỳ địa ngục trung
Bát vạn kiếp trung thọ đại khổ.

Dịch ý:

Kinh Quán Phật Tam Muội nói rằng:
Phỉ báng niệm Phật các hữu tình
Đọa vào trong A Tỳ địa ngục

Trong tám vạn kiếp thọ khổ lớn.

Dịch thơ:

Quán Phật Tam Muội kinh kia
Phỉ báng niệm Phật chẳng lìa chúng sanh
A Tỳ địa ngục đã đành
Tám vạn kiếp ấy chưa giành được ra.

(43)

真實報土之正因，由二尊遣喚所賜
現生住於正定聚，當來必證大涅槃

Chơn thật báo độ chi chánh nhơn
Do nhị tôn khiển hoán sở tứ
Hiện tại trụ ư Chánh Định Tụ
Đương lai tất chứng Đại Niết Bàn.

Dịch ý:

Chơn Thật Báo Độ là chánh nhơn
Do hai bậc khiến gọi chỗ ban cho
Đời nầy ở nơi Chánh Định Tụ
Tương lai tất chứng Đại Niết Bàn.

Dịch thơ:

Chánh nhơn chơn thật kia rồi

Hai bậc Thầy ấy chờ thời ban cho
Bấy giờ Chánh Định Tụ nầy
Tương lai Phật vị từ đây rõ ràng.

(44)

依十方無量諸佛，證誠護念之教言
自力之大菩提心，當知其為不相應

Y thập phương vô lượng chư Phật
Chứng thành hộ niệm chi giáo ngôn
Tự lực chi đại bồ đề tâm
Đương tri kỳ vi bất tương ưng.

Dịch ý:

Nương mười phương vô lượng chư Phật
Chứng thành hộ niệm là lời dạy
Tự lực là tâm đại Bồ Đề
Nên biết điều nầy chẳng tương ưng.

Dịch thơ:

Nương vào chư Phật mười phương
Chứng thành hộ niệm chỉ đường cho ta
Tự lực tâm ấy đó mà
Chẳng tương ưng vậy thế là hiểu nên.

(45)

獲得真實信心者，末法濁世甚稀有
恒沙諸佛證誠中，已示其為甚難得

Hoạch đắc chơn thật tín tâm giả
Mạt pháp trược thế thậm hy hữu
Hằng sa chư Phật chứng thành trung
Dĩ thị kỳ vi thậm nan đắc.

Dịch ý:

Rộng được Chơn Thật tín tâm vậy
Mạt pháp đời trược hằng khó có
Hằng sa chư Phật, trong chứng thành
Làm cho điều nầy thật khó được.

Dịch thơ:

Chơn thật tâm ấy đó mà
Ở đời mạt pháp thật là khó thay
Hằng sa chư Phật hiển bày
Chỉ cho phương pháp điều này khó hơn.

(46)

往相還相之回向，其若不能值遇者
流轉輪回無窮際，沉淪苦海欲如何

Vãng tướng hoàn tướng chi hồi hướng
Kỳ nhược bất năng trực ngộ giả
Lưu chuyển luân hồi vô cùng tế
Trầm luân khổ hải dục như hà.

Dịch ý:

Vãng tướng, hoàn tướng là hồi hướng
Nếu chẳng thể được gặp ngay đó
Lưu chuyển luân hồi vô cùng tận
Trầm luân khổ hải muốn làm sao.

Dịch thơ:

Vãng tướng hoàn tướng đây rồi
Nếu ai chẳng gặp tức thời tiếc thay
Luân hồi lưu chuyển xưa nay
Trầm luân khổ hải biết quay đường nào.

(47)

明信佛智不思議，皆當住於正定聚
化生之人智慧勝，必可證悟無上覺

Minh tín Phật trí bất tư nghì
Giai đương trụ ư Chánh Định Tụ
Hoá sanh chi nhơn trí huệ thắng
Tất khả chứng ngộ vô thượng giác.

Dịch ý:

Tin sáng trí Phật, bất tư nghì
Đều sẽ ở nơi Chánh Định Tụ
Hóa sanh làm người trí huệ nhiều
Tất được chứng ngộ Vô Thượng Giác.

Dịch thơ:

Trí Phật bất khả nói năng
Chánh định kia đó phải chăng đấy mà
Hóa sanh nơi đó mà ra
Ai ai cũng được vào nhà Như Lai.

(48)

信受不思議佛智，可成為報土之因
獲得信心之正因，難中之難無過斯

Tín thọ bất tư nghì Phật trí
Khả thành vi báo độ chi nhơn
Hoạch đắc tín tâm chi chánh nhơn
Nạn trung chi nạn vô quá tư.

Dịch ý:

Tin thọ chẳng nghĩ bàn trí Phật
Có thể thành Báo Độ là nhơn
Rộng được tín tâm là nhơn chính

Trong nạn là nạn chẳng hơn được.

Dịch thơ:

Lòng tin Phật trí cao vời
Về thành Báo Độ đời đời là nhơn
Tín tâm rộng mở chính thời
Nạn kia cũng sẽ chính là nạn chăng.

(49)

捨離無始流轉苦，期獲無上涅槃樂
是如來二種回向，恩德實是難報謝

Xả ly vô thỉ lưu chuyển khổ
Kỳ hoạch vô thượng Niết Bàn lạc
Thị Như Lai nhị chủng hồi hướng
Ân đức thật thị nan báo tạ.

Dịch ý:

Xa lìa vô thỉ khổ lưu chuyển
Mong rộng Vô Thượng Niết Bàn vui
Là Như Lai hai loại hồi hướng
Ân đức thật là khó báo đền.

Dịch thơ:

Xa lìa lưu chuyển khổ xưa

Chí thành quả Phật cũng vừa Lạc Bang
Đó là hồi hướng hai đàng
Như Lai ân đức khó mang đáp đền.

(50)

報土之信者不多，化土之行者數眾
自力菩提不相應，故從久遠劫流轉

Báo độ chi tín giả bất đa
Hoá độ chi hành giả số chúng
Tự lực Bồ Đề bất tương ưng
Cố tòng cửu viễn kiếp lưu chuyển.

Dịch ý:

Báo Độ của kẻ tin chẳng nhiều
Hóa Độ là hành giả số đông
Tự lực giác ngộ chẳng tương ưng
Nên từ xa kiếp thường lưu chuyển.

Dịch thơ:
Báo độ tín giả không nhiều
Cho nên hóa độ để chiều số đông
Tự lực giác ngộ chẳng đồng
Cho nên lưu chuyển trong vòng tử sinh.

(51)

阿彌陀佛之回向，恩德廣大不思議
往相回向利益中，亦回入還相回向

A Di Đà Phật chi hồi hướng
Ân đức quảng đại bất tư nghì
Vãng tướng hồi hướng lợi ích trung
Diệc hồi nhập hoàn tướng hồi hướng.

Dịch ý:

A Di Đà Phật là hồi hướng
Ân đức rộng lớn chẳng nghĩ bàn
Vãng tướng hồi hướng trong lợi ích
Lại hồi nhập hoàn tướng hồi hướng.

Dịch thơ:

Hồi hướng Di Đà như thế
Bất tư nghì kia chẳng thể trả ơn
Hồi hướng vãng tướng cao hơn
Trở lại hoàn tướng khiến chơn đó mà.

(52)

由往相回向大慈，得還相回向大悲
若無如來之回向，淨土菩提將如何

Do vãng tướng hồi hướng đại từ
Đắc hoàn tướng hồi hướng đại bi
Nhược vô Như Lai chi hồi hướng
Tịnh Độ Bồ Đề tương như hà.

Dịch ý:

Do vãng tướng hồi hướng đại từ
Được hoàn tướng hồi hướng đại bi
Nếu chẳng Như Lai là hồi hướng
Tịnh Độ Bồ Đề sẽ thế nào?

Dịch thơ:

Lòng từ hướng về vãng tướng
Hoàn tướng kia chẳng chướng đại bi
Như Lai nếu chẳng chỉ ghi
Bồ đề Tịnh độ Lạc Bang thế nào?

(53)

彌陀觀音大勢至，同乘大願之慈航
浮游生死苦海中，呼喚有情令上船

Di Đà Quan Âm Đại Thế Chí
Đồng thừa đại nguyện chi từ hàng
Phù du sanh tử khổ hải trung
Hô hoán hữu tình lệnh thượng thuyền.

Dịch ý:

Di Đà Quan Âm Đại Thế Chí
Cùng lên đại nguyện chiếc đại từ
Phù du sống chết trong biển khổ
Kêu bảo hữu tình hãy lên thuyền.

Dịch thơ:

Di Đà Thế Chí Quan Âm
Cùng lên thuyền ấy chuyển tâm mọi người
Phù du sanh tử không nguôi
Hữu tình tất cả hãy vui lên thuyền.

(54)

彌陀大悲之誓願，若能深信之眾生
不論寤寐皆無別，念南無阿彌陀佛

Di Đà Đại Bi đại thệ nguyện
Nhược năng thâm tín chi chúng sanh
Bất luận ngụ mị giai vô biệt
Niệm Nam mô A Di Đà Phật.

Dịch ý:

Di Đà đại bi là thệ nguyện
Nếu hay tin sâu là chúng sanh
Bất luận thức ngủ đều không phân

Niệm Nam Mô A Di Đà Phật.

Dịch thơ:

Di Đà thệ nguyện đại bi
Chúng sanh chuyên niệm Phật thì có ngay
Chẳng cần ngủ tỉnh hay say
Tất cả đều niệm cho hay Di Đà.

(55)

凡是聖道門之人，皆以自力心為本
若入他力不思議，信知以無義為義

Phàm thị Thánh Đạo môn chi nhơn
Giai dĩ tự lực tâm vi bổn
Nhược nhập tha lực bất tư nghì
Tín tri dĩ vô nghĩa vi nghĩa.

Dịch ý:

Phàm là Thánh Đạo Môn của người
Đều lấy tự lực tâm làm gốc
Nếu vào tha lực bất tư nghì
Tin rõ lấy vô nghĩa làm nghĩa.

Dịch thơ:

Phàm người Thánh Đạo dõi theo

Lấy tâm tự lực mà đeo theo cùng
Nếu mà tha lực dung thông
Rõ biết việc ấy cũng không nghĩa gì.

(56)

雖有釋迦之教法，而無能修之有情
故曾說在末法中，未見一人得果證

Duy hữu Thích Ca chi giáo pháp
Nhi vô năng tu chi hữu tình
Cố tằng thuyết tại mạt pháp trung
Vị kiến nhất nhơn đắc quả chứng.

Dịch ý:

Chỉ có Thích Ca là giáo pháp
Mà chẳng hay tu là hữu tình
Nên từng nói ở trong mạt pháp
Chưa thấy một người được chứng quả.

Dịch thơ:

Ở trong giáo pháp Như Lai
Chúng sanh chẳng chứng, chẳng sai pháp hành
Nên biết mạt pháp rành rành
Một người chẳng thấy chứng thành liên hoa.

(57)

三朝淨土大師等，哀湣攝受諸眾生
勸導真實之信心，使其進入定聚位

Tam triều Tịnh Độ đại sư đẳng
Ai mẫn nhiếp thọ chư chúng sanh
Khuyến đạo chơn thật chi tín tâm
Sử kỳ tiến nhập Định Tụ vị.

Dịch ý:

Ba đời các Tịnh Độ Đại Sư
Thương lo nhiếp thọ các chúng sanh
Khuyến chỉ chơn thật làm tín tâm
Khiến đây tiến vào Định Tụ vị.

Dịch thơ:

Ba đời Tịnh Độ đại sư
Sinh linh thương tưởng chẳng từ nan chi
Khuyên cho tin tưởng thật tâm
Cho vào Định Tụ tiến thân kiếp nầy.

(58)

獲得他力信心者，見敬且得大慶喜
即是我之善親友，教主世尊如此讚

Hoạch đắc tha lực tín tâm giả
Kiến kỉnh thả đắc đại khánh hỷ
Tức thị ngã chi thiện thân hữu
Giáo chủ Thế Tôn như thử tán.

Dịch ý:

Rộng được tha lực tín tâm ấy
Thấy kính sắp được vui mừng lớn
Tức là bạn thân lành của ta
Giáo chủ Thế Tôn khen điều nầy.

Dịch thơ:

Tha lực đã được tin rồi
Niềm tin thấy đó, kính thời hỷ hoan
Ấy là thân hữu mọi đàng
Thế Tôn thường dạy lo toan nổi gì.

(59)

如來大悲之恩德，身為粉末亦應報
師主知識之恩德，骨為破碎亦應謝

Như Lai đại bi chi ân đức
Thân vi phấn mạt diệc ưng báo
Sư chủ trí thức chi ân đức
Cốt vị phá toái diệc ưng tạ.

Dịch ý:

Như Lai đại bi là ân đức
Thân làm bột nhỏ lại nên báo
Sư chủ tri thức là ân đức
Cốt là phá đập lại nên báo.

Dĩ thời Chánh Tượng Mạt pháp Hoà Tán (59 khổ).

Dịch thơ:

Như Lai ân đức từ bi
Thân kia chia nhỏ đến kỳ rục thân
Thầy lành bạn tốt đã đành
Xương này đập nát rành rành cũng nên.

Trên đây là Chánh Tượng Mạt pháp Hòa Tán (gồm 59 khổ).

Dịch xong 59 khổ nầy ngày 6.7.2023 tại Phương Trượng Đường Tổ Đình Viên Giác Hannover, Đức Quốc trong mùa An cư kiết hạ năm Quý Mão.

Giới Nghi Tán (23 khổ)

Bắt đầu dịch vào ngày 7.7.2023 tại Phương Trượng Đường Tổ Đình Viên Giác Hannover, Đức Quốc.

(60)

不了佛智之證是，疑惑如來諸勝智
信罪福依靠善本，雖往生而住邊地

Bất liễu Phật trí chi chứng thị
Nghi hoặc Như Lai chư thắng trí
Tín tội phước y kháo thiện bổn
Duy vãng sanh nhi trụ biên địa.

Dịch ý:

Chẳng rõ Phật trí là chứng được
Nghi hoặc Như Lai cùng Thắng trí
Tin tội, nương phước, tựa gốc lành
Tuy vãng sanh, mà ở biên địa.

Dịch thơ:

Trí Phật chẳng rõ làm sao
Nghi hoặc Phật quả lần vào Như Lai

Tội kia nương phước lâu dài
Vãng sanh chăng nữa liên đài còn xa.

(61)

懷疑佛智不思議，但樂自力之稱念
故住邊地懈慢界，不存報佛恩之心

Hoài nghi Phật trí bất tư nghì
Đãn lạc tự lực chi xưng niệm
Cố trụ biên địa dải mạn giới
Bất tồn báo Phật ân chi tâm.

Dịch ý:

Hoài nghi Phật trí chẳng nói hết
Chỉ vui tự lực mà xưng niệm
Nên ở biên địa cảnh lười nhờn
Chẳng còn tâm để báo ân Phật.

Dịch thơ:

Cứ mãi hoài nghi trí Phật
Chỉ mong tự lực có thật nơi mình
Nên giải đãi, hay biếng lười
Làm sao báo được Phật ân nghìn trùng.

(62)

相信罪福之行者，懷疑佛智不思議

止住疑城胎宮中，離開三寶甚遙遠

Tướng tín tội phước chi hành giả

Hoài nghi Phật trí bất tư nghì

Chỉ trụ nghi thành thai cung trung

Ly khai Tam Bảo thậm diêu viễn.

Dịch ý:

Giúp tin tội phước hành giả vậy

Hoài nghi Phật trí chẳng nghĩ bàn

Dừng trong Nghi thành thai cung ở

Lìa bỏ Tam Bảo thật xa vời.

Dịch thơ:

Niềm tin tội phước của người

Hoài nghi trí Phật không sao tính cùng

Thai cung, biên địa, nghi thành

Lìa xa Tam Bảo, rành rành xưa nay.

(63)

因疑惑佛智之罪，留止在懈慢邊地

疑惑之罪甚深故，動經劫數之年歲

Nhơn nghi hoặc Phật trí chi tội
Lưu chỉ tại dải mạn biên địa
Nghi hoặc chi tội thậm thâm cố
Động kinh kiếp số chi niên tuế.

Dịch ý:

Tội nghi hoặc Phật trí là nhơn
Lưu giữ tại lười nhờn biên địa
Nghi hoặc là tội thật sâu vậy
Trải qua kiếp số hằng nhiều năm.

Dịch thơ:

Nghi hoặc Phật trí nhơn kia
Lười nhờn biên địa chẳng lìa xa đâu
Bởi vì tội ấy cao sâu
Trải qua muôn kiếp còn lâu khỏi nàn.

(64)

有轉輪王之太子，因得罪於王之故
被繫累以金鎖鏈，宛如關在獄牢中

Hữu chuyển luân vương chi Thái Tử
Nhơn đắc tội ư vương chi cố
Bị hệ luỵ dĩ kim trấn liên
Uyển như quan tại ngục tốt trung.

Dịch ý:

Có Thái Tử là Chuyển Luân Vương
Do có tội với Phụ Vương mình
Bị hệ lụy, dùng xiềng xích vàng
Rõ như bị nhốt ở trong ngục.

Dịch thơ:

Ở đây Thái Tử chuyển luân
Bởi do có tội phải vươn cha mình
Sợi giây cột chặt đinh ninh
Giống như ngục tốt tra hình còng tay.

(65)

自力稱名皆如是，因不信如來本願
懷疑之罪深重故，令留住七寶之獄

Tự lực xưng danh giai như thị
Nhơn bất tín Như Lai Bổn Nguyện
Hoài nghi chi tội thâm trọng cố
Lệnh lưu trụ thất bảo chi ngục.

Dịch ý:

Tự lực gọi tên đều như vậy
Nhơn chẳng tin Như Lai Bổn Nguyện
Hoài nghi là tội sâu nặng vậy

Khiến giữ ở cửa ngục thất bảo.

Dịch thơ:

Như vậy tự lực giống nhau
Lý do Bổn Nguyện chẳng hay tin trì
Hoài nghi là tội thậm si
Làm cho phải đọa ngục thì phải mang.

(66)

疑心自力諸行者，應知如來大悲恩
稱名念佛勵殷勤，不使劣於信心人

Nghi tâm tự lực chư hành giả
Ưng tri Như Lai đại bi ân
Xưng danh niệm Phật lệ ân cần
Bất sử liệt ư tín tâm nhơn.

Dịch ý:

Nghi tâm tự lực các hành giả
Nên rõ Như Lai đại bi ân
Xưng danh niệm Phật gắng siêng năng
Chẳng làm tê liệt người tín tâm.

Dịch thơ:

Nếu ai tự lực nghi ngờ

Hãy cùng nên biết đấy nhờ Phật ân
Niệm Phật phải nên ân cần
Chẳng phải cho kẻ tự thân tin mình.

(67)

自力諸善者悉皆，懷疑佛智不思議
由自業自得之理，遂進入七寶獄中

Tự lực chư thiện giả tất giai
Hoài nghi Phật trí bất tư nghì
Do tự nghiệp tự đắc chi lý
Toại tiến nhập thất bảo ngục trung.

Dịch ý:

Tự lực, các thiện thảy đều thế
Hoài nghi Phật trí khó nghĩ bàn
Do tự nghiệp, tự được là lý
Theo đó vào trong ngục thất bảo.

Dịch thơ:

Tự lực dẫu thiện đến đâu
Hoài nghi Phật trí còn lâu chứng thành
Bởi vì nghiệp lực tự sanh
Chỉ còn một cách vào thành ngục kia.

(68)

懷疑佛智不思議，依靠善本德本者
生於邊地懈慢界，故不得大慈大悲

Hoài nghi Phật trí bất tư nghì
Y kháo thiện bổn đức bổn giả
Sanh ư biên địa dải mạn giới
Cố bất đắc đại từ đại bi.

Dịch ý:

Hoài nghi Phật trí chẳng nghĩ bàn
Nương vào căn lành, gốc là đức
Sanh nơi biên địa chỗ lười nhờn
Nên chẳng được đại từ đại bi.

Dịch thơ:

Nghi hoặc Phật trí lạ lùng
Nương vào đức thiện đi cùng với nhau
Sanh nơi biên địa lười nhờn
Chưa bao giờ được chánh nhơn đại từ.

(69)

疑惑本願之行人，亦有含華未出者
或生邊地而自嫌，或墮胎宮而自棄

Nghi hoặc Bổn Nguyện chi hành nhơn
Diệc hữu hàm hoa vị xuất giả
Hoặc sanh biên địa nhi tự hiềm
Hoặc đọa thai cung nhi tự khí.

Dịch ý:

Làm người nghi hoặc nơi Bổn Nguyện
Lại có ngậm hoa chưa nở vậy
Hoặc sanh biên địa mà tự ngờ
Hoặc đọa thai cung mà tự quên.

Dịch thơ:

Người kia Bổn Nguyện nghi ngờ
Giống như miệng ngậm đang chờ nở hoa
Hoặc là biên địa chờ ta
Hay cũng có thể sa đà thai cung.

(70)

於如來諸智，疑惑而不信
然猶信罪福，修善本為勝

Ư Như Lai chư trí
Nghi hoặc nhi bất tín
Nhiên do tín tội phước
Tu thiện bổn vi thắng.

Dịch ý:

Nơi Như Lai các trí
Nghi hoặc mà chẳng tin
Rồi giống tin tội phước
Tu thiện gốc là hơn.

Dịch thơ:

Chư Phật trí ấy cao vời
Mà không tin nữa thì thời làm sao
Tin vào tội phước đi nào
Làm lành lánh dữ sẽ vào nơi cao.

(71)

因疑惑佛智之故，胎生者亦無智慧
將必生於胎宮事，譬如住在牢獄中

Nhơn nghi hoặc Phật trí chi cố
Thai sanh giả diệc vô trí huệ
Tương tất sanh ư thai cung sự
Dụ như trú tại lao ngục trung.[2]

Dịch ý:

Nhơn nghi hoặc Phật trí là vậy

[2] Nằm trong lòng hoa sen 7 triệu năm ở hạ phẩm hạ sanh.

Kẻ thai sanh lại chẳng trí huệ
Sẽ liền sanh nơi chốn thai cung
Giống như sống ở trong ngục tốt.

Dịch thơ:

Người kia Phật trí lại nghi
Thai sinh biên địa đã ghi rành rành
Thai cung sanh đó liền khi
Nhưng mà phải ở trong thành hoa sen.

(72)

生在七寶宮殿中，定當經於五百歲
不能見聞三寶故，更無利益眾有情

Sanh tại thất bảo cung điện trung
Định đương kinh ư ngũ bách tuế
Bất năng kiến văn Tam Bảo cố
Tiện vô lợi ích chúng sanh tình.

Dịch ý:

Sanh ở nơi cung điện thất bảo
Định sẽ trải qua năm trăm năm
Chẳng thể thấy nghe Tam Bảo vậy
Liền không lợi ích các hữu tình.

Dịch thơ:

Ở nơi cung điện dài lâu
Năm trăm năm lẻ phải chầu tối tăm
Tam Bảo cũng chẳng nghe thêm
Chẳng mang lợi ích cho ai bao giờ.

(73)

邊地七寶宮殿中，訖五百歲未能出
自己所造之過咎，自己承受諸苦厄

Biên địa thất bảo cung điện trung
Cật ngũ bách tuế vị năng xuất
Tự kỷ sở tạo chi quá cữu
Tự kỷ thừa thọ chư khổ ách.

Dịch ý:

Trong cung điện thất bảo biên địa
Xong năm trăm năm, chưa thể ra
Chính mình chỗ tạo mà qua xấu
Chính mình vâng thọ các khổ ách.

Dịch thơ:

Biên địa là chỗ sống nương
Năm trăm năm lẻ chưa đường hoá sanh
Vì bao ác nghiệp đã đành

Tuy về cảnh ấy vẫn thành khổ nguy.

(74)

雖然是深信罪福，修習善本之眾生
是疑心之善人故，留止於方便化土

Tuy nhiên thị thâm tín tội phước
Tu tập thiện bổn chi chúng sanh
Thị nghi tâm chi thiện nhơn cố
Lưu chỉ ư phương tiện hóa độ.

Dịch ý:

Dầu vậy, là tin sâu tội phước
Tu tập căn lành của chúng sanh
Còn tâm nghi là người lành ấy
Giữ lại nơi Phương Tiện Hóa Độ.

Dịch thơ:

Do vì thâm tín phước kia
Làm lành lánh dữ đã lìa ác nhơn
Vì rằng nghi ấy thiệt hơn
Khiến cho phương tiện là ơn hóa thành.

(75)

不信彌陀之本願，抱持疑惑而往生

蓮華因而不開敷，故譬喻為處胎中

Bất tín Di Đà chi Bổn Nguyện
Bão trì nghi hoặc nhi vãng sanh
Liên hoa nhơn nhi bất khai phu
Cố thí dụ vi xứ thai trung.

Dịch ý:

Chẳng tin Bổn Nguyện của Di Đà
Giữ gìn nghi hoặc mà vãng sanh
Liên Hoa nhơn đó chẳng mở rộng
Nên ví như là chỗ trong thai.

Dịch thơ:

Chẳng tin Bổn Nguyện Di Đà
Do vì nghi hoặc tuy là vãng sanh
Hoa sen chưa mở đã đành
Giống như trong tối để dành người kia.

(76)

爾時有慈氏菩薩，謹向世尊而白言
究竟為何因何緣，具名為胎生化生

Nhĩ thời hữu Từ Thị Bồ Tát
Cẩn hướng Thế Tôn nhi bạch ngôn
Cứu cánh vi hà nhơn hà duyên

Cụ danh vi thai sanh hóa sanh.

Dịch ý:

Lúc ấy có Bồ Tát Từ Thị
Kính hướng Thế Tôn mà bạch rằng
Rốt cuộc vì nhơn gì duyên gì?
Đều gọi là Thai sanh hóa sanh?

Dịch thơ:

Từ Thị Bồ Tát hiện ra
Thế Tôn hướng đến thưa qua sự tình
Vì sao nhơn quả phân minh
Thai sanh biên địa phải kinh qua nầy.

(77)
如來即告慈氏曰，因懷有疑惑之心
以修善本為依靠，故留止胎生邊地

Như Lai tức cáo Từ Thị viết
Nhơn hoài hữu nghi hoặc chi tâm
Dĩ tu thiện bổn vi y kháo
Cố lưu chỉ thai sanh biên địa.

Dịch ý:

Như Lai liền bảo Từ Thị rằng

Nhơn lại lấy nghi hoặc làm tâm
Dùng tu gốc lành làm nương tựa
Nên lưu giữ thai cung biên địa.

Dịch thơ:

Như Lai, Từ Thị bảo rằng
Vì tâm nghi hoặc phải chăng chính là
Nương vào tu thiện đã qua
Cho nên quả vị chỉ là thai cung.

(78)

疑惑佛智之罪故，在牢獄中五百歲
佛乃作深重告誡，說此處謂之胎生

Nghi hoặc Phật trí chi tội cố
Tại tốt ngục trung ngũ bách tuế
Phật nãi tác thâm trọng cáo giới
Thuyết thử xứ vị chi thai sanh.

Dịch ý:

Nghi hoặc Phật trí tội là vậy
Ở trong ngục tốt năm trăm năm
Phật bèn tạo sâu xa chỉ bảo
Nói xứ nầy nghĩa là thai sanh.

Dịch thơ:

Phật trí đa nghi từ đó
Giữa ngục kia phải thọ đủ năm trăm
Phật dạy giáo giới ân cần
Nói rằng chốn ấy nương thân thai nầy.

(79)

懷疑佛智不思議，而信罪福之有情
必定生在宮殿中，故說此謂之胎生

Hoài nghi Phật trí bất tư nghì
Nhi tín tội phước chi hữu tình
Tất định sanh tại cung điện trung
Cố thuyết thử vị chi thai sanh.

Dịch ý:

Hoài nghi Phật trí chẳng nghĩ bàn
Mà tin tội phước của hữu tình
Nhất định sinh vào trong cung điện
Nên nói việc nầy, nghĩa thai sanh.

Dịch thơ:

Hoài nghi Phật trí chẳng lường
Cũng còn tin tưởng ở đường phước kia
Nhất định phải ở chẳng lìa

Thai sanh ấy chính là lìa phẩm cao.

(80)

以自力心為本旨，不憑不思議佛智

生在胎宮五百歲，遠離三寶之慈悲

Dĩ tự lực tâm vi bổn chỉ

Bất bằng bất tư nghì Phật trí

Sanh tại thai cung ngũ bách tuế

Viễn ly Tam Bảo chi từ bi.

Dịch ý:

Dùng tâm tự lực làm gốc giúp

Chẳng bằng bất tư nghì Phật trí

Sanh tại thai cung năm trăm năm

Xa lìa Tam Bảo lẫn từ bi.

Dịch thơ:

Dùng tâm tự lực hành trì

Chẳng bằng Phật trí tư nghì xưa nay

Sanh về biên địa thai cung

Năm trăm năm ấy không cùng ba ngôi.

(81)

疑惑佛智不思議，猶信罪福修善本

求願往生淨土者，佛說此謂之胎生

Nghi hoặc Phật trí bất tư nghì
Do tín tội phước tu thiện bổn
Cầu nguyện vãng sanh Tịnh Độ giả
Phật thuyết thử vị chi thai sanh.

Dịch ý:

Nghi hoặc Phật trí chẳng nghĩ bàn
Do tin tội phước tu gốc lành
Cầu nguyện vãng sanh Tịnh Độ ấy
Phật nói đây là nghĩa Thai sanh.

Dịch thơ:

Phật trí nghi hoặc quá nhiều
Nhờ tin tội phước là điều lành sâu
Nếu mà mong muốn cầu sinh
Thai cung biên địa nghi thành chẳng sai.

(82)

疑惑佛智之罪深，若知此種疑心者
應以峻悔心為旨，歸憑不思議佛智

Nghi hoặc Phật trí chi tội thâm
Nhược tri thử chủng nghi tâm giả
Ưng dĩ tuấn hối tâm vi chỉ

Quy bằng bất tư nghì Phật trí.

Dịch ý:

Nghi hoặc Phật trí là tội sâu
Nếu rõ loại nầy, tâm nghi kia
Nên dùng hối lớn, tâm làm chính
Về với bất tư nghì Phật trí.

Dịch thơ:

Tội nghi Phật trí cao sâu
Loại nầy như thế khó cầu sanh cao
Hãy nên sám hối đi nào
Trở về Phật trí dẫu sao phải là.

Trên đây là 23 khổ thơ, nhọc vì để cho biết sự hoài nghi về Đức A Di Đà bất tư nghì qua những tội đã viết về sự thệ nguyện của Ngài Ngu Ngốc Thiện Tín tác (Thân Loan).

Thánh Đức Phụng Tán (11 khổ)

(83)

佛智不思議誓願，蒙聖德皇所恩惠
而得歸入正定聚，如同補處之彌勒

Phật trí bất tư nghì thệ nguyện
Mông Thánh Đức Hoàng sở ân huệ
Nhi đắc quy nhập Chánh Định Tụ
Như đồng bổ xứ chi Di Lặc.

Dịch ý:

Phật trí bất tư nghì thệ nguyện
Chịu ơn huệ nơi Vua Thánh Đức
Mà được trở vào Chánh Định Tụ
Như cùng Bổ Xứ với Di Lặc.

Dịch thơ:

Chẳng thể biết hết trí kia
Thánh Đức Thái Tử chẳng lìa ân sâu
Vào nơi Chánh Định nhiệm mầu
Di Lặc bổ xứ trước sau cũng cùng.

(84)

救世觀音大菩薩，示現此世聖德皇
有似父親之不捨，亦如母親之相隨

Cứu Thế Quan Âm Đại Bồ Tát
Thị hiện thử thế Thánh Đức Hoàng
Hữu tợ phụ thân chi bất xả
Diệc như mẫu thân chi tướng tùy.

Dịch ý:

Cứu thế Quan Âm Đại Bồ Tát
Thị hiện đời nầy vua Thánh Đức
Giống như cha lành chẳng từ bỏ
Lại như mẹ hiền là tướng ấy.

Dịch thơ:

Quan Âm cứu thế đây rồi
Thánh Đức Thái Tử đứng ngồi, ở đâu
Giống như cha mẹ cần cầu
Mẹ cha tiếng ấy nhiệm mầu ơn đây.

(85)

無始以來至今世，蒙聖德皇垂憐湣
有如嚴父常提攜，亦似慈母無暫捨

Vô thỉ dĩ lai chí kim thế
Mông Thánh Đức Hoàng thùy liên mẫn
Hữu như nghiêm phụ thường đề huề
Diệc tợ từ mẫu vô tạm xả.

Dịch ý:

Vô thỉ đến nay, cả đời nầy
Nhờ vua Thánh Đức rủ lòng thương
Giống như cha nghiêm thường đề huề
Lại giống mẹ hiền chẳng tạm rời.

Dịch thơ:

Từ xưa cho đến ngày nay
Thánh Đức Thái Tử ai tày sánh đây
Giống như từ phụ bậc Thầy
Cả cha lẫn mẹ đêm ngày chẳng quên.

(86)

承聖德皇所湣念，佛智不思議誓願
由勸勉而得歸入，成為住定聚之身

Thừa Thánh Đức Hoàng sở mẫn niệm
Phật trí bất tư nghì thệ nguyện
Do cần miễn nhi đắc quy nhập
Thành vi trụ Định Tụ chi thân.

Dịch ý:

Nương vua Thánh Đức nơi mẫn niệm
Phật trí bất tư nghì thệ nguyện
Do siêng năng mà được nhập vào
Thành làm thân của Chánh Định Tụ.

Dịch thơ:

Kính mong Thánh Đức tường tri
Thệ nguyện Phật trí bất tư nghì nầy
Siêng tu kể cả đêm ngày
Thành bậc Định Tụ rõ ngay ấy mà.

(87)

獲得他力之信者，應為報答佛恩故
將如來二種回向，平等弘揚於十方

Hoạch đắc tha lực chi tín giả
Ưng vi báo đáp Phật ân cố
Tương Như Lai nhị chủng hồi hướng
Bình đẳng hoằng dương ư thập phương.

Dịch ý:

Rộng được tha lực là tin ấy
Nên làm báo đáp Phật ân vậy
Cùng Như Lai hai loại hồi hướng

Bình đẳng hoằng dương nơi mười phương.

Dịch thơ:

Tin nơi tha lực vững vàng
Để cho ân Phật mọi đàng báo ân
Hai hồi hướng ấy chẳng ngần
Mười phương hoằng pháp ở tầng tối cao.

(88)

大慈救世聖德皇，有如在世之父親
大悲救世觀世音，有如在世之母親

Đại từ cứu thế Thánh Đức Hoàng
Hữu như tại thế chi phụ thân
Đại bi cứu thế Quan Thế Âm
Hữu như tại thế chi phụ mẫu.

Dịch ý:

Đại từ cứu thế vua Thánh Đức
Giống như cha lành hiện ở đời
Đại bi cứu đời Quan Thế Âm
Giống như ở đời là mẹ ruột.

Dịch thơ:

Thánh Đức cứu thế ra đời

Giống như cha mẹ chớ thời khác chi
Quan Âm Bồ Tát tư nghì
Mẹ kia chẳng khác còn gì sánh hơn.

(89)

從久遠劫至今世，蒙受哀湣之徵者
乃是佛智不思議，無分別善惡淨穢

Tòng cửu viễn kiếp chí kim thế
Mông thọ ai mẫn chi vi giả
Cập thị Phật trí bất tư nghì
Vô phân biệt thiện ác tịnh uế.

Dịch ý:

Từ kiếp xa xôi tận đời nay
Nhờ nhận tình thương là vi tế
Cùng là Phật trí bất tư nghì
Chẳng phân biệt lành ác, sạch dơ.

Dịch thơ:

Từ xưa cho đến đời nay
Chúng ta đã thọ ân nầy đã lâu
Tư nghì trí ấy càng sâu
Chẳng cần phân biệt có đâu sánh là.

(90)

和國教主聖德皇，廣大恩德難報謝
我一心歸命於彼，奉讚不退心不疲

Hòa quốc giáo chủ Thánh Đức Hoàng
Quảng đại ân đức nan báo tạ
Ngã nhất tâm quy mệnh ư bỉ
Phụng tán bất thối tâm bất bì.

Dịch ý:

Nước ta giáo chủ, vua Thánh Đức
Ân đức rộng lớn khó báo tạ
Ta một lòng quy mệnh ở kia
Phụng tán chẳng thối, tâm chẳng mỏi.

Dịch thơ:

Nước ta[3] có Thánh Đức nầy
Ân kia khó báo sánh tầy núi cao
Ta nay đảnh lễ cúi chào
Xưng dương tán thán lời nào chẳng cân.

(91)

上宮皇子行方便，哀憐和國諸有情

[3] Nhật Bản

弘宣如來大悲願，應該慶喜而奉讚

Thượng cung Hoàng Tử hành phương tiện
Ai lân hòa quốc chư hữu tình
Hoằng tuyên Như Lai đại bi nguyện
Ứng cai khánh hỷ nhi phụng tán.

Dịch ý:

Thượng cung Hoàng Tử làm phương tiện
Thương xót nước ta các hữu tình
Rộng tuyên Như Lai đại bi nguyện
Đáng nên mừng vui mà phụng tán.

Dịch thơ:

Ở ngôi Hoàng Tử thường hay
Giúp cho sanh chúng chung tay tu trì
Giữ gìn giáo pháp từ bi
Cho nên ta phải ngại gì xưng dương.

(92)

多生曠劫至此世，蒙受悲湣之此身
一心歸命無二意，奉讚慶喜不間斷

Đa sanh khoáng kiếp chí thử thế
Mông thọ bi mẫn chi thử thân

Nhất tâm quy mệnh vô nhị ý
Phụng tán khánh hỷ bất gián đoạn.

Dịch ý:

Đa sanh nhiều kiếp đến đời nay
Nhờ thọ bi mẫn của thân nầy
Một lòng quy mệnh không hai ý
Phụng tán vui mừng chẳng gián đoạn.

Dịch thơ:

Nhiều đời kiếp số đã qua
Thân này có được đó là bi tâm
Ta nay quy mạng chẳng lầm
Vui mừng tán thán truy tầm chẳng ngưng.

(93)
蒙聖德皇所憐湣，護持養育不間斷
隨順勸勉而歸入，如來二種之回向

Mông Thánh Đức Hoàng sở lân mẫn
Hộ trì dưỡng dục bất gián đoạn
Tùy thuận cần miễn nhi quy nhập
Như Lai nhị chủng chi hồi hướng.

Dịch ý:

Nhờ vua Thánh Đức chỗ thương tình
Hộ trì dưỡng dục, không gián đoạn
Tùy thuận siêng năng mà nhập vào
Như Lai hai loại hồi hướng ấy.

Dịch thơ:

Lòng từ Thánh Đức xét soi
Giúp cho sanh chúng nhớ hoài ân kia
Siêng năng tùy thuận chẳng lìa
Như Lai hồi hướng phải hai loại này.

Bên trên là lời phụng tán Thánh Đức gồm 11 khổ.

Bi Thán Thuật Hoài (16 khổ)

Ngu Ngốc Thân Loan thuật hoài.

(94)

雖歸淨土真宗，難有真實之心
虛假不實我身，更無清淨之心

Duy quy Tịnh Độ Chơn tông
Nan hữu chơn thật chi tâm
Hư giả bất thật ngã thân
Canh vô thanh tịnh chi tâm.

Dịch ý:

Chỉ quy Tịnh Độ Chơn Tông
Khó có chơn thật của tâm
Hư giả chẳng thật thân ta
Liền không thanh tịnh của tâm.

Dịch thơ:

Chỉ quy Tịnh Độ Chơn tông
Tâm ấy chơn thật khó trông khó lường
Hư giả thật khó tỏ tường

Làm cho thanh tịnh, tâm thường lại không.

(95)

外儀行狀各不同，各現賢善精進相

貪瞋邪偽多起故，奸詐百端充滿身

Ngoại nghi hành trạng các bất đồng

Các hiện hiền thiện tinh tiến tướng

Tham sân tà nguỵ đa khởi cố

Gian trá bách đoan sung mãn thân.

Dịch ý:

Bên ngoài hành trạng mỗi chẳng đồng

Mỗi hiện hiền lành, tướng tinh tấn

Tham sân tà ngụy khởi lên nhiều

Gian trá trăm mầm đầy đủ thân.

Dịch thơ:

Bên ngoài nghi tướng chẳng đồng

Siêng năng làm thiện thì lòng hiện ra

Tham si hư nguỵ khởi tà

Gian trá trăm cách chẳng qua vì mình.

(96)

作惡之性難止住，其心如同蛇蠍般

修善亦因雜毒故，名之為虛假之行

Tác ác chi tánh nan chỉ trụ
Kỳ tâm như đồng xà hiết bàng
Tu thiện diệc nhơn tạp độc cố
Danh chi vi hư giả chi hành.

Dịch ý:

Làm ác là tánh khó dừng nghỉ
Tâm nầy sánh cùng rắn, bọ cạp
Tu lành lại nhơn tạp độc vậy
Gọi là làm các việc hư giả.

Dịch thơ:

Làm ác khó dừng ở đây
Tâm kia cũng giống sâu rầy khác chi
Tu hành nhơn độc đủ đầy
Gọi là hư giả hành vi nên chừa.

(97)

無慚無愧之此身，雖然無真實之心
彌陀回向名號故，功德充滿遍十方

Vô tàm vô quý chi thử thân
Duy nhiên vô chơn thật chi tâm

Di Đà hồi hướng danh hiệu cố
Công đức sung mãn biến thập phương.

Dịch ý:

Không tàm, không quý của thân nầy
Tuy nhiên vô chơn thật của tâm
Di Đà hồi hướng danh hiệu vậy
Công đức đầy đủ khắp mười phương.

Dịch thơ:

Chẳng xấu chẳng hổ thân nầy
Là vì tâm ấy chẳng tầy chơn tâm
Di Đà danh hiệu miệt mài
Công đức đầy đủ đố ai sánh bằng.

(98)

無小慈小悲之身，焉敢謂利益有情
若無如來大願船，云何得渡超苦海

Vô tiểu từ tiểu bi chi thân
Yên cảm vị lợi ích hữu tình
Nhược vô Như Lai đại nguyện thuyền
Vân hà đắc độ siêu khổ hải.

Dịch ý:

Không từ nhỏ, bi nhỏ của thân
Sao dám vì lợi ích hữu tình
Nếu không Như Lai thuyền đại nguyện
Làm sao được qua khỏi biển khổ.

Dịch thơ:

Từ bi ít quá ai ơi
Làm sao lợi lạc cho đời đổi thay
Nếu không đức Phật hiện thuyền
Làm sao qua được khổ nguyền lên ghe.

(99)

以蛇蠍奸詐之心，自力修善不相應
若不憑彌陀回向，必無慚無愧而終

Dĩ xà hiết gian dối chi tâm
Tự lực tu thiện bất tương ưng
Nhược bất bằng Di Đà hồi hướng
Tất vô tàm vô quý nhi chung.

Dịch ý:

Dùng rắn, bò cạp, tâm gian dối
Tự lực tu thiện chẳng tương ưng
Nếu chẳng bằng hồi hướng Di Đà
Tất chẳng xấu, chẳng hổ làm cùng.

Dịch thơ:

Tâm kia độc ác như trùng
Làm sao tu thiện cho cùng tu thân
Nếu mà chẳng niệm nơi tâm
Di Đà hồi hướng không sân, không tàm.

(100)

五濁漸增之徵證，為此世所有道俗
常外現佛教威儀，實內心歸敬外道

Ngũ trược tàm tăng chi vi chứng
Vi thử thế sở hữu đạo tục
Thường ngoại hiện Phật giáo uy nghi
Thật nội tâm quy kính ngoại đạo.

Dịch ý:

Ngũ trược xấu tăng là chứng nhỏ
Vì đời nầy chỗ có đạo tục
Thường ngoài hiện Phật dạy uy nghi
Thật nội tâm quy kỉnh ngoại đạo.

Dịch thơ:

Đời ác năm trược siêng tu
Đạo đời cõi thế có nhu có hiền
Thường hay ứng hiện tùy duyên

Dạy cho nhiều kẻ nhiễu phiền nhiều hơn.

(101)

可悲哉道俗，擇良時吉日
崇天神地祇，務蔔占祭祀

Khả bi tai đạo tục
Trạch lương thời kiết nhựt
Sùng thiên thần địa kỳ
Vụ bặc chiêm tế tự.

Dịch ý:

Khá buồn thay đạo tục
Chọn giờ tốt ngày tốt
Sùng trời thần, địa kỳ
Chuyên ròng xem cúng tế.

Dịch thơ:

Khá buồn cho cuộc đời kia
Tìm ngày tháng tốt để chia cho mình
Tin vào ma quỷ thần linh
Làm cho trấn giữ đinh ninh cúng cầu.

(102)

僧伽法師之名字，本是崇高而尊貴

提婆卻以五邪法，於卑賤者命此名

Tăng già pháp sư chi danh tự
Bổn thị sùng cao nhi tôn quý
Đề Bà khước dĩ ngũ tà pháp
Ư bi tặc giả mệnh thử danh.

Dịch ý:

Tăng Già Pháp Sư là tên gọi
Gốc là tôn sùng chỗ tôn quý
Đề Bà giả làm năm tà pháp
Ở nơi giặc ấy gọi tên nầy.

Dịch thơ:

Lâu nay danh tiếng Tăng già
Người đời kính quý đó là việc chung
Đề Bà tà pháp lấy dùng
Để đi chiếm đoạt ung dung riêng mình.

(103)

外道梵士尼乾志，此心與其並無異
常著如來之法衣，而禮拜一切鬼神

Ngoại đạo Phạm sĩ Ni Kiền chí
Thử tâm dữ kỳ tịnh vô dị

Thường trước Như Lai chi pháp y
Nhi lễ bái nhất thiết quỷ thần.

Dịch ý:

Ngoại đạo Phạm Sĩ Ni Kiền Chí
Tâm nầy cùng sánh kia chẳng khác
Thường mặc pháp y của Như Lai
Mà lễ bái tất cả quỷ thần.

Dịch thơ:

Ngoại đạo Ni Kiền ta thấy
Dùng tâm kia sai quấy để chứng minh
Thường hay không mặc áo mình
Giả danh Thích tử thần linh lạy quỳ.

(104)

可悲之事說近來，和國道俗悉皆是
以佛教威儀為本，尊敬天地諸鬼神

Khả bi chi sự thuyết cận lai
Hoà quốc đạo tục tất giai thị
Dĩ Phật Giáo uy nghi vi bổn
Tôn kỉnh thiên địa chư quỷ thần.

Dịch ý:

Hay buồn là việc nói gần đây
Nước ta đạo tục đều như vậy
Lấy Phật Giáo uy nghi làm gốc
Tôn kỉnh trời đất, các quỷ thần.

Dịch thơ:

Lòng từ gieo rắc đó đây
Nước ta đạo tục xưa nay kính vì
Lấy lời giáo huấn tư nghì
Kính trời nể đất ai thì nể đây.

(105)

五濁邪惡之徵證，用僧伽法師尊名
以稱呼奴婢僕使，而被視為卑賤者

Ngũ trược tà ác chi vi chứng
Dụng Tăng già pháp sư tôn danh
Dĩ xưng hô nô tỳ bộc sử
Nhi bị thị vi bi tặc giả.

Dịch ý:

Ngũ trược tà ác là vi chứng
Dùng Tăng Già pháp sư danh hiệu
Để xưng hô nô tỳ bộc sứ
Mà bị nhìn làm bia tặc vậy.

Dịch thơ:

Đời nầy tà ác hoành hành
Mượn danh Tăng sĩ tạo danh cho mình
Cốt kia lợi dụng lời kinh
Khiến sai như kẻ tội hình làm thuê.

(106)

雖無戒名字比丘，到末法五濁之時
亦同目連舍利弗，勸應作供養恭敬

Duy vô giới danh tự Tỳ Kheo
Đáo mạt pháp ngũ trược chi thời
Diệc đồng Mục Liên Xá Lợi Phất
Cần ưng tác cúng dường cung kính.

Dịch ý:

Tuy chẳng giới, gọi chữ Tỳ Kheo
Đến thời mạt pháp của năm ác
Lại cùng Mục Liên, Xá Lợi Phất
Siêng nên làm cúng dường cung kính.

Dịch thơ:

Danh tự Tỳ Kheo không có
Mạt pháp năm ác quá khó thực hành
Mục Liên Xá Lợi thanh danh

Khuyên nên sắm sửa trai thanh cúng dường.

(107)

罪業本來是無形，妄想顛倒之所為
心性本來是清淨，然此世無真實者

Tội nghiệp bổn lai thị vô hình
Vọng tưởng điên đảo chi sở vi
Tâm tánh bổn lai thị thanh tịnh
Nhiên thử thế vô chơn thật giả.

Dịch ý:

Tội nghiệp xưa nay là vô hình
Vọng tưởng điên đảo là chỗ làm
Tâm tánh bổn lai là thanh tịnh
Mà đời nầy chẳng chơn thật vậy.

Dịch thơ:

Tội lỗi xưa nay không hình
Vốn vì vọng tưởng hữu tình cưu mang
Tâm ta từ thuở xa xưa
Thanh tịnh thật giả vốn chưa nghĩ bàn.

(108)

末法惡世悲哀事，南都北嶺佛法者

肩輿僧力者法師，為己高位付此名

Mạt pháp ác thế bi ai sự
Nam Đô, Bắc Lĩnh Phật pháp giả
Kiên dư Tăng lực giả pháp sư
Vi kỷ cao vị phó thử danh.

Dịch ý:

Mạt pháp đời ác việc sầu bi
Nam Đô, Bắc Lãnh Phật pháp ấy
Kham gánh Tăng lực là Pháp sư
Vì ta cao vị thêm tên gọi.

Dịch thơ:

Mạt pháp bi ai lắm thế
Người đây kẻ đó chẳng khó đổi thay
Gồng vai Tăng bảo ra tay
Làm cho chỗ đứng có ngày hiển vinh.

(109)

輕視佛法之徵證，比丘與尼當奴婢
將法師僧徒之貴，作為僕從使者名

Khinh thị Phật Pháp chi vi chứng
Tỳ Kheo dữ ni đương nô tì

Tượng pháp sư Tăng đồ chi quý
Tác vi bộc tòng sử giả danh.

Dịch ý:

Khinh thị Phật Pháp là bằng chứng
Tỳ Kheo cùng Ni đang nô tỳ
Nuôi Pháp Sư Tăng đồ là quý
Tạo ra kẻ ở , gọi tên dùng.

Dịch thơ:

Chê bai Phật Pháp chứng minh
Tỳ kheo cùng cả Ni sinh tôi đòi
Pháp sư cao quý rạch ròi
Theo đòi như thế ai soi tỏ đời.

Tự nhiên pháp nhĩ chương

Chữ "hoạch" có nghĩa là cái nhơn căn bản để chứng; chữ "đắc" có nghĩa là quả vị lúc chứng được.

Nói rằng tự nhiên; chữ tự dùng để chỉ cho như thế đó. Chẳng ra ngoài việc làm qua sự tính toán; nhưng là như thế đó.

Chữ nhiên dùng để chỉ cho việc chẳng phải đến từ người thực hành có tính toán, mà do sự tự nhiên lời thệ nguyện của Như Lai.

Nói pháp nhĩ nghĩa là do sự thệ nguyện của Như Lai làm cho tự nhiên; nghĩa ấy là pháp như vậy.

Điều nầy cũng do từ chỗ thực hành lời thệ nguyện của Như Lai vậy; không phải là việc làm của kẻ tính toán.

Cho nên ở đó giải "tha lực" lại chẳng phải làm gì (nghĩa trong chẳng có nghĩa).

Nói là tự nhiên dùng để chỉ cho bổn lai làm cho tự nhiên vậy.

A Di Đà Như Lai làm cho hành giả trở về, ta nghe rằng: Người xưng niệm Nam Mô A Di Đà Phật, tất nhiên được nghinh tiếp vãng sanh về Tịnh Độ. Đây không phải là pháp cân đo qua bổn ý của lời thệ nguyện; nhưng là cho tất cả chúng sanh thành tựu được Vô Thượng Phật quả.

Vô Thượng Phật có nghĩa là vô hình tướng. Vô hình vô tướng cho nên gọi là “tự nhiên”. Nếu hữu hình, hữu tướng; tức chẳng có tên là Vô Thượng Niết Bàn.

Ta nghe rằng: vì làm cho rõ biết việc vô hình vô tướng; cho nên gọi là A Di Đà Phật.

A Di Đà Phật, mà ý ấy là làm cho chúng sanh “tự nhiên”.

Sau khi đã rõ biết đạo lý nầy rồi, chẳng phải “tự nhiên” ấy treo cho nơi cạnh góc.

Nếu mà điều này treo nơi cạnh góc; tức có nghĩa là “lấy vô nghĩa làm nghĩa”, điều nầy cuối cùng lại chẳng thể biến thành hữu nghĩa chăng?

Đây chính là Phật trí bất khả tư nghì.

Dịch xong 108 khổ thơ (trừ số 1 ở phần đầu) của Tam Thời Tán nầy vào lúc 11 giờ trưa ngày 8 tháng 7 năm 2023 tại Phương Trượng Đường Tổ Đình Viên Giác, Hannover, Đức Quốc nhân mùa An Cư Kiết Hạ năm Quý Mão và khóa xuất gia gieo duyên lần đầu tiên tại Tổ Đình từ ngày 1.7 đến 10.7.2023.

TỊNH ĐỘ HÒA TÁN

(118 khổ)

Quán Đầu Tán (2 khổ)

(1)

獲得真實信心者，彌陀名號常稱持；
憶念之心恆不斷，報謝佛恩長在心。

Hoạch đắc chơn thật tín tâm giả
Di Đà danh hiệu thường xưng trì
Ức niệm chi tâm hằng bất đoạn
Báo tạ Phật ân trường tại tâm.

Dịch ý:

Được có chơn thật tín tâm ấy
Di Đà danh hiệu thường xưng trì
Nhớ nghĩ là tâm hằng chẳng dứt
Báo tạ Phật ân lâu tại tâm.

Dịch thơ:

Tâm kia nếu được tin sâu
Di Đà danh hiệu là câu nằm lòng
Niệm kia luôn ở vào trong
Đó là báo đáp thù ân tâm nầy.

(2)

疑惑誓願不思議，稱名亦欲往生者；
宮殿內中五百歲，不見三寶度光陰。

Nghi hoặc thệ nguyện bất tư nghì
Xưng danh diệc dục vãng sanh giả
Cung điện nội trung ngũ bách tuế
Bất kiến Tam Bảo độ quang âm.

Dịch ý:

Nghi hoặc thệ nguyện chẳng nghĩ bàn
Xưng danh lại muốn vãng sanh ấy
Ở trong cung điện năm trăm năm
Chẳng thấy Tam Bảo qua ánh sáng.

Dịch thơ:

Nguyện kia lại có tâm nghi
Làm sao sanh được tư nghì cõi Tây
Năm trăm năm, chính là đây
Chẳng thấy Tam Bảo cả ngày tối tăm.

Di Đà Phật Kệ Hòa Tán (48 khổ)

(3)

彌陀自成佛以來，於今已經歷十劫；
法身光輪無邊際，遍照世間眾盲冥。

Di Đà tự thành Phật dĩ lai
Ư kim dĩ kinh lịch thập kiếp
Pháp thân quang luân vô biên tế
Biến chiếu thế gian chúng manh minh.

Dịch ý:

Di Đà từ thành Phật đến nay
Bây giờ trải qua cả mười kiếp
Pháp thân ánh sáng vô biên cõi
Biến chiếu thế gian chúng mù tối.

Dịch thơ:

Di Đà thành Phật đến nay
Đã mười kiếp số trải bày khắp nơi
Pháp thân sáng chiếu tuyệt vời
Thế gian chiếu khắp trời người chẳng phân.

(4)

智慧光明不可量，世間有量諸色相；
一切無不蒙光曉，故應歸命真實明。

Trí huệ quang minh bất khả lường
Thế gian hữu lượng chư sắc tướng
Nhất thiết vô bất mông quang hiểu
Cố ưng quy mệnh chơn thật minh.

Dịch ý:

Trí huệ quang minh chẳng thể lường
Thế gian hữu lượng các sắc tướng
Tất cả chẳng không cùng sáng kia
Cho nên quy mệnh chơn thật minh.

Dịch thơ:

Trí huệ chói sáng khó lường
Thế gian giới hạn biết đường nào hay
Tất cả điều ấy rõ bày
Phải nên quy mệnh mới tày thật chơn.

(5)

解脫光明無邊際，一蒙光明照觸者，
皆離有無兩邪見，故應歸命平等覺。

Giải thoát quang minh vô biên tế
Nhất mông quang minh chiếu xúc giả
Giai ly vô hữu vô lưỡng tà kiến
Cố ưng quy mệnh bình đẳng giác.

Dịch ý:

Giải thoát ánh sáng không giới hạng
Một bị sáng soi chiếu chạm kia
Đều lìa hữu vô cả tà kiến
Cho nên quy mệnh bình đẳng giác.

Dịch thơ:

Quang minh giải thoát vô cùng
Ai mà chiếu đến có chung một điều
Đều lìa tà kiến hai chiều
Trở về tánh biết được nhiều điểm chung.

(6)

光雲無礙如虛空，一切有礙不能障，
無不蒙光之潤澤，故應歸命難思議。

Quang vân vô ngại như hư không
Nhất thiết hữu ngại bất năng chướng
Vô bất mông quang chi nhuận trạch
Cố ưng quy mệnh nan tư nghì.

Dịch ý:

Sáng mây vô ngại như hư không
Tất cả có ngại chẳng thể chướng
Chẳng không che sáng là thấm ướt
Cho nên quy mệnh nan tư nghì.

Dịch thơ:

Ánh sáng vô ngại chẳng lường
Hữu ngại nếu có không thường ngăn đôi
Ánh sáng thấu suốt nơi nơi
Cho nên quy mạng trên đời mong thay.

(7)
清淨光明無對比，遇期光明之眾生，
一切業繫悉皆除，故應歸命畢竟依。

Thanh tịnh quang minh vô đối tỉ
Ngộ kỳ quang minh chi chúng sanh
Nhất thiết nghiệp hệ tất giai trừ
Cố ưng quy mệnh tất cánh y.

Dịch ý:

Thanh tịnh quang minh không đối nầy
Gặp quang minh nầy của chúng sanh
Tất cả nghiệp trói liền đều khỏi

Cho nên quy mệnh rốt ráo nương.

Dịch thơ:

Không gì đối lại tịnh quang
Gặp được ánh sáng soi đàng chúng sanh
Mọi điều trói buộc khỏi liền
Tất cả về chỗ bên thành an vui.

(8)

佛光照耀最第一，故亦名光炎王佛
三途黑暗蒙開啟，故應歸命大應供

Phật quang chiếu diệu tối đệ nhất
Cố diệc danh Quang Viêm Vương Phật
Tam đồ hắc ám mông khai khải
Cố ưng quy mệnh đại ứng cúng.

Dịch ý:

Phật quang chiếu diệu tối đệ nhất
Nên lại gọi Quang Viêm Vương Phật
Ba cõi tối tăm che mở rộng
Cho nên quy mệnh Đại Ứng Cúng.

Dịch thơ:

Phật quang chiếu sáng tuyệt vời

Lại tên Quang Phật Viêm thời Phật danh
Ba cõi tăm tối đã đành
Ta nên quy mệnh Phật Đà mới nên.

(9)

道光明朗色超絕，故亦名清淨光佛
一蒙光照之眾生，業垢消除得解脫

Đạo quang minh lãng sắc siêu tuyệt
Cố diệc danh Thanh Tịnh Quang Phật
Nhất mông quang chiếu chi chúng sanh
Nghiệp cấu tiêu trừ đắc giải thoát.

Dịch ý:

Đường ánh sáng, sắc sáng siêu tuyệt
Lại tên là Thanh Tịnh Quang Phật
Một bị sáng chiếu là chúng sanh
Nghiệp dơ tiêu trừ được giải thoát.

Dịch thơ:

Ánh sáng siêu tuyệt ấy mà
Có tên Thanh Tịnh ấy là Phật quang
Chúng sanh nào được chiếu sang
Dầu cho nghiệp xấu cũng hoàn tốt hơn.

(10)

慈光遐被施安樂，故亦名歡喜光佛

光所至處得法喜，故應歸命大安慰

Từ quang hà bị thí an lạc

Cố diệc danh Hoan Hỷ Quang Phật

Quang sở chí xứ đắc pháp hỷ

Cố ưng quy mệnh đại an úy.

Dịch ý:

Từ quang xa, được cho an lạc

Nên lại tên Hoan Hỷ Quang Phật

Chỗ sáng đến nơi được pháp hỷ

Cho nên quy mệnh đại an ổn.

Dịch thơ:

Ánh sáng an lạc từ xa

Lại tên Hoan Hỷ ấy là Phật Quang

Sáng kia pháp hỷ mọi đàng

Cho nên quy mệnh làm an ổn nhiều.

(11)

佛光能破無明暗，故亦名智慧光佛

一切諸佛三乘眾，咸共歎譽應歸命

Phật quang năng phá vô minh ám
Cố diệc danh Trí Huệ Quang Phật
Nhất thiết chư Phật tam thừa chúng
Hàm cộng thán dự ưng quy mệnh.

Dịch ý:

Phật quang hay phá tối vô minh
Lại có tên Trí Huệ Quang Phật
Tất cả chư Phật ba thừa chúng
Đều cùng khen tặng, nên quy mệnh.

Dịch thơ:

Sáng kia hay phá tối tăm
Lại tên Trí Huệ là nhằm Phật Quang
Tất cả chư Phật ba đời
Đều cùng quy mệnh lại thời tán dương.

(12)

光明常照不間斷，故亦名不斷光佛
因聞光明威神力，信心不斷得往生

Quang minh thường chiếu bất gián đoạn
Cố diệc danh Bất Đoạn Quang Phật
Nhơn văn quang minh uy thần lực
Tín tâm bất đoạn đắc vãng sanh.

Dịch ý:

Ánh sáng thường chiếu không gián đoạn
Nên lại gọi Bất Đoạn Quang Phật
Nhơn nghe quang minh uy thần lực
Tín tâm chẳng dứt được vãng sanh.

Dịch thơ:

Quang minh hay chiếu chẳng ngơi
Có tên Bất Đoạn ấy thời Phật Quang
Khi nghe thần lực quang minh
Tín tâm chẳng dứt, tin rồi vãng sanh.

(13)

佛光除佛難測量，故亦名難思光佛
十方諸佛歎往生，稱揚彌陀之功德

Phật quang trừ Phật nan trắc lượng
Cố diệc danh Nan Tư Quang Phật
Thập phương chư Phật thán vãng sanh
Xưng dương Di Đà chi công đức.

Dịch ý:

Phật quang, trừ Phật khó so lường
Nên lại gọi Nan Tư Quang Phật
Mười phương chư Phật khen vãng sanh

Xưng dương công đức của Di Đà.

Dịch thơ:

Phật quang ngoài Phật khó lường
Nan Tư Quang Phật là hàng chứng tri
Mười phương chư Phật khuyên dành
Vãng sanh Cực Lạc đức dành A Di.

(14)

神光離相難名說，故亦名無稱光佛
因光成佛之光故，十方諸佛共讚歎

Thần quang ly tướng nan danh thuyết
Cố diệc danh Vô Xưng Quang Phật
Nhơn quang thành Phật chi quang cố
Thập phương chư Phật cộng tán thán.

Dịch ý:

Thần quang lìa tướng khó gọi nói
Lại có tên Vô Xưng Quang Phật
Bởi sáng thành Phật là sáng ấy
Mười phương chư Phật cùng tán thán.

Dịch thơ:

Sáng kia lìa tướng khó xưng

Cho nên Phật ấy Vô Xưng Quang là
Sáng kia là nhơn Phật Đà
Mười phương chư Phật hà sa tán thành.

(15)

彌陀光明勝日月，亦名超日月光佛
釋迦讚歎猶不盡，故應歸命無等等

Di Đà quang minh thắng nhựt nguyệt
Diệc danh Siêu Nhựt Nguyệt Quang Phật
Thích Ca tán thán do bất tận
Cố ưng quy mệnh vô đẳng đẳng.

Dịch ý:

Ánh sáng Di Đà hơn trời trăng
Lại gọi Siêu Nhựt Nguyệt Quang Phật
Thích Ca tán thán do bất tận
Nên hãy quay về vô đẳng đẳng.

Dịch thơ:

Di Đà ánh sáng chói lòa
Nên gọi Quang Phật tên là Nguyệt Siêu
Thích Ca tán thán đủ điều
Cho nên quy mệnh được nhiều người mong.

(16)

彌陀初會之聖眾，神通巧妙不能算
願生淨土諸大眾，應當歸命廣大會

Di Đà sơ hội chi thánh chúng
Thần thông xảo diệu bất năng toán
Nguyện sanh Tịnh Độ chư đại chúng
Ưng đương quy mệnh quảng đại hội.

Dịch ý:

Hội đầu Di Đà của Thánh chúng
Thần thông xảo diệu chẳng thể tính
Nguyện sanh Tịnh Độ chư đại chúng
Phải nên quy mệnh đại hội rộng.

Dịch thơ:

Di Đà gặp được chúng sanh
Thần thông kỳ diệu tạo thành uy nghi
Nguyện sanh Tịnh Độ tức thì
Mau mau quy mệnh còn gì hơn đây.

(17)

安樂無量大菩薩，必至一生補佛處
因歸普賢之德故，必得遊化於穢國

An Lạc vô lượng Đại Bồ Tát
Tất chí nhất sanh bổ Phật xứ
Nhơn quy Phổ Hiền chi đức cố
Tất đắc du hóa ư uế quốc.

Dịch ý:

An lạc vô lượng đại Bồ Tát
Cho đến Nhất Sanh Phật bổ xứ
Vì quy Phổ Hiền là đức vậy
Liền được du hóa nơi uế độ.

Dịch thơ:

Bồ Tát An Lạc đây rồi
Nhất sanh bổ xứ một đời nữa thôi
Phổ Hiền hạnh nguyện đây rồi
Chu du cõi trược chẳng thời chê đâu.

(18)

為度脫十方眾生，集佛法藏於一身
令歸信本願弘誓，故應歸命大心海

Vi độ thoát thập phương chúng sanh
Tập Phật Pháp Tạng ư nhất thân
Lệnh quy tín Bổn Nguyện hoằng thệ
Cố ưng quy mệnh đại tâm hải.

Dịch ý:

Vì độ thoát mười phương chúng sanh
Họp Phật Pháp Tạng nơi một thân
Khiến về tin Bổn Nguyện hoằng thệ
Cho nên quy mệnh đại tâm hải.

Dịch thơ:

Mười phương vì cứu chúng sanh
Gọi tên Pháp Tạng chóng thành Phật đây
Làm cho Bổn Nguyện tin đầy
Biển kia rộng rãi mới tày quy tâm.

(19)

又觀世音大勢至，慈光照耀大千界
為濟度有緣眾生，直到今日不暫息

Hựu Quan Thế Âm, Đại Thế Chí
Từ quang chiếu diệu đại thiên giới
Vi tế độ hữu duyên chúng sanh
Trực đáo kim nhựt bất tạm tức.

Dịch ý:

Lại Quan Thế Âm, Đại Thế Chí
Từ quang chiếu diệu, đại thiên giới
Vì giúp độ hữu duyên chúng sanh

Đến thẳng ngày nay không bổng ngưng.

Dịch thơ:

Quan Âm, Thế Chí đề huề
Từ quang chiếu sáng không hề phân chia
Cứu đời độ chúng chưa lìa
Cho đến phút chót chẳng hề ngưng ngay.

(20)

往生安樂淨土者，若回五濁惡世中
亦如釋迦牟尼佛，利益眾生無邊際

Vãng sanh an lạc Tịnh Độ giả
Nhược hồi ngũ trược ác thế trung
Diệc như Thích Ca Mâu Ni Phật
Lợi ích chúng sanh vô biên tế.

Dịch ý:

Vãng sanh an lạc Tịnh Độ ấy
Nếu lại trong đời ngũ trược ác
Lại như Thích Ca Mâu Ni Phật
Lợi ích chúng sanh không cùng tận.

Dịch thơ:

Vãng sanh Cực Lạc kia rồi

Muốn mau trở lại cõi đời ác đây
Giống như Phật tổ xưa nay
Chúng sanh lợi ích chẳng tày chia phân.

(21)

不可思議神通力，神力自在不可測
集不可思議功德，故應歸命無上尊

Bất khả tư nghì thần thông lực
Thần lực tự tại bất khả trắc
Tập bất khả tư nghì công đức
Cố ưng quy mệnh Vô Thượng Tôn.

Dịch ý:

Bất khả tư nghì thần thông lực
Thần lực tự tại chẳng thể đo
Gom bất khả tư nghì công đức
Cho nên quy mệnh Vô Thượng Tôn.

Dịch thơ:

Thần thông bất khả tư nghì
Tự tại thần lực tức thì khó phân
Công đức huân tập nhiều phần
Cho nên đảnh lễ vô ngần Thượng Tôn.

(22)

安樂聲聞菩薩眾，人天智慧咸洞達
身相莊嚴悉皆同，但順他方故列名

An lạc Thanh Văn Bồ Tát chúng
Nhơn thiên trí huệ hàm đỗng đạt
Thân tướng trang nghiêm tất giai đồng
Đãn thuận tha phương cố liệt danh.

Dịch ý:

An lạc Thanh Văn Bồ Tát thảy
Người trời trí huệ gồm suốt đến
Thân tướng trang nghiêm tất cả đồng
Chỉ thuận tha phương nên riêng gọi.

Dịch thơ:

Thanh Văn Bồ Tát vui cùng
Nhơn thiên lợi lạc cùng chung một nhà
Tướng kia thanh tịnh đó mà.
So ra chẳng khác chính là thuận tha.

(23)

安樂聲聞菩薩眾，人天智慧咸洞達
身相莊嚴悉皆同，但順他方故列名

An lạc Thanh Văn Bồ Tát chúng
Nhơn thiên trí huệ hàm đỗng đạt
Thân tướng trang nghiêm tất giai đồng
Đản thuận tha phương cố liệt danh.

Dịch ý:

An lạc Thanh Văn Bồ Tát thảy
Người trời trí tuệ gồm suốt đến
Thân tướng trang nghiêm tất cả đồng
Chỉ thuận tha phương nên riêng gọi.

Dịch thơ:

Thanh Văn Bồ Tát vui cùng
Nhơn thiên trí tuệ cùng chung một nhà
Tướng kia cùng một đó mà.
So ra chẳng khác chính là thuận tha.

(Ghi chú: Đoạn 22 và 23 giống nhau như trong bản chính)

(24)

願生安樂之眾生，皆悉住於正定聚
邪定不定其國無，諸佛咸讚故歸命

Nguyện sanh An Lạc chi chúng sanh
Giai tất trụ ư Chánh Định Tụ
Tà định bất định kỳ quốc vô

Chư Phật hàm tán cố quy mệnh.

Dịch ý:

Nguyện sanh An Lạc của chúng sanh
Tất cả đều ở Chánh Định Tụ
Tà Định, Bất Định nước nầy không
Chư Phật đều khen nên quy mệnh.

Dịch thơ:

Chúng sanh An Lạc nguyện sanh
Chánh Định Tụ ấy để dành tín tâm
Tà Định bất định chẳng danh
Quy mệnh chư Phật mới thành tán dương.

(25)

十方諸有之眾生，聞阿彌陀至德名
若得真實信心時，必大慶喜於所聞

Thập phương chư hữu chi chúng sanh
Văn A Di Đà chí đức danh
Nhược đắc chơn thật tín tâm thời
Tất đại khánh hỷ ư sở văn.

Dịch ý:

Mười phương các hữu của chúng sanh

Nghe A Di Đà đến đức danh
Nếu được chơn thật tín tâm ấy
Tất vui mừng lớn nơi chỗ nghe.

Dịch thơ:

Mười phương các loại chúng sanh
Nghe Di Đà niệm đích danh tỏ tường
Tín tâm kia phải chơn thường
Khánh hỷ to lớn dọn đường tất nhiên.

(26)

若不生者之誓故，真實獲得信樂時
乃至一念慶喜人，必定往生安樂國

Nhược bất sanh giả chi thệ cố
Chơn thật hoạch đắc tín nhạo(lạc) thời
Nãi chí nhất niệm khánh hỷ nhơn
Tất định vãng sanh An Lạc quốc.

Dịch ý:

Nếu kẻ chưa sanh mà thệ nguyện
Chơn thật rộng được lúc tin vui
Cho đến một niệm chúc mừng người
Nhất định vãng sanh An Lạc quốc.

Dịch thơ:

Chưa sanh qua lời thệ ấy
Tín nhạo thời chơn thật được thấy nghe
Người vui một niệm quay về
An Lạc nước ấy lời thề vãng sanh.

(27)

安樂佛土之依正，法藏願力之所為
天上天下無比類，故應歸命大心力

An Lạc Phật độ chi y chánh
Pháp Tạng nguyện lực chi sở vi
Thiên thượng thiên hạ vô tỉ loại
Cố ưng quy mệnh đại tâm lực.

Dịch ý:

An Lạc Phật độ của Y, Chánh
Pháp Tạng nguyện lực là chỗ làm
Trên trời dưới đất chẳng sánh được
Cho nên quy mệnh đại tâm lực.

Dịch thơ:

Nương vào An Lạc Chánh, Y
Pháp Tạng Bồ Tát chẳng thì nguyện sâu
Trên trời dưới đất hằng cầu

Cho nên quy mệnh làm đầu đại tâm.

(28)

安樂國土勝莊嚴，釋迦無礙之辯才
雖欲盡說亦不能，故應歸命無稱佛

An Lạc quốc độ thắng trang nghiêm
Thích Ca vô ngại chi biện tài
Duy dục tận thuyết diệc bất năng
Cố ưng quy mệnh vô xưng Phật.

Dịch ý:

An Lạc quốc độ rất trang nghiêm
Thích Ca vô ngại là biện tài
Chỉ muốn nói hết lại chẳng thể
Cho nên quy mệnh Vô Xưng Phật.

Dịch thơ:

An Lạc quốc độ trang nghiêm
Thích Ca vô ngại biện tài xưa nay
Nói hết chẳng thể hiện bày
Cho nên đảnh lễ Phật Đà quy y.

(29)

已生今生當往生，非唯此土之眾生

來自十方諸佛土，無量無數不可計

Dĩ sanh kim sanh đương vãng sanh
Phi duy thử độ chi chúng sanh
Lai tự thập phương chư Phật độ
Vô lượng vô số bất khả kế.

Dịch ý:

Đã sanh, nay sanh, sẽ vãng sanh
Chẳng riêng nước nầy của chúng sanh
Đến từ mười phương các nước Phật
Vô lượng vô số chẳng thể tính.

Dịch thơ:

Đã sanh, đang sanh, sẽ sanh
Việc ấy lại chẳng sẵn dành riêng ta
Đến từ Phật độ hằng sa
Chẳng thể đếm tính số là bao nhiêu.

(30)

若聞阿彌陀佛名，歡喜讚仰心歸依
則為具足功德寶，一念大利無上德

Nhược văn A Di Đà Phật danh
Hoan hỷ tán ngưỡng tâm quy y
Tắc vi cụ túc công đức bảo

Nhất niệm đại lợi vô thượng đức.

Dịch ý:

Nếu nghe A Di Đà Phật danh
Hoan hỷ tán ngưỡng tâm quy y
Liền vì đầy đủ công đức bảo
Một niệm lợi lớn Vô Thượng đức.

Dịch thơ:

Di Đà nghe được Phật danh
Hoan hỷ trì niệm âm thanh quay về
Đủ đầy công đức hành trang
Vô Thượng đức ấy thế là lợi to.

(31)

設滿大千世界火，亦應直過聞佛名
聞信佛名之眾生，永遠住於不退轉

Thiết mãn đại thiên thế giới hỏa
Diệc ưng trực quá văn Phật danh
Văn tín Phật danh chi chúng sanh
Vĩnh viễn trụ ư bất thoái chuyển.

Dịch ý:

Khiến đầy đại thiên thế giới lửa

Lại nên thẳng qua nghe tên Phật
Nghe tin tên Phật của chúng sanh
Rốt ráo ở nơi bất thối chuyển.

Dịch thơ:

Đại thiên lửa dậy khắp nơi
Lại còn nghe Phật tên thời chẳng quên
Phật danh nay hãy làm nền
Bất thối chuyển ấy trở nên cuối cùng.

(32)

神力無極阿彌陀，無量諸佛咸讚歎
東方恆沙諸佛國，無數菩薩悉往覲

Thần lực vô cực A Di Đà
Vô lượng chư Phật hàm tán thán
Đông phương hằng sa chư Phật quốc
Vô số Bồ Tát tất vãng cận.

Dịch ý:

Thần lực vô cực A Di Đà
Vô lượng chư Phật đều tán thán
Đông phương hằng sa nhiều nước Phật
Vô số Bồ Tát đều đến hầu.

Dịch thơ:

A Di Đà Phật không cùng
Vô lượng chư Phật pháp mầu tán dương
Đông phương chư Phật không lường
Bồ Tát vô số đến thường hầu bên.

(33)

自余九方之佛國，菩薩往覲亦皆同
釋迦如來說偈頌，讚歎彌陀無量德

Tự dư cửu phương chi Phật quốc
Bồ Tát vãng quan diệc giai đồng
Thích Ca Như Lai thuyết kệ tụng
Tán thán Di Đà vô lượng đức.

Dịch ý:

Từ ta chín phương các nước Phật
Bồ Tát đến hầu lại đều giống
Thích Ca Như Lai nói kệ tụng
Tán thán Di Đà vô lượng đức.

Dịch thơ:

Từ ta Phật quốc chín phương
Cùng với Bồ Tát khôn lường vãng quan
Như Lai thuyết pháp tụng lên

Di Đà vô lượng đức liền ngợi ca.

(34)

十方無量菩薩眾，為植德本致恭敬
咸奏音樂歌歎佛，故應歸命婆伽婆

Thập phương vô lượng Bồ Tát chúng
Vi thực đức bổn trí cung kính
Hàm tấu âm nhạc ca thán Phật
Cố ưng quy mệnh Bà Già Bà.

Dịch ý:

Mười phương vô lượng Bồ Tát thảy
Vì trồng gốc đức cùng cung kính
Cùng tấu âm nhạc ca khen Phật
Cho nên quy mệnh Bà Già Bà.

Dịch thơ:

Mười phương Bồ Tát đó đây
Vì cùng gốc đức kính Thầy xưa nay
Mọi người tán Phật, ca hay
Đức Phật tự tại ta ngay nương về.

(35)

七寶講堂道場樹，方便化身之淨土

十方來生無際限，應禮講堂道場樹

Thất bảo giảng đường đạo tràng thọ
Phương tiện hóa thân chi Tịnh Độ
Thập phương lai sanh vô tế hạn
Ưng lễ giảng đường đạo tràng thụ.

Dịch ý:

Thất bảo giảng đường, cây đạo tràng
Phương tiện hóa thân của Tịnh Độ
Mười phương sanh đến không hạng lượng
Nên lễ giảng đường, cây đạo tràng.

Dịch thơ:

Đạo tràng thất bảo cây nầy
Tịnh Độ chốn ấy dẫy đầy hóa thân
Mười phương sanh chúng xa gần
Phải nên lễ kính cây nầy chỗ kia.

(36)

妙土廣大超數限，自然七寶所合成
佛本願力莊嚴起，歸命清淨大攝受

Diệu độ quảng đại siêu số hạn
Tự nhiên thất bảo sở hợp thành

Phật Bổn Nguyện lực trang nghiêm khởi
Quy mệnh thanh tịnh đại nhiếp thọ.

Dịch ý:

Diệu độ to lớn quá số hạn
Tự nhiên thất bảo chỗ hợp thành
Phật Bổn Nguyện lực, khởi trang nghiêm
Trở về thanh tịnh đại nhiếp thọ.

Dịch thơ:

Ở kia diệu độ rất nhiều
Tự nhiên thất bảo đủ điều hiển linh
Lòng từ Bổn Nguyện chứng minh
Nhiếp thọ to lớn chúng sinh quay về.

(37)

自利利他皆圓滿，歸命方便巧莊嚴
心思言議皆斷絕，歸命不可思議尊

Tự lợi lợi tha giai viên mãn
Quy mệnh phương tiện xảo trang nghiêm
Tâm tư ngôn nghị giai đoạn tuyệt
Quy mạng bất khả tư nghì tôn.

Dịch ý:

Tự lợi lợi tha đều tròn đủ
Trở về phương tiện xảo trang nghiêm
Tâm tư nói bàn đều dứt bặt
Trở về Đức bất khả tư nghì.

Dịch thơ:

Đầy đủ tự lợi lợi tha
Trang nghiêm thiện xảo chính là hóa duyên
Tiếng tăm lời nói bặt im
Bất tư nghì ấy đức tìm đâu ra.

(38)

神力本願及滿足，明瞭堅固究竟願
慈悲方便不思議，故應歸命真無量

Thần lực Bổn Nguyện cập mãn túc
Minh liệu kiên cố cứu cánh nguyện
Từ bi phương tiện bất tư nghì
Cố ưng quy mệnh chơn vô lượng.

Dịch ý:

Thần lực Bổn Nguyện cùng đầy đủ
Sáng sủa kiên cố cứu cánh nguyện
Từ bi phương tiện bất tư nghì
Cho nên quy mệnh chơn vô lượng.

Dịch thơ:

Thần lực Bổn Nguyện đủ đầy
Cứu cánh kiên cố nguyện nầy sáng thêm
Từ bi bất khả tư nghì
Vô lượng chơn thật ta nên trở về.

(39)

寶林寶樹妙微音，自然清和妙伎樂
哀婉雅亮超十方，故應歸命清淨樂

Bảo lâm bảo thụ diệu vi âm
Tự nhiên thanh hòa diệu kỹ nhạc
Ai uyển nhã hào siêu thập phương
Cố ưng quy mệnh thanh tịnh lạc.

Dịch ý:

Rừng quý, cây quý diệu vi âm
Tự nhiên cùng hòa kỷ nhạc hay
Mềm mại uyển chuyển quá mười phương
Cho nên trở về vui thanh tịnh.

Dịch thơ:

Âm thanh rừng báu, cây lành
Nhạc kia chúc tụng ca ngân thế nầy
Mười phương uyển chuyển vui thay

Tịnh thanh chốn ấy sum vầy ta nên.

(40)

七寶樹林滿世界，光耀鮮明相輝映
華果枝葉亦同然，歸命本願功德聚

Thất bảo thụ lâm mãn thế giới
Quang diệu tiên minh tướng huy ánh (ảnh)
Hoa quả chi diệp diệc đồng nhiên
Quy mệnh Bổn Nguyện công đức tụ.

Dịch ý:

Thất bảo rừng cây đầy thế giới
Dọi sáng đẹp chiếu tướng chóa lòa
Hoa quả cành lá lại giống vậy
Trở về Bổn Nguyện công đức tụ.

Dịch thơ:

Cây vàng bảy báu nơi nơi
Chiếu lên ánh sáng thảy thời đẹp xinh
Hoa trái lại cũng đủ hình
Bổn Nguyện công đức tiến trình tụ đây.

(41)

清風時時吹寶樹，出五音聲宮商和

微妙雅曲自然成，故應頂禮清淨勳

Thanh phong thời thời xuy bảo thụ
Xuất ngũ âm thinh cung thương hòa
Vi diệu nhã khúc tự nhiên thành
Cố ưng đảnh lễ thanh tịnh huân.

Dịch ý:

Gió trong mỗi lúc thổi cây báu
Phát năm âm thanh cùng cung thương
Vi diệu nhã khúc tự nhiên thành
Cho nên đảnh lễ , huân thanh tịnh.

Dịch thơ:

Gió lay rung động cây kia
Năm âm hoà nhã chẳng lìa xa nhau
Khúc nhạc kỳ diệu lạ thay
Siêng nên lễ bái chốn này phải nên.

(42)

一一華中所出光，三十六百有千億
光明照耀互映朗，十方無處不蒙照

Nhất nhất hoa trung sở xuất quang
Tam thập lục bách hữu thiên ức

Quang minh chiếu diệu hỗ ánh lãng
Thập phương vô xứ bất mông chiếu.

Dịch ý:

Mỗi mỗi hoa kia phát ánh sáng
Ba mươi sáu trăm ngàn ức cõi đà
Ánh sáng chiếu diệu cùng sáng chói
Mười phương chẳng nơi không chiếu đến.

Dịch thơ:

Mỗi hoa ánh sáng chiếu ra
Trăm ngàn cõi khác cũng đà sáng thêm
Ánh sáng vi diệu làm nền
Mười phương các cõi như đền hiển linh.

(43)

一一華中所出光，三十六百千億佛
佛身光明悉皆同，相好猶如金色山

Nhất nhất hoa trung sở xuất quang
Tam thập lục bách thiên ức Phật
Phật thân quang minh tất giai đồng
Tướng hảo do như kim sắc sơn.

Dịch ý:

Trong mỗi mỗi hoa đều tỏa sáng
Ba mươi sáu trăm ngàn ức Phật
Thân Phật ánh sáng tất cả giống
Tướng tốt giống như núi màu vàng.

Dịch thơ:

Mỗi hoa ánh sáng chói lòa
Ba mươi sáu trăm ngàn ức Phật ra
Quang minh Phật ấy giống nhau
Tướng tốt đẹp lạ màu vàng núi kia.

(44)
相好各放百千光，光明普照至十方
恆常轉說妙法輪，各安眾生於佛道

Tướng hảo các phóng bách thiên quang
Quang minh phổ chiếu chí thập phương
Hằng thường chuyển thuyết diệu pháp luân
Các an chúng sanh ư Phật đạo.

Dịch ý:

Tướng tốt mỗi phóng trăm ngàn sáng
Quang minh đều chiếu đến mười phương
Hay thường chuyển nói diệu pháp luân
Mỗi an chúng sanh nơi Phật đạo.

Dịch thơ:

Trăm ngàn ánh sáng phát ra
Mười phương cõi Phật hằng sa gội nhuần
Pháp luân thường chuyển dạy tuân
Chúng sanh các cõi mông huân Phật Ngài.

(45)

七寶寶池極香潔，八功德水滿池中
無漏依果不思議，故應歸命功德藏

Thất bảo bảo trì cực hương khiết
Bát công đức thuỷ mãn trì trung
Vô lậu y quả bất tư nghì
Cố ưng quy mệnh công đức tạng.

Dịch ý:

Thất bảo ao báu, hương thơm sạch
Nước tám công đức đầy trong ao
Vô lậu nương quả bất tư nghì
Cho nên quy mệnh công đức tạng.

Dịch thơ:

Thất bảo ao báu hương thơm
Nước tám công đức điểm vào tánh trong
Vô lậu giải thoát khó bàn

Công đức tạng ấy phải nên quy về.

(46)

三途苦難名永閉，但有自然快樂音
是故其國名極樂，應當歸命無極尊

Tam đồ khổ nạn danh vĩnh bế
Đản hữu tự nhiên khoái lạc âm
Thị cố kỳ quốc danh Cực Lạc
Ưng đương quy mệnh vô cực tôn.

Dịch ý:

Tam đồ khổ nạn tên luôn đóng
Hằng có tự nhiên âm vui tươi
Cho nên nước nầy tên Cực Lạc
Phải nên quy mệnh Vô Cực Tôn.

Dịch thơ:

Nơi đây chẳng có tam đồ
Âm thanh hòa nhã huống hồ lạc an
Cho nên là chốn Lạc Bang
Vô Cự Tôn ấy nên đang quay về.

(47)

十方三世無量慧，同乘一如號正覺

二智圓滿道平等，攝化隨緣不思議

Thập phương tam thế vô lượng huệ
Đồng thừa nhất như hiệu Chánh giác
Nhị trí viên mãn đạo bình đẳng
Nhiếp hóa tùy duyên bất tư nghì.

Dịch ý:

Mười phương ba đời vô lượng huệ
Đồng lên nhất như hiệu Chánh Giác
Hai trí đầy đủ đạo bình đẳng
Nhiếp hóa tùy duyên bất tư nghì.

Dịch thơ:

Ba đời chư Phật huệ nhiều
Tất cả Chánh Giác cùng điều nhứt như
Hai trí bình đẳng đủ đầy
Bất tư nghì ấy từ này tùy duyên.

(48)

歸命阿彌陀淨土，即是歸命十方佛
但以一心讚一佛，即是讚歎無礙人

Quy mạng A Di Đà Tịnh Độ
Tức thị quy mệnh thập phương Phật

Đãn dĩ nhất tâm tán nhất Phật
Tức thị tán thán vô ngại nhơn.

Dịch ý:

Trở về A Di Đà Tịnh Độ
Tức là trở về mười phương Phật
Hằng dùng nhất tâm khen một Phật
Tức là tán thán người vô ngại.

Dịch thơ:

Tịnh Độ nương về Di Đà
Mười phương thế giới chính là về đây
Nhất tâm tán thán Phật nầy
Nghĩa là vô ngại ngợi đầy người kia.

(49)

信心歡喜慶所聞，乃暨一念至心者
南無不可思議光，一心歸命頭面禮

Tín tâm hoan hỷ khánh sở văn
Cập kỵ nhất niệm chí tâm giả
Nam mô bất khả tư nghì quang
Nhất tâm quy mệnh đầu diện lễ.

Dịch ý:

Tín tâm hoan hỷ vui chỗ nghe
Đến kịp một niệm đến tâm ấy
Nam Mô bất khả tư nghì quang
Một lòng quy mệnh đầu mặt lễ.

Dịch thơ:

Khi nghe hoan hỷ tâm kia
Liền được nhất niệm chẳng lìa chí tâm
Ánh sáng Phật ấy vô vàn
Nhứt tâm quy mệnh ta càng nương theo.

(50)

我讚佛慧功德者，願聞十方諸有緣
已得真實信心人，此生常應報佛恩

Ngã tán Phật huệ công đức giả
Nguyện văn thập phương chư hữu duyên
Dĩ đắc chơn thật tín tâm nhơn
Thử sanh thường ưng báo Phật ân.

Dịch ý:

Ta khen huệ Phật công đức ấy
Nguyện nghe mười phương các hữu duyên
Được rồi chơn thật người tín tâm
Sanh đây thường nên báo ân Phật.

Dịch thơ:

Ta nay ca ngợi Như Lai
Mười phương tất cả chẳng ai cũng nguyền
Tín tâm chân thật tinh nguyên
Đời nầy ta quyết ròng chuyên tu hành.

Bên trên là 48 khổ thơ (trừ 2 khổ đầu) do "Ngu Ngốc Thân Loan" làm.

A Di Đà Như Lai, Quan Thế Âm Bồ Tát, Đại Thế Chí Bồ Tát. Thích Ca Mâu Ni Như Lai, Phú Lâu Na Tôn Giả, Đại Mục Kiền Liên, A Nan Tôn Giả, Tần Bà Sa La Vương, Vi Đề Phu Nhơn, Kỳ Bà Đại Thần, Nguyệt Quang Đại Thần, Đề Bà Tôn Giả, A Xà Thế Vương, Nhĩ Hành Đại Thần, Thủ Môn Giả.

Đại Kinh Tán (22 *khổ*)

Ý nghĩa của Đại Kinh gồm 22 khổ.

(51)

尊者阿難從座起，瞻仰世尊顯威光
驚喜湧生稀有心，侍佛以來未曾見

Tôn Giả A Nan tòng tọa khởi
Chiêm ngưỡng Thế Tôn hiển uy quang
Kinh hỷ dũng sanh hy hữu tâm
Thị Phật dĩ lai vị tằng kiến.

Dịch ý:

Tôn Giả A Nan chỗ ngồi dậy
Chiêm ngưỡng Thế Tôn rõ uy quang
Sợ vui vọt sanh tâm hy hữu
Gần Phật từ đó chưa từng thấy.

Dịch thơ:

A Nan đứng dậy lên thưa
Thế Tôn lại hiện cũng vừa uy quang
Tâm kia hy hữu rõ ràng

Hầu Phật từ đó nay càng thấy thêm.

(52)

如來光瑞誠稀有，阿難甚得契佛心
能問如是之慧義，顯明出世之本意

Như Lai quang đoan thành hi hữu
A Nan thậm đắc khế Phật tâm
Năng vấn như thị chi huệ nghĩa
Hiển minh xuất thế chi bổn ý.

Dịch ý:

Ánh sáng Như Lai thật hy hữu
A Nan sâu được hợp tâm Phật
Hay hỏi như thế về huệ nghĩa
Làm rõ xuất thế của bổn ý.

Dịch thơ:

Như Lai ánh sáng đoan nghiêm
A Nan liền được sâu tìm Phật tâm
Thường hay hỏi nghĩa huệ ngần
Xuất thế bổn ý nên cần rõ đây.

(53)

釋尊即入大寂定，光顏巍巍殊妙相

佛知阿難有慧見，讚言能問斯慧義

Thích Tôn tức nhập đại tịch định
Quang nhan nguy nguy thù diệu tướng
Phật trí A Nan hữu huệ kiến
Tán ngôn năng vấn tư huệ nghĩa.

Dịch ý:

Thích Tôn liền nhập đại tịch định
Ánh sáng nguy nguy tướng vi diệu
Phật biết A Nan có huệ kiến
Khen bảo hay hỏi bèn huệ nghĩa.

Dịch thơ:

Thế Tôn vào định thật sâu
Sáng oai nghi ấy đâu đâu cũng tường
A Nan rõ Phật khôn lường
Dùng lời cao thượng tán dương huệ bày.

(54)

如來興世之本意，為顯本願真實義
無量劫難值難見，猶如靈瑞華頓開

Như Lai hưng thế chi bổn ý
Vi hiển Bổn Nguyện chơn thật nghĩa

Vô lượng kiếp nan trị nan kiến
Do như linh đoan hoa đốn khai.

Dịch ý:

Như Lai dạy đời là ý chính
Vì hiển Bổn Nguyện nghĩa chân thật
Vô lượng kiếp khó gặp, khó thấy
Do như hoa Linh Đan sớm nở.

Dịch thơ:

Như Lai xuất hiện nơi đời
Bổn Nguyện muốn tỏ ngàn lời thật chân
Kiếp số vô hạn khó ngần
Như hoa linh thoại dần dần nở hoa.

(55)

彌陀成佛至現在，於今雖說經十劫
實比塵點久遠劫，更久又久之古佛

Di Đà thành Phật chí hiện tại
Ư kim duy thuyết kinh thập kiếp
Thật tỉ trần điểm cửu viễn kiếp
Canh cửu hựu cửu chi cổ Phật.

Dịch ý:

Di Đà thành Phật đến hiện tại
Nơi nầy chỉ nói Kinh mười kiếp
Thật so số nhỏ kiếp dài lâu
Từ lâu, lại lâu là cổ Phật.

Dịch thơ:

Di Đà thành Phật đã lâu
Đến nay mười kiếp in sâu lời vàng
Sánh theo kiếp số trần gian
Đó là vị Phật muôn ngàn cổ xưa.

(56)

南無不可思議光，在世自在王佛所
善自十方淨土中，選擇攝取本願行

Nam mô Bất Khả Tư Nghì Quang
Tại thế tự tại Vương Phật sở
Thiện tự thập phương Tịnh Độ trung
Tuyển trạch nhiếp thủ Bổn Nguyện hạnh.

Dịch ý:

Nam Mô Bất Khả Tư Nghì Quang
Đời nầy nơi Tự Tại Vương Phật
Lành từ trong mười phương Tịnh Độ
Tuyển ra nhiếp thủ Bổn Nguyện hạnh.

Dịch thơ:

Kính lễ ánh sáng tư nghì
Tự tại Phật ấy khắp vì chúng sanh
Tịnh Độ mười phương nghe danh
Bổn Nguyện nhiếp thủ để dành cho nhau.

(57)

無礙光佛之光明，清淨歡喜智慧光
德具不可思議力，利益十方諸眾生

Vô Ngại Quang Phật chi quang minh
Thanh tịnh hoan hỷ trí huệ quang
Đức cụ bất khả tư nghì lực
Lợi ích thập phương chư chúng sanh.

Dịch ý:

Ánh sáng của Vô Ngại Quang Phật
Thanh tịnh hoan hỷ, sáng trí huệ
Đức đủ, lực bất khả tư nghì
Lợi ích mười phương các chúng sanh.

Dịch thơ:

Ánh sáng Vô Ngại Quang kia
Thanh tịnh hoan hỷ chẳng lìa huệ quang
Đức,Lực kia chẳng phàn nàn

Thập phương sanh chúng tâm an thân lành.

(58)

以至心信樂欲生，勸導十方諸眾生
顯示不思議誓願，作為真實報土因

Dĩ chí tâm tín nhạo dục sanh
Khuyến đạo thập phương chư chúng sanh
Hiển thị bất tư nghì thệ nguyện
Tác vi chơn thật Báo Độ nhơn.

Dịch ý:

Cho đến tín tâm vui muốn sanh
Khuyến dẫn mười phương các chúng sanh
Chỉ bày thệ nguyện bất tư nghì
Làm nên Chơn Thật báo độ nhơn.

Dịch thơ:

Chí tâm vui vẻ muốn sanh
Mười phương vững chí tầm thanh mà về
Thệ nguyện hiện rõ đề huề
Báo độ chơn thật chẳng hề xa đâu.

(59)

獲得真實信心者，即入正定聚之數

住於不退轉位故，必定可得至滅度

Hoạch đắc chơn thật tín tâm giả
Tức nhập Chánh Định Tụ chi số
Trụ ư bất thối chuyển vị cố
Tất định khả đắc chí diệt độ.

Dịch ý:

Rộng được chơn thật tín tâm ấy
Liền nhập nhiều lần Chánh Định Tụ
Ở nơi ngôi vị Bất Thối Chuyển
Nhất định sẽ được đến diệt độ.

Dịch thơ:

Tín tâm chơn thật đây rồi
Nhập vào Chánh Định ấy thời nhiều hơn
Ở ngôi Bất Thối rõ ràng
Cho đến diệt độ không màn đổi thay.

(60)

彌陀深具大慈悲，現出佛智不思議
立有變成男子願，是為女人成佛誓

Di Đà thâm cụ đại từ bi
Hiện xuất Phật trí bất tư nghì

Lập hữu biến thành nam nữ nguyện
Thị vi nữ nhơn thành Phật thệ.

Dịch ý:

Di Đà sâu đủ đại từ bi
Hiện rõ Phật trí bất tư nghì
Lập nguyện biến thành kẻ nam tử
Đây là người nữ mong thành Phật.

Dịch thơ:

Từ bi sâu, Đức Di Đà
Bất tư nghì trí đã là hiện thân
Nguyện kia biến nữ, nam nhân
Lời thề nguyện ấy ân cần nữ nhân.

(61)

以至心發願欲生，方便十方諸眾生
開啟眾善之假門，是為現其人前願

Dĩ chí tâm phát nguyện dục sanh
Phương tiện thập phương chư chúng sanh
Khai khải chúng thiện chi giả môn
Thị vi hiện kỳ nhơn tiền nguyện.

Dịch ý:

Dùng chí tâm phát nguyện muốn sanh
Phương tiện mười phương các chúng sanh
Mở bày các lành của giả môn
Đó là hiện người nầy nguyện trước.

Dịch thơ:

Muốn sanh phát nguyện ấy rồi
Mười phương sanh chúng có thời vãng sanh
Mở ra phương tiện giả môn
Đó là nguyện trước đã dành cho ta.

(62)

因臨終現前之願，釋尊將諸善萬行
闡述觀經一部中，暫勸導定散諸機

Nhơn lâm chung hiện tiền chi nguyện
Thích Tôn tương chư thiện vạn hạnh
Siển thuật Quán kinh nhất bộ trung
Tạm khuyến đạo định tán chư cơ.

Dịch ý:

Nhơn vì nguyện lâm chung hiện tiền
Thích Tôn cùng chư thiện vạn hạnh
Mở thuật Quán Kinh trong một bộ
Bỗng khuyên chỉ Định, Tán các cơ.

Dịch thơ:

Lâm chung nguyện ấy hiện tiền
Thích Tôn vạn hạnh ấy liền hiện ngay
Mở bày Quán Kinh xưa nay
Bỗng khuyên định, tán tỏ bày cơ duyên.

(63)

凡有諸善萬行者，皆因至心發願故
此善無不成為其，往生淨土之方便

Phàm hữu chư thiện vạn hạnh giả
Giai nhơn chí tâm phát nguyện cố
Thử thiện vô bất thành vi kỳ
Vãng sanh Tịnh Độ chi phương tiện.

Dịch ý:

Phàm kẻ có chư thiện vạn hạnh
Đều nhơn chí tâm phát nguyện vậy
Thiện nầy chẳng thể giúp được đó
Vãng sanh Tịnh Độ là phương tiện.

Dịch thơ:

Việc lành vạn hạnh xưa nay
Mọi người phát nguyện có ngày chí tâm
Lành kia chẳng có ân cần

Vãng sanh Tịnh Độ là phần giả danh.

(64)

以至心回向欲生，方便十方諸眾生
開啟名號之真門，是為不果遂者願

Dĩ chí tâm hồi hướng dục sanh
Phương tiện thập phương chư chúng sanh
Khai khải danh hiệu chi chơn môn
Thị vi bất quả toại giả nguyện.

Dịch ý:

Dùng chí tâm hồi hướng muốn sanh
Phương tiện mười phương các chúng sanh
Khai mở danh hiệu của chơn môn
Đây là chẳng quả theo người nguyện.

Dịch thơ:

Muốn sanh hồi hướng liền tâm
Mười phương sanh chúng nên tầm giả danh
Để cho chơn môn hiện rành
Tùy theo kẻ nguyện mới đành quả kia.

(65)

因不果遂者之願，釋尊將善本德本

闡述阿彌陀經中，暫勸導一乘之機

Nhơn bất quả toại giả chi nguyện
Thích Tôn tương thiện bổn đức bổn
Siển thuật A Di Đà kinh trung
Tạm khuyến đạo nhất thừa chi cơ.

Dịch ý:

Nhơn chẳng quả kẻ kia nguyện thích
Thích Tôn đưa thiện bổn thiện đức
Mở thuật trong kinh A Di Đà
Bỗng khuyên chỉ căn cơ nhất thừa.

Dịch thơ:

Nguyện kia chẳng được đáp đền
Thế Tôn thiện ấy khuyên nên phải làm
Di Đà thuật lại trong kinh
Bỗng khuyên dần đến nhất thừa cơ duyên.

(66)

定散自力之稱名，因歸果遂之誓願
雖然不教亦自然，轉入念佛真如門

Định tán tự lực chi xưng danh
Nhơn quy quả toại chi thệ nguyện

Duy nhiên bất giáo diệc tự nhiên
Chuyển nhập niệm Phật chơn như môn.

Dịch ý:

Định, Tán tự lực của tên gọi
Nhơn quy quả theo của thệ nguyện
Tuy nhiên chẳng dạy mà tự nhiên
Chuyển vào niệm Phật cửa chơn như.

Dịch thơ:

Định tán tự lực xưng danh
Nhơn kia quả ấy để dành cho ta
Tuy nhiên chẳng dạy đó mà
Niệm Phật chuyên nhập đó là chơn như.

(67)

願往生安樂淨土，未得他力之信者
懷疑佛智不思議，生於邊地懈慢界

Nguyện vãng sanh An Lạc Tịnh Độ
Vị đắc tha lực chi tín giả
Hoài nghi Phật trí bất tư nghì
Sanh ư biên địa dải mạn giới.

Dịch ý:

Nguyện vãng sanh An Lạc Tịnh Độ
Chưa được tha lực của người tin
Hoài nghi Phật trí bất tư nghì
Sanh nơi biên địa cõi lười nhờn.

Dịch thơ:

Nguyện sanh An Lạc cõi kia
Tha lực việc chính không lìa được đâu
Hoài nghi Phật trí từ lâu
Sanh về biên địa giải dầu chờ mong.

(68)

如來興世實難值，諸佛經道亦難聞
縱使菩薩諸勝法，雖無量劫聞亦難

Như Lai hưng thế thật nan trị
Chư Phật kinh đạo diệc nan văn
Túng sử Bồ Tát chư thắng pháp
Duy vô lượng kiếp văn diệc nan.

Dịch ý:

Như Lai ở đời thật khó gặp
Chư Phật trải qua lại khó nghe
Buông khiến Bồ Tát các thắng pháp
Tuy vô lượng kiếp nghe lại khó.

Dịch thơ:

Cõi đời dầu có Như Lai
Trải qua trăm ngõ khó khai phép màu
Khiến cho Bồ Tát mau mau
Từ vô lượng kiếp ngày ngày khó khăn.

(69)

遇善知識難，知識教亦難
善聽聞猶難，欲信則更難

Ngộ thiện tri thức nan
Tri thức giáo diệc nan
Thiện thính văn do nan
Dục tín tắc canh nan.

Dịch ý:

Gặp thiện tri thức khó
Trí thức dạy lại khó
Lành lắng nghe do khó
Muốn tin thì lại khó.

Dịch thơ:

Khó thay trí thức gặp kia
Dạy cho càng khó, khó lìa ngã nhơn
Nghe thấy chưa phải là chơn

Tin được điều ấy cũng hơn tìm vàng.

(70)

一代諸教之信比，弘願之信樂更難

佛曾說其難中難，無有過此之難者

Nhất đợi chư giáo chi tín tỉ

Hoằng nguyện chi tín nhạo (lạc) canh nan

Phật tằng thuyết kỳ nan trung nan

Vô hữu quá thử chi nan giả.

Dịch ý:

Một đời việc dạy của tin nầy

Nguyện lớn của tin vui lại khó

Phật từng nói khó nầy trong khó

Không có khỏi nầy là khó ấy.

Dịch thơ:

Niềm tin so cả một đời

Làm sao tin được lại lìa niềm vui

Phật kia biết rõ khó vùi

Khó nầy trong khó bùi ngùi mà thôi.

(71)

念佛成佛是真宗，萬行諸善是假門

權實真假不分辨，自然淨土難得知

Niệm Phật thành Phật thị chơn tông
Vạn hạnh chư thiện thị giả môn
Quyền thật chơn giả bất phân biện
Tự nhiên Tịnh Độ nan đắc tri.

Dịch ý:

Niệm Phật thành Phật là Chơn Tông
Vạn hạnh các thiện là giả môn
Quyền thật chơn giả chẳng phân biệt
Tự nhiên Tịnh Độ khó được rõ.

Dịch thơ:

Niệm Phật thành Phật Chơn tông
Vạn hạnh chư thiện là đồng giả môn
Chẳng kể giả thật lời đồn
Tự nhiên Tịnh Độ có tồn được đâu.

(72)

聖道權假之方便，眾生留止已長久
故成諸有流轉身，應歸命悲願一乘

Thánh đạo quyền giả chi phương tiện
Chúng sanh lưu chỉ dĩ trường cửu

Cố thành chư hữu lưu chuyển thân
Ưng quy mệnh bi nguyện nhất thừa.

Dịch ý:

Thánh đạo quyền giả là phương tiện
Chúng sanh lưu dừng quá dài lâu
Lại thành các hữu thân lưu chuyển
Nên quy mệnh bi nguyện nhất thừa.

Dịch thơ:

Thánh đạo phương tiện quyền giả
Chúng sanh lưu chuyển lâu ngày dài lâu
Thân kia lưu chuyển tìm cầu
Nhứt thừa bi nguyện nên mau quay về.

Bên trên là ý của Đại Kinh.

Quán Kinh Tán (9 khổ)

Ý của Quán Kinh gồm 9 khổ.

(73)

恩德廣大釋迦佛，敕命韋提希夫人
於光台現國之中，選擇安樂之世界

Ân đức quảng đại Thích Ca Phật
Sắc mệnh Vi Đề Hy phu nhơn
Ư quang đài hiện quốc chi trung
Tuyển trạch an lạc chi thế giới.

Dịch ý:

Ân đức rộng lớn Phật Thích Ca
Dạy cho Phu Nhơn Vi Đề Hy
Nơi đài sáng hiện ở trong nước
Chọn lựa thế giới của An Lạc.

Dịch thơ:

Lòng từ Đức Phật Thích Ca
Đề Hy hoàng hậu đấy là Quán Kinh
Cực Lạc giới, liên hoa hình

Chọn về thế giới an bình bổn tâm.

(74)

敕使頻婆娑羅王，不待其宿因之期
殺害仙人遭報應，幽閉七重密牢中

Sắc sử Tần Bà Sa La vương
Bất đãi kỳ túc nhơn chi kỳ
Sát hại tiên nhơn ngộ báo ứng
U bế thất trọng mật lao trung.

Dịch ý:

Răn bảo vua Tần Bà Sa La
Chẳng chờ nhơn xưa của thời trước
Sát hại Tiên nhơn gặp báo ứng
Nhốt kín bảy lớp trong ngục tối.

Dịch thơ:

Chỉ cho Tần Bà rõ biết
Quá khứ lâu xa chẳng tiếc gây nhơn
Giết hại tiên ấy chánh nhơn
Lao ngục bảy lớp rõ hơn kiếp nầy.

(75)

阿闍世王起瞋怒，憤言我母即是賊

欲以無道殺害母，立刻拔劍指向前

A Xà Thế vương khởi sân nộ
Phẩn ngôn ngã mẫu tức thị tặc
Dục dĩ vô đạo sát hại mẫu
Lập khắc bạt kiếm chỉ hướng tiền.

Dịch ý:

Vua A Xà Thế khởi giận dữ
Tức nói mẹ mình liền là giặc
Muốn dùng vô đạo sát hại mẹ
Đứng ngay lấy kiếm chỉ về trước.

Dịch thơ:

A Xà Thế sân khó chặn
Đổ thừa làm giặc là tặc, mẹ mình
Muốn dùng sát hại người sinh
Lấy kiếm dọa mẹ tội hình phải mang.

(76)

耆婆月光同申奏，此行猶如旃陀羅
於理實不宜住此，力誡闍王之逆心

Kỳ Bà, Nguyệt Quang đồng thân tấu
Thử hành do như Chiên Đà La

Ư lý thật bất tuyên trụ thử
Lực giới Xà vương chi nghịch tâm.

Dịch ý:

Kỳ Bà Nguyệt Quang cùng tấu lên
Việc nầy giống như Chiên Đà La
Nơi lý thật chẳng tuyên ở đây
Khiến bảo Xà Vương là nghịch tâm.

Dịch thơ:

Kỳ Bà, Nguyệt Quang lại tấu
Chiên Đà La ấy chính là giống nhau
Lý kia chẳng thể tuyên bày
Xà Vương tội ấy xưa nay khó lường.

(77)

耆婆大臣強抑止，同時並卻行而退
闍王懺悔即舍劍，閉置韋提深宮中

Kỳ Bà Đại Thần cường ức chỉ
Đồng thời tịnh khước hành nhi thối
Xà vương sám hối tức xá kiếm
Bế trí Vi Đề thâm cung trung.

Dịch ý:

Kỳ Bà đại thần mạnh đè dừng
Đồng thời đều bước đi lui khỏi
Xà Vương sám hối liền ngừng kiếm
Vi Đề nhốt ở trong cung sâu.

Dịch thơ:

Kỳ Bà chống lại lệnh kia
Rút lui khỏi chốn chia lìa mẹ con
Xà vương sám hối lại còn
Giam Mẹ ở chốn cung son trong tù.

(78)

彌陀釋迦行方便，阿難目連富羅那韋提
達多闍王頻婆娑，耆婆月光行雨等

Di Đà Thích Ca hành phương tiện
An Nan, Mục Liên, Phú La Na, Vi Đề
Đạt Đa, Xà Vương, Tần Bà Sa
Kỳ Bà, Nguyệt Quang, Hành Vũ đẳng.

Dịch ý:

Di Đà Thích Ca hành phương tiện
A Nan, Mục Liên, Phú Lâu Na, Vi Đề
Đạt Đa, Xà Vương, Tần Bà Sa
Kỳ Bà, Nguyệt Quang, Hành Vũ thảy.

Dịch thơ:

Di Đà cùng với Thích Ca
Chư đại đệ tử bày ra phép màu
Đề Bà, Xà Thế ngưng tay
Nguyệt Quang, Kỳ Lão cho hay tỏ tường.

(79)
上列各各諸大聖，將底下凡愚罪人
方便引入他力門，逆惡不漏誓願中

Thượng liệt các các chư Đại Thánh
Tương để hạ phàm ngu tội nhơn
Phương tiện dẫn nhập tha lực môn.
Nghịch ác bất lậu thệ nguyện trung.

Dịch ý:

Trên nêu mỗi mỗi các Đại Thánh
Gần đáy hạ phàm người ngu tội
Phương tiện dẫn vào tha lực môn
Nghịch ác chẳng rỉ trong thệ nguyện.

Dịch thơ:

Chư Thánh như ở bên trên
Rõ biết tất cả kẻ trên, người phàm
Phương tiện tha lực nên làm

Thệ nguyện nghịch ác tội tình chẳng thêm.

(80)

釋迦韋提行方便，淨土機緣得成就
雨行大臣為作證，致使闍王興惡逆

Thích Ca Vi Đề hành phương tiện
Tịnh Độ cơ duyên đắc thành tựu
Vũ Hành Đại Thần vi tác chứng
Trí sử Xà Vương hưng ác nghịch.

Dịch ý:

Thích Ca Vi Đề hành phương tiện
Tịnh Độ cơ duyên được thành tựu
Vũ Hành Đại Thần làm tác chứng
Trao cho Xà Vương thịnh ác nghiệp.

Dịch thơ:

Vi Đề được Đức Thích Ca
Phương tiện Tịnh Độ chỉ ra duyên nầy
Vũ Hành làm chứng rành rành
Bảo rằng Xà Thế thịnh hành nghiệp nhơn.

(81)

使定散諸機翻轉，各別自力之三心

皆回心而願通入，彌陀利他之信心

Sử định tán chư cơ phiên chuyển
Các biệt tự lực chi tam tâm
Giai hồi tâm nhi nguyện thông nhập
Di Đà lợi tha chi tín tâm.

Dịch ý:

Khiến Định, Tán các cơ bay chuyển
Mỗi riêng tự lực của ba tâm
Đều hồi tâm mà nguyện thông vào
Di Đà lợi tha là tín tâm.

Dịch thơ:

Định, Tán thay đổi tùy nơi
Mỗi riêng tự lực cả thời ba tâm
Hồi tâm lại được thậm thâm
Di Đà tha lực chính thành tín tâm.

Bên trên là ý của Quán Kinh.

Di Đà Kinh Tán (5 khổ)

Ý của kinh Di Đà gồm 5 khổ thơ.

(82)

觀十方微塵世界，一切念佛之眾生
光明攝取而不舍，故名為阿彌陀佛

Quán thập phương vi trần thế giới
Nhất thiết niệm Phật chi chúng sanh
Quang minh nhiếp thủ nhi bất xả
Cố danh vi A Di Đà Phật.

Dịch ý:

Quán mười phương vi trần thế giới
Tất cả niệm Phật của chúng sanh
Quang minh nhiếp thủ mà chẳng bỏ
Nên gọi là A Di Đà Phật.

Dịch thơ:

Quán xem thế giới mười phương
Nếu ai niệm Phật thì thường được xem
Nhiếp thủ bất xả làm nên

A Di Đà Phật ấy tên của Ngài.

(83)

恆沙塵數諸如來，嫌棄萬行之少善
同勸十方眾有情，名號不思議信心

Hằng sa trần số chư Như Lai
Hiềm khí vạn hạnh chi thiểu thiện
Đồng khuyến thập phương chúng hữu tình
Danh hiệu bất tư nghì tín tâm.

Dịch ý:

Hằng sa trần số các Như Lai
Ngờ quên vạn hạnh của thiện ít
Đồng khuyên mười phương chúng hữu tình
Danh hiệu bất tư nghì tín tâm.

Dịch thơ:

Như Lai vô lượng trong đời
Chẳng quên vạn hạnh cứu thời chẳng phân
Khuyên răn các chúng xa gần
Tín tâm Phật hiệu chẳng ngần tính toan.

(84)

十方恆沙數諸佛，闡說極難信之法

為此五濁惡世故，證誠護念念佛人

Thập phương hằng sa số chư Phật
Siển thuyết cực nan tín chi Pháp
Vi thử ngũ trược ác thế cố
Chứng thành hộ niệm niệm Phật nhơn.

Dịch ý:

Mười phương Hằng sa nhiều chư Phật
Mở nói cực khó việc tin pháp
Vì đời ác năm trược nầy vậy
Chứng thành hộ niệm người niệm Phật.

Dịch thơ:

Mười phương chư Phật hằng sa
Mở bày cực khó chỉ ra pháp nầy
Ở đời ngũ trược khó thay
Chứng thành hộ niệm Phật thầy thương khuyên.

(85)

諸佛之護念證誠，是依悲願成就故
凡獲得金剛心者，應報彌陀之大恩

Chư Phật chi hộ niệm chứng thành
Thị y bi nguyện thành tựu cố

Phàm hoạch đắc Kim Cang tâm giả
Ứng báo Di Đà chi đại ân.

Dịch ý:

Chư Phật của hộ niệm chứng thành
Là nương bi nguyện thành tựu vậy
Phàm rộng được tâm Kim Cang ấy
Nên báo Di Đà là đại ân.

Dịch thơ:

Chư Phật hộ niệm chứng thành
Do nương nguyện lực để dành cho ta
Kim Cang tâm ấy kia mà
Ân ấy nên báo Di Đà ban cho.

(86)

恆沙諸佛皆勸告，五濁惡時惡世界
濁惡邪見諸眾生，領受彌陀之名號

Hằng sa chư Phật giai khuyến cáo
Ngũ trược ác thời ác thế giới.
Trược ác tà kiến chư chúng sanh
Lãnh thọ Di Đà chi danh hiệu.

Dịch ý:

Hằng sa chư Phật đều khuyên bảo
Ngũ trược ác thời, ác thế giới
Trược ác tà kiến các chúng sanh
Lãnh thọ danh hiệu của Di Đà.

Dịch thơ:

Hằng sa chư Phật bảo ban
Ngũ trược ác thế khó can con người
Chúng sanh tà kiến mười mươi
Niệm danh hiệu Phật người người chứng nên.

Bên trên là ý của Kinh Di Đà.

Chư Kinh Tán (9 khổ)

Di Đà Hòa Tán gồm 9 khổ thơ.

(87)

憐湣無明之長夜，法身光輪無邊際
示現無礙光如來，影現於安樂界中

Lân mẫn vô minh chi trường dạ
Pháp thân quang luân vô biên tế
Thị hiện vô ngại Quang Như Lai
Ảnh hiện ư An Lạc giới trung.

Dịch ý:

Thương tưởng vô minh của đêm dài
Pháp thân quang luân, vô biên tế
Thị hiện vô ngại, sáng Như Lai
Ảnh hiện ở trong cõi An Lạc.

Dịch thơ:

Thương tưởng vô minh đêm tối
Ánh sáng chiếu soi tận lối tận nơi
Như Lai vô ngại hiện đời

An Lạc cõi Phật chờ thời cho ta.

(88)

久遠實成彌陀佛，因憐湣五濁凡愚
示現釋迦牟尼佛，應現此世迦耶城

Cửu viễn thật thành Di Đà Phật
Nhơn lân mẫn ngũ trược phàm ngu
Thị hiện Thích Ca Mâu Ni Phật
Ứng hiện thử thế Già Gia thành.

Dịch ý:

Từ xa thật thành Di Đà Phật
Vì thương xót ngũ trược phàm ngu
Thị hiện Thích Ca Mâu Ni Phật
Ứng hiện đời nầy thành Già Gia.

Dịch thơ:

Xa xưa thành Phật Di Đà
Phàm phu ngũ trược thương mà hiện thân
Thích Ca Phật Tổ là nhân
Già Gia thành ấy ở gần ta thôi.

(89)

設經百千俱胝劫，以佛百千俱胝舌

一一舌出無量聲，讚歎彌陀亦不盡

Thiết kinh bách thiên Cu Ti kiếp
Dĩ Phật bách thiên Cu Ti thiệt
Nhất nhất thiệt xuất vô lượng thinh
Tán thán Di Đà diệc bất tận.

Dịch ý:

Trải qua trăm ngàn Cu Ti kiếp
Dùng lưỡi Phật trăm ngàn Cu Ti
Mỗi mỗi lưỡi xuất vô lượng tiếng
Tán thán Di Đà lại chẳng cùng.

Dịch thơ:

Cu Ti kiếp số trăm ngàn
Nói ra bằng lưỡi hàng hàng Phật âm
Mỗi lưỡi mỗi một ca ngâm
Tán dương vô tận thâm ân Di Đà.

(90)

大聖釋尊說易往，若有眾生疑淨土
是人名為無眼人，亦可稱為無耳人

Đại Thánh Thích Tôn thuyết dị vãng
Nhược hữu chúng sanh nghi Tịnh Độ

Thị nhơn danh vi vô nhãn nhơn
Diệc khả xưng vi vô nhĩ nhơn.

Dịch ý:

Đại Thánh Thích Tôn nói dễ vãng
Nếu có chúng sanh nghi Tịnh Độ
Người nầy gọi là người không mắt
Lại cũng gọi là người chẳng tai.

Dịch thơ:

Thích Ca dễ vãng chỉ cho
Ai nghi Tịnh Độ khó sang chốn nầy
Chẳng mắt có thể người đây
Chẳng tai cũng vậy không đầy đức tin.

(91)

無上上是真解脫，真解脫即是如來
若能達到真解脫，此心無愛亦無疑

Vô thượng thượng thị chơn giải thoát
Chơn giải thoát tức thị Như Lai
Nhược năng đạt đáo chơn giải thoát
Thử tâm vô ái diệc vô nghi.

Dịch ý:

Vô thượng thượng là chơn giải thoát
Chơn giải thoát tức là Như Lai
Nếu hay đạt được chơn giải thoát
Tâm nầy vô ái cũng vô nghi.

Dịch thơ:

Giải thoát ấy thật không hơn
Như Lai còn gọi chánh chơn nghĩa này
Nếu mà có thể chứng ngay
Tâm nầy không ái, không hay nghi ngờ.

(92)

獲得平等心之時，即名其為一子地
一子地即是佛性，到安養界必得悟

Hoạch đắc bình đẳng tâm chi thời
Tức danh kỳ vi nhất tử địa
Nhất tử địa tức thị Phật tánh
Đáo An Dưỡng giới tất đắc ngộ.

Dịch ý:

Rộng được bình đẳng tâm là lúc
Liền gọi đây là Nhất Tử Địa
Nhất Tử Địa tức là Phật tánh
Đến cõi An Dưỡng liền được ngộ.

Dịch thơ:

Lúc mà bình đẳng tâm kia
Gọi tên Nhứt Tử chẳng lìa Địa ra
Đó là Phật tánh kia mà
Đến An Dưỡng quốc ấy đà ngộ chơn.

(93)

如來者即是涅槃，涅槃亦名為佛性
在此凡地不能悟，到安養界必得證

Như Lai giả tức thị Niết Bàn
Niết Bàn diệc danh vi Phật tánh
Tại thử phàm địa bất năng ngộ
Đáo An Dưỡng giới tất đắc chứng.

Dịch ý:

Như Lai ấy tức là Niết Bàn
Niết Bàn lại gọi là Phật tánh
Tại đây phàm địa chẳng thể ngộ
Đến cõi An Dưỡng tất được chứng.

Dịch thơ:

Niết Bàn chính thật Như Lai
Phật tánh cũng đó chẳng hai khác nào
Phàm địa chẳng thể chứng cao

Đến An Dưỡng quốc cửa vào mở ra.

(94)

歡喜信心無疑者，經言與諸如來等
大信心即是佛性，佛性者即是如來

Hoan hỷ tín tâm vô nghi giả
Kinh ngôn dữ chư Như Lai đẳng
Đại tín tâm tức thị Phật tánh
Phật tánh giả tức thị Như Lai.

Dịch ý:

Hoan hỷ tín tâm vô ngại ấy
Lời Kinh cùng các đấng Như Lai
Đại tín tâm tức là Phật tánh
Phật tánh ấy tức là Như Lai.

Dịch thơ:

Chẳng nghi, tin thật hỷ hoan
Như Lai lời dạy bảo ban tin trì
Tánh Phật tin ấy khác chi
Như Lai cũng thế tánh thì Phật tâm.

(95)

眾生有礙之智慧，懷疑無礙之佛智

曾婆羅頻陀羅獄，永沉多劫眾苦中

Chúng sanh hữu ngại chi trí tuệ
Hoài nghi vô ngại chi Phật trí
Tằng Bà La, Tần Đà La ngục
Vĩnh trầm đa kiếp chúng khổ trung.

Dịch ý:

Chúng sanh có ngại của Phật trí
Hoài nghi vô ngại là Phật trí
Tằng Bà La, Tần Đà La ngục
Lâu chìm nhiều kiếp trong các khổ.

Dịch thơ:

Ai kia Phật trí hoài nghi
Nếu không nghi ấy tức thì trí kia
Tằng Bà, Tần Đà chẳng lìa
Khổ trong nhiều kiếp đầm đìa tại đây.

Bên trên là ý của nhiều kinh.

Hiện Thế Lợi Ích Tán (15 khổ)

(96)

阿彌陀如來來化，本為息災延命故
特為眾生先開示，金光明經壽量品

A Di Đà Như Lai lai hóa
Bổn vi tức tai diên mệnh cố
Đặc vi chúng sanh tiên khai thị
Kim Quang Minh kinh Thọ Lượng phẩm.

Dịch ý:

A Di Đà Như Lai hóa, lai hóa
Chính vì nghỉ cháy nên diên mệnh
Riêng vì chúng sanh, trước khai thị
Kinh Kim Quang Minh, Thọ Lượng Phẩm.

Dịch thơ:

Hóa thân thành Đức Di Đà
Chính vì giải nạn hằng sa hữu tình
Mở bày khắp cả chúng sinh
Kim Quang, Thọ Lượng chứng minh cho đời.

(97)

山家之傳教大師，為憐愍國土人民
七難消滅誦文中，說應稱念彌陀佛

Sơn gia chi Truyền Giáo Đại Sư
Vi lân mẫn quốc thổ (độ) nhơn dân
Thất nạn tiêu diệt tụng văn trung
Thuyết ưng xưng niệm Di Đà Phật.

Dịch ý:

Nhà núi của Truyền Giáo Đại Sư
Vì thương tưởng người dân đất nước
Bảy lần nạn hết, trong văn tụng
Nói nên xưng niệm Di Đà Phật.

Dịch thơ:

Truyền Giáo Đại Sư nhà núi
Thương chúng sanh của nước non nhà
Bảy lần nạn hết tiêu ma
A Di Đà Phật nên mà xưng danh.

(98)

念南無阿彌陀佛，勝過一切之功德
即使三世之重障，亦必轉變為輕微

Niệm Nam Mô A Di Đà Phật
Thắng quá nhất thiết chi công đức
Tức sử tam thế chi trọng chứng
Diệc tất chuyển biến vi khinh vi.

Dịch ý:

Niệm Nam Mô A Di Đà Phật
Hơn nhiều tất cả các công đức
Liền khiến ba đời các chướng nặng
Lại liền chuyển biến thành nhẹ nhàng.

Dịch thơ:

A Di Đà Phật niệm danh
Công đức khó nghĩ việc lành hẵn hơn
Ba đời nghiệp nặng là nhơn
Chuyển thành nhẹ nhõm là chơn ấy mà.

(99)

念南無阿彌陀佛，此世利益無限際
流轉輪回之罪消，定業中夭亦皆除

Niệm Nam Mô A Di Đà Phật
Thử thế lợi ích vô hạn tế
Lưu chuyển luân hồi chi tội tiêu
Định nghiệp trung yêu diệc giai trừ.

Dịch ý:

Niệm Nam Mô A Di Đà Phật
Đời nầy lợi ích không cùng tận
Lưu chuyển luân hồi tội ấy tiêu
Trong Định Nghiệp lớn cũng đều trừ.

Dịch thơ:

A Di Đà Phật niệm lên
Đời nầy lợi ích chẳng nên chần chờ
Luân hồi lưu chuyển tiêu nhờ
Cả ngay Định nghiệp không ngờ tiêu luôn.

(100)
念南無阿彌陀佛，梵天帝釋皆歸敬
所有諸天各善神，日日夜夜常守護

Niệm Nam Mô A Di Đà Phật
Phạm Thiên, Đế Thích giai quy kỉnh
Sở hữu chư Thiên các Thiện Thần
Nhựt nhựt dạ dạ thường thủ hộ.

Dịch ý:

Niệm Nam Mô A Di Đà Phật
Phạm Thiên Đế Thích đều quy kính
Cho nên chư thiên mỗi thiện thần

Ngày ngày đêm đêm thường gìn giữ.

Dịch thơ:

A Di Đà Phật niệm tên
Phạm Thiên, Đế Thích cùng bên đón chào
Thiện Thần Đế Thích mời vào
Ngày đêm gìn giữ chớ nào bỏ quên.

(101)

念南無阿彌陀佛，四大天王皆共同
日日夜夜常守護，四方惡鬼不敢近

Niệm Nam Mô A Di Đà Phật
Tứ Đại Thiên Vương giai cộng đồng
Nhựt nhựt dạ dạ thường thủ hộ
Tứ phương ác quỷ bất cảm cận.

Dịch ý:

Niệm Nam Mô A Di Đà Phật
Bốn đại Thiên Vương đều cùng giống
Ngày ngày đêm đêm thường giữ gìn
Bốn phương ác quỷ không dám gần.

Dịch thơ:

Di Đà siêng niệm đến tên

Thiên vương bốn vị kề bên đón mời
Ngày đêm gìn giữ nhiều thời
Bốn phương ác quỷ đời đời tránh xa.

(102)

念南無阿彌陀佛，堅牢地祇亦尊敬
如同形影互相隨，日日夜夜常守護

Niệm Nam Mô A Di Đà Phật
Kiên lao, Địa kỳ diệc tôn kính
Như đồng hình ảnh hỗ tương tùy
Nhựt nhựt dạ dạ thường thủ hộ.

Dịch ý:

Niệm Nam Mô A Di Đà Phật
Kiên lao, địa kỳ lại tôn kính
Như cùng hình ảnh hỗ tương nhau
Ngày ngày đêm đêm thường gìn giữ.

Dịch thơ:

Di Đà Phật ấy niệm lên
Kiên lao cả kính cùng tên Địa kỳ
Giống như ảnh hiện tư nghì
Ngày đêm chẳng sợ tức thì an tâm.

(103)

念南無阿彌陀佛，難陀跋難大龍等
無量龍神皆尊敬，日日夜夜常守護

Niệm Nam Mô A Di Đà Phật
Nam Đà, Bạt Nan Đại Long đẳng
Vô lượng Long thần giai tôn kính
Nhựt nhựt dạ dạ thường thủ hộ.

Dịch ý:

Niệm Nam Mô A Di Đà Phật
Nan Đà, Bạt Nan, rồng lớn thảy
Vô lượng long thần đều tôn kính
Ngày ngày đêm đêm thường gìn giữ.

Dịch thơ:

A Di Đà Phật niệm lên
Rồng lớn Nan Đà, Bạt Nan có tên
Trăm ngàn Long chúng đều bên
Ngày đêm gìn giữ ta nên tu hành.

(104)

念南無阿彌陀佛，炎魔法王亦尊敬
五道冥官皆共同，日日夜夜常守護

Niệm Nam Mô A Di Đà Phật
Diệm ma pháp vương diệc tôn kính
Ngũ đạo minh quan giai cộng đồng
Nhựt nhựt dạ dạ thường thủ hộ.

Dịch ý:

Niệm Nam Mô A Di Đà Phật
Diệm ma pháp vương lại tôn kính
Năm đường minh quan đều cùng giống
Ngày ngày đêm đêm thường gìn giữ.

Dịch thơ:

A Di Đà Phật niệm lên
Diêm Ma Vương chủ nghe tên kính cùng
Minh quan ở cả năm vùng
Ngày đêm gìn giữ ngại ngùng ai đâu.

(105)

念南無阿彌陀佛，他化天之大魔王
亦在釋迦文佛前，誓言必作常守護

Niệm Nam Mô A Di Đà Phật
Tha Hóa Thiên chi đại ma vương
Diệc tại Thích Ca Văn Phật tiền
Thệ ngôn tất tác thường thủ hộ.

Dịch ý:

Niệm Nam Mô A Di Đà Phật
Trời Tha Hóa là Đại Phạm Thiên
Lại ở trước Thích Ca Văn Phật
Thệ rằng hẳn hay thường gìn giữ.

Dịch thơ:

A Di Đà Phật đây rồi
Ma vương cõi Hóa đứng ngồi thưa lên
Thích Ca Văn Phật đây rồi
Phát lời thệ nguyện gìn ngôi báu Ngài

(106)
此等天神與地祇，悉皆名為善鬼神
此等善神皆共同，守護念佛諸眾生

Thử đẳng Thiên Thần dữ Địa kỳ
Tất giai danh vi thiện quỷ thần
Thử đẳng thiện thần giai cộng đồng
Thủ hộ niệm Phật chư chúng sanh.

Dịch ý:

Những nầy Thiên Thần cùng Địa Kỳ
Thảy đều gọi là Thiện quỷ thần
Những thiện thần nầy đều cùng giống

Giữ gìn những chúng sanh niệm Phật.

Dịch thơ:

Thiên Thần cùng với Địa kỳ
Tất cả vị ấy lành vì chúng sanh
Thiện thần giúp kẻ làm lành
Giữ gìn niệm Phật kẻ hành Nam Mô.

(107)

願力不思議信心，即是大菩提心故
所有天地惡鬼神，皆得一一敬畏服

Nguyện lực bất tư nghì tín tâm
Tức thị đại Bồ Đề tâm cố
Sở hữu thiên địa ác quỷ thần
Giai đắc nhất nhất kỉnh uý phục.

Dịch ý:

Nguyện lực bất tư nghì tín tâm
Tức là đại Bồ Đề Tâm vậy
Cho nên thiên địa ác quỷ thần
Mỗi mỗi đều được kính uy phục.

Dịch thơ:

Tâm kia nguyện lực vô cùng

Bồ Đề tâm ấy ung dung hộ người
Dẫu cho ác quỷ trêu ngươi
Tất cả đều được mười mươi kính nguyền.

(108)

念南無阿彌陀佛，觀音勢至亦偕同
恆沙塵數諸菩薩，如影相隨在身邊

Niệm Nam Mô A Di Đà Phật
Quan Âm Thế Chí diệc giai đồng
Hằng sa trần số chư Bồ Tát
Như ảnh tướng tùy tại thân biên.

Dịch ý:

Niệm Nam Mô A Di Đà Phật
Quan Âm Thế Chí đều giống nhau
Hằng sa trần số các Bồ Tát
Như ảnh theo cùng bên cạnh thân.

Dịch thơ:

A Di Đà Phật niệm lên
Quan Âm Thế Chí kề bên ta cùng
Hằng sa Bồ Tát cùng chung
Như hình với bóng như khung với hình.

(109)

無礙光佛之光中，有無數之阿彌陀
各各化佛皆相隨，保護真實信心者

Vô Ngại Quang Phật chi quang trung
Hữu vô số chi A Di Đà
Các các hóa Phật giai tướng tùy
Bảo hộ chơn thật tín tâm giả.

Dịch ý:

Vô Ngại Quang Phật trong ánh sáng
Có vô số là A Di Đà
Mỗi mỗi hóa Phật đều theo sau
Bảo hộ chơn thật tín tâm ấy.

Dịch thơ:

Vô Ngại Quang Phật hào quang
Di Đà thị hiện rõ ràng nơi nơi
Tùy theo hóa Phật ai ơi
Bảo hộ chơn thật tâm thời lo chi.

(110)

念南無阿彌陀佛，十方無量數諸佛
百重千重來圍繞，歡喜相隨常守護

Niệm Nam Mô A Di Đà Phật
Thập phương vô lượng số chư Phật
Bách trọng thiên trọng lai vi nhiễu
Hoan hỷ tướng tùy thường thủ hộ.

Dịch ý:

Niệm Nam Mô A Di Đà Phật
Mười phương vô lượng các đức Phật
Trăm lần ngàn lần đến vây quanh
Hoan hỷ cùng theo thường gìn giữ.

Dịch thơ:

A Di Đà Phật niệm thêm
Mười phương vô lượng ngày đêm Phật thời
Trăm nghìn trùng lớp chơi vơi
Luôn có bảo hộ ngời ngời hỷ hoan.

Bên trên là hiện thế lợi ích.

Thế Chí Tán (8 khổ)

(111)

勢至念佛圓通，五十二菩薩，
即從座位起，頂禮於佛足

Thế Chí niệm Phật viên thông
Ngũ thập nhị Bồ Tát
Tức tòng tọa vị khởi
Đảnh lễ ư Phật túc.

Dịch ý:

Thế Chí niệm Phật viên thông
Năm mươi hai Bồ Tát
Liền từ chỗ ngồi dậy
Đảnh lễ nơi chân Phật.

Dịch thơ:

Niệm Phật Thế Chí viên thông
Năm hai Bồ Tát cùng đồng đứng lên
Tức liền chỗ ấy có tên
Đảnh lễ chân Phật cho nên tư nghì.

(112)

白教主世尊，往昔恆沙劫，
有佛出於世，名曰無量光

Bạch Giáo chủ Thế Tôn
Vãng tích hằng sa kiếp
Hữu Phật xuất ư thế
Danh viết Vô Lượng Quang.

Dịch ý:

Thưa Giáo Chủ Thế Tôn
Xưa nay hằng sa kiếp
Có Phật ra đời nầy
Tên là Vô Lượng Quang.

Dịch thơ:

Bạch cùng Giáo chủ Thế Tôn
Hằng sa kiếp trước còn tồn đến nay
Chư Phật xuất hiện kiếp nầy
Vô Lượng Quang ấy chính Thầy A Di.

(113)

十二位如來，經過十二劫，
最後之如來，名超日月光

Thập nhị vị Như Lai
Kinh quá thập nhị kiếp
Tối hậu chi Như Lai
Danh Siêu Nhựt Nguyệt Quang.

Dịch ý:

Mười hai vị Như Lai
Trải qua mười hai kiếp
Cuối cùng là Như Lai
Gọi Siêu Nhựt Nguyệt Quang.

Dịch thơ:

Như Lai như thế mười hai
Mười hai kiếp ấy miệt mài độ sanh
Cuối cùng vị ấy rành rành
Tên Siêu Nhật Nguyệt là danh cõi đời.

(114)

彼佛教導我，修念佛三昧，
如來念眾生，憐念如一子

Bỉ Phật giáo đạo ngã
Tu niệm Phật Tam Muội
Như Lai niệm chúng sanh
Liên niệm như nhất tử.

Dịch ý:

Phật kia dạy chỉ ta
Tu niệm Phật Tam Muội
Như Lai nhớ chúng sanh
Thương nhớ như con một.

Dịch thơ:

Phật kia đã dạy cho ta
Niệm Phật Tam Muội ấy là nhân duyên
Như Lai niệm chúng sanh liền
Như con một ấy hành chuyên khó lường.

(115)

猶如子憶母，眾生憶念佛，
現前與當來，不久拜見佛

Do như tử ức mẫu
Chúng sanh ức niệm Phật
Hiện tiền dữ đương lai
Bất cửu bái kiến Phật

Dịch ý:

Do như con nhớ mẹ
Chúng sanh nhớ niệm Phật
Hiện tiền cùng đương lai

Chẳng lâu bái kiến Phật.

Dịch thơ:

Con kia nhớ mẹ giống nhau
Chúng sanh niệm Phật có ngày chẳng xa
Hiện tại kể cả gần xa
Nay mai thấy Phật thế mà phước thêm.

(116)
如同染香人，身常有香氣，
此法則名曰，香光之莊嚴

Như đồng trầm hương nhơn
Thân thường hữu hương khí
Thử pháp tắc danh viết
Hương Quang chi trang nghiêm.

Dịch ý:

Giống như người trầm hương
Thân thường có mùi thơm
Pháp nầy liền gọi là
Hương Quang của trang nghiêm.

Dịch thơ:

Người thơm như cả trầm hương

Thân thường tỏa rạng nghìn phương tỏ tường
Pháp nầy được viết chẳng lường
Hương Quang tên gọi ấy thường trang nghiêm.

(117)

我本因地時，唯以念佛心，
進入無生忍，今於娑婆界

Ngã bổn nhơn địa thời
Duy dĩ niệm Phật tâm
Tiến nhập vô sanh nhẫn
Kim ư Sa Bà giới.

Dịch ý:

Ta lúc ở Nhơn Địa
Chỉ dùng tâm niệm Phật
Tiến vào Vô Sanh Nhẫn
Nay ở cõi Ta Bà.

Dịch thơ:

Lúc ta còn ở nơi đây
Chỉ chuyên niệm Phật đêm ngày chẳng ngơi
Vô Sanh Nhẫn, chẳng xa rời
Ta Bà thị hiện là nơi bây giờ.

(118)

攝取念佛人，歸入於淨土，
大勢至菩薩，大恩應報答

Nhiếp thủ niệm Phật nhơn
Quy nhập ư Tịnh Độ
Đại Thế Chí Bồ Tát
Đại ân ưng báo đáp.

Dịch ý:

Người nhiếp thủ niệm Phật
Quy vào nơi Tịnh Độ
Đại Thế Chí Bồ Tát
Ân lớn nên báo đáp.

Dịch thơ:

Gìn giữ kẻ niệm Phật kia
Được sang Tịnh Độ, xa lìa nơi đây
Thế Chí Bồ Tát dựng xây
Đại ân nên đáp chẳng tầy lớn lao.

Dịch xong 118 khổ thơ nầy vào lúc 17 giờ ngày 20 tháng 7 năm 2023, tại Phương Trượng Đường Tổ Đình Viên Giác, Hannover, Đức Quốc, nhân ngày lễ bế mạc của các học viên khoá tu gieo duyên và khoá xuất gia gieo duyên.

CAO TĂNG HÒA TÁN

(gồm 117 khổ +2)

Đại Chánh Tân Tu tập 83. Kinh văn số: 2651.

Long Thọ Tán (10 khổ)

Thiên Thân Tán (10 khổ)

Đàm Loan Tán (34 khổ)

Đạo Xước Tán (7 khổ)

Thiện Đạo Tán (26 khổ)

Nguyên Tín Tán (10 khổ)

Nguyên Không Tán (20 khổ)

Kết Tán (2 khổ) cộng thành 119 khổ.

Bắt đầu dịch 119 khổ nầy ra Hán Việt và dịch thành thơ lục bát ngày 11 tháng 7 năm 2023, tại Phương Trượng Đường Tổ Đình Viên Giác, Hannover, Đức Quốc.

Long Thọ Hòa Tán (10 khổ)

(1)

本師龍樹菩薩者，著智度毘婆娑等
多讚揚西方淨土，勸勉眾生常念佛

Bổn Sư Long Thọ Bồ Tát giả
Trước Trí Độ, Tỳ Bà Sa đẳng
Đa tán dương Tây Phương Tịnh Độ
Khuyên miễn chúng sanh thường niệm Phật.

Dịch ý:

Bổn Sư Long Thọ Bồ Tát ấy
Soạn Trí Độ Tỳ Bà Sa thảy
Nhiều tán dương Tây Phương Tịnh Độ
Khuyến khích chúng sanh thường niệm Phật.

Dịch thơ:

Long Thọ Bồ Tát Bổn Sư
Tỳ Bà, Trí Độ vạn từ truyền trao
Tây Phương Tịnh Độ khuyên vào
Dạy người niệm Phật khác nào Thầy ta.

(2)

世尊往昔曾預言，南天竺中有比丘
名為龍樹菩薩者，能破有無之邪見

Thế Tôn vãng tích hội dự ngôn
Nam Thiên Trúc trung hữu Tỳ Kheo
Danh vi Long Thọ Bồ Tát giả
Năng phá vô hữu chi tà kiến.

Dịch ý:

Thế Tôn từ xưa từng nói rằng
Trong Nam Thiên Trúc có Tỳ Kheo
Tên là Long Thọ Bồ Tát ấy
Hay phá hữu vô của tà kiến.

Dịch thơ:

Thế Tôn đã có lời rằng
Từ Nam Thiên Trúc ai bằng Tỳ Kheo
Long Thọ Bồ Tát xưa nay
Hay phá vô hữu chẳng theo đường tà.

(3)

本師龍樹菩薩者，宣說大乘無上法
自己證得歡喜地，偏勸眾生念彌陀

Bổn Sư Long Thọ Bồ Tát giả
Tuyên thuyết Đại Thừa vô thượng pháp
Tự kỷ chứng đắc Hoan Hỷ Địa
Thiên khuyến chúng sanh niệm Di Đà.

Dịch ý:

Bổn Sư Long Thọ Bồ Tát ấy
Tuyên nói Đại Thừa vô thượng pháp
Tự mình chứng đắc Hoan Hỷ Địa
Riêng khuyên chúng sanh niệm Di Đà.

Dịch thơ:

Long Thọ Bồ Tát Bổn Sư
Đại Thừa Diệu pháp ngôn từ tuyên dương
Hoan Hỷ Địa ấy chứng thường
Khuyên cho sanh chúng hãy nương Di Đà.

(4)

龍樹大士出於世，教導難行易行道
流轉輪回我等眾，應乘弘誓大願船

Long Thọ Đại Sĩ xuất ư thế
Giáo đạo nan hành, dị hành đạo
Lưu chuyển luân hồi ngã chẳng chúng
Ưng thừa hoằng thệ đại nguyện thuyền.

Dịch ý:

Long Thọ Đại Sĩ ra nơi đời
Chỉ dạy dị hành, nan hành đạo
Lưu chuyển luân hồi chúng ta đây
Nên lên thệ rộng thuyền đại nguyện.

Dịch thơ:

Long Thọ Đại Sĩ ra đời
Nan hành hay dễ tìm lời dạy khuyên
Chúng sanh lưu chuyển mọi miền
Nên lên bờ giác bằng thuyền lớn đây.

(5)
龍樹菩薩之教理，如欲弘揚聽聞者
應將本願繫於心，時常稱名念彌陀

Long Thọ Bồ Tát chi giáo lý
Như dục hoằng dương Thanh Văn giả
Ưng tương Bổn Nguyện hệ ư tâm
Thời thường xưng danh niệm Di Đà.

Dịch ý:

Giáo lý của Long Thọ Bồ Tát
Như muốn hoằng dương Thanh Văn ấy
Nên dùng Bổn Nguyện cột nơi tâm

Thì thường xưng danh niệm Di Đà.

Dịch thơ:

Bồ Tát Long Thọ chỉ bày
Thanh Văn muốn học từ rày chẳng nên
Cột chặt Bổn Nguyện làm nền
Di Đà sáu chữ niệm lên hằng ngày.

(6)

若人欲疾至，不退轉地者
應以恭敬心，執持稱名號

Nhược nhơn dục tật chí
Bất Thối chuyển địa giả
Ưng dĩ cung kính tâm
Chấp trì xưng danh hiệu.

Dịch ý:

Nếu người bệnh hiện đến
Chẳng thoái chuyển địa ấy
Nên lấy tâm cung kính
Chấp trì xưng danh hiệu.

Dịch thơ:

Người kia có bệnh hiện ra

Bất Thối địa ấy mới là phải qua
Nếu mà cung kính thật thà
Qua câu Phật hiệu Di Đà nên xưng.

(7)

生死苦海無邊際，曠劫沉沒之我等
唯有彌陀弘誓船，乘彼願船必能度

Sanh tử khổ hải vô biên tế
Quảng kiếp trầm một chi ngã đẳng
Duy hữu Di Đà hoằng thệ thuyền
Thừa bỉ nguyện thuyền tất năng độ.

Dịch ý:

Sanh tử khổ ải không ngằn mé
Nhiều kiếp chìm đắm là chúng ta
Chỉ có Di Đà thuyền thệ lớn
Lên kia thuyền nguyện tức hay qua.

Dịch thơ:

Tử sinh sinh tử vô cùng
Trầm luân mọi nẻo cùng chung một thuyền
Di Đà Bổn Nguyện lời nguyền
Hãy lên thuyền ấy để chuyên tu trì.

(8)

智度論中曾有言，如來是無上法王
菩薩可視為法臣，所應尊重是世尊

Trí Độ Luận trung hội hữu ngôn
Như Lai thị vô thượng pháp vương
Bồ Tát khả thị vi pháp thần
Sở ưng tôn trọng thị Thế Tôn.

Dịch ý:

Trong Trí Độ Luận có nói rằng
Như Lai là Vô Thượng Pháp Vương
Bồ Tát hay thấy là Pháp Thần
Cho nên tôn trọng là Thế Tôn.

Dịch thơ:

Đại Trí Độ có nói rằng
Pháp vương ngôi ấy ai bằng Như Lai
Pháp Thần Bồ Tát chẳng sai
Được tôn trọng kính Như Lai sánh cùng.

(9)

一切菩薩作此言，我等曾在因地時
歷經無量劫之久，雖修行萬善萬行

Nhất thiết Bồ Tát tác thử ngôn
Ngã đẳng hội tại nhơn địa thời
Lịch kinh vô lượng kiếp chi cửu
Duy tu hạnh, vạn thiện vạn hạnh.

Dịch ý:

Tất cả Bồ Tát nói điều nầy
Chúng ta lúc còn ở Nhơn Địa
Trải qua vô lượng kiếp dài lâu
Chỉ tu hành vạn thiện vạn hạnh.

Dịch thơ:

Lời vàng Bồ Tát nói ra
Nhơn Địa sanh chúng như ta tu hành
Trải qua nhiều kiếp tử sanh
Vạn thiện vạn hạnh tu thành Phật ngay.

(10)

恩愛業緣甚難斷，生死輪回甚難盡
唯信受念佛三昧，滅除罪障得度脫

Ân ái nghiệp duyên thâm nan đoạn
Sanh tử luân hồi thậm nan tận
Duy tín thọ niệm Phật Tam Muội
Diệt trừ tội chướng đắc độ thoát.

Dịch ý:

Ân ái nghiệp duyên thật khó đoạn
Sanh tử luân hồi thật khó tận
Chỉ tin thọ niệm Phật Tam Muội
Diệt trừ tội chướng được độ thoát.

Dịch thơ:

Ân ái nghiệp duyên khó dứt
Luân hồi sanh tử cắt đứt sao đây
Tam Muội niệm Phật tin đầy
Diệt trừ tội chướng rời ngay luân hồi.

Bên trên là Long Thọ Bồ Tát.

Thiên Thân Tán (10 khổ)

(11)

釋迦教法雖然多，天親菩薩誠懇勸
煩惱成就之我等，應依彌陀之弘誓

Thích Ca giáo pháp duy nhiên đa
Thiên Thân Bồ Tát thành khẩn khuyến
Phiền não thành tựu chi ngã đẳng
Ưng y Di Đà chi hoằng thệ.

Dịch ý:

Thích Ca giáo pháp tuy nhiên nhiều
Thiên Thân Bồ Tát thành khẩn khuyên
Phiền não dẫy đầy của chúng ta
Nên nương Di Đà là thệ rộng.

Dịch thơ:

Thích Ca giáo pháp tuy nhiều
Thiên Thân Bồ Tát ra chiều khuyên răn
Phiền não chúng ta ăn năn
Di Đà hoằng thệ chi bằng niệm danh.

(12)

安樂淨土之莊嚴，唯佛與佛始能知
若論究竟如虛空，恢廓廣大無邊際

An Lạc Tịnh Độ chi trang nghiêm
Duy Phật dữ Phật thủy năng tri
Nhược luận cứu cánh như hư không
Khôi khuếch quảng đại cô biên tế.

Dịch ý:

An Lạc Tịnh Độ là trang nghiêm
Chỉ Phật cùng Phật trước hay biết
Nếu luận cứu cánh như hư không
To lớn rộng rãi không cùng tận.

Dịch thơ:

An Lạc Tịnh Độ trang nghiêm
Chỉ Phật với Phật rõ tìm ai hay
Nếu xem cứu cánh rộng bày
To lớn rộng rãi sánh tày hư không.

(13)

如能得遇本願力，必定無有空過者
充滿功德大寶海，不隔煩惱諸濁水

Như năng đắc ngộ Bổn Nguyện lực
Tất định vô hữu không quá giả
Sung mãn công đức đại bảo hải
Bất ngung phiền não chư trược thuỷ.

Dịch ý:

Như hay được gặp Bổn Nguyện lực
Nhất định vô hữu không quá ấy
Đầy đủ công đức đại bảo hải
Chẳng ngoài phiền não cùng nước dơ.

Dịch thơ:

Bổn Nguyện hay gặp được liền
Tất nhiên không có, không biên tế nào
Bảo hải công đức biết bao
Nước dơ phiền não chẳng cùng được đâu.

(14)

如來淨華諸聖眾，正覺華中所化生
眾生一切之願樂，皆能疾速得滿足

Như Lai Tịnh hoa chư Thánh chúng
Chánh Giác hoa trung sở hóa sanh
Chúng sanh nhất thiết chư nguyện lạc
Giai năng tật tốc đắc mãn túc.

Dịch ý:

Như Lai tịnh hoa chư Thánh Chúng
Trong hoa Chánh Giác chỗ hóa sanh
Chúng sanh tất cả cùng nguyện vui
Đều hay liền mau được đầy đủ.

Dịch thơ:

Như Lai thánh chúng cúng hoa
Trong hoa Chánh Giác hóa ra sanh liền
Làm cho sanh chúng an nhiên
Tất cả đều được về miền an vui.

(15)
天人不動之聖眾，皆從弘誓智海生
心業功德俱清淨，猶如虛空無差別

Thiên nhơn bất động chi Thánh chúng
Giai tòng hoằng thệ trí hải sanh
Tâm nghiệp công đức cụ thanh tịnh
Do như hư không vô sai biệt.

Dịch ý:

Trời người chẳng động của Thánh chúng
Đều từ hoằng thệ trí hải sanh
Tâm nghiệp công đức đều thanh tịnh

Do như hư không chẳng sai biệt.

Dịch thơ:

Trời người bất động Thánh hiền
Đều do hoằng thệ trí liền sanh ra
Đức kia, tâm nghiệp ấy là
Như hư không đó khó qua đo lường.

(16)

天親論主說一心，歸命十方無礙光
若乘彌陀本願力，必到安樂之報土

Thiên Thân luận chủ thuyết nhất tâm
Quy mệnh thập phương Vô Ngại Quang
Nhược thừa Di Đà Bổn Nguyện lực
Tất đáo An Lạc chi Báo độ.

Dịch ý:

Thiên Thân luận chủ nói nhất tâm
Quy mệnh mười phương Vô Ngại Quang
Nếu nương Di Đà Bổn Nguyện lực
Tất đến An Lạc của Báo Độ.

Dịch thơ:

Thiên Thân luận chữ nhứt tâm

Mười phương quy mệnh về tầm Ngại Quang
Nương vào Bổn Nguyện Ngài ban
An Lạc Báo Độ Lạc Bang đây rồi.

(17)

唯有一心歸命彼，盡十方無礙光佛
天親論主之言曰，此即是願作佛心

Duy hữu nhất tâm quy mệnh bỉ
Tận thập phương Vô Ngại Quang Phật
Thiên Thân luận chủ chi ngôn viết
Thử tức thị nguyện tác Phật tâm.

Dịch ý:

Chỉ có nhất tâm quy mạng kia
Tận mười phương Vô Ngại Quang Phật
Thiên Thân luận chủ đã nói rằng
Đây tức là nguyện làm tâm Phật.

Dịch thơ:

Chỉ có một lòng quy mạng
Vô Ngại Quang Phật biến dạng mười phương
Thiên Thân đã dạy tỏ tường
Chính là tâm Phật nguyện vương đó mà.

(18)

所謂願作佛之心，即是度眾生之心

度眾生之心即是，利他真實之信心

Sở vị nguyện tác Phật chi tâm

Tức thị độ chúng sanh chi tâm

Độ chúng sanh chi tâm tức thị

Lợi tha chơn thật chi tín tâm.

Dịch ý:

Cho nên tâm kia nguyện làm Phật

Tức là tâm của độ chúng sanh

Độ chúng sanh là tâm tức là

Lợi tha chơn thật của tín tâm.

Dịch thơ:

Tâm kia làm Phật nguyện mà

Tâm ấy cứu độ những là chúng sanh

Chúng sanh tâm, tâm ấy mà

Lợi tha chơn thật chính là tín tâm.

(19)

信心者即是一心，一心即是金剛心

金剛心是菩提心，此心亦即是他力

Tín tâm giả tức thị nhất tâm
Nhất tâm tức thị Kim cang tâm
Kim cang tâm thị Bồ Đề tâm
Thử tâm diệc tức thị tha lực.

Dịch ý:

Tín tâm ấy tức là nhất tâm
Nhất tâm tức là Kim Cang tâm
Kim Cang tâm là tâm Giác Ngộ
Tâm nầy lại tức là tha lực.

Dịch thơ:

Nhứt tâm ấy tín tâm nầy
Kim Cang tâm đó cũng là nhứt tâm
Tâm Kim Cang giác ngộ tâm
Tha lực chính đấy tâm nầy chớ đâu.

(20)

若到願土即速能，得證無上般涅槃
即能發起大慈悲，此即名之為回向

Nhược đáo nguyện độ tức tốc năng
Đắc chứng Vô Thượng Bát Niết Bàn
Tức năng phát khởi đại từ bi
Thử tức danh chi vi hồi hướng.

Dịch ý:

Nếu đến nguyện độ, tức tốc hay
Được chứng Vô Thượng Bát Niết Bàn
Tức hay phát khởi đại từ bi
Đây gọi tên là vì hồi hướng.

Dịch thơ:

Nguyện kia thành tựu kiền thiền
Niết Bàn vô thượng chứng liền được đây
Từ bi phát khởi chốn nầy
Hồi hướng tên gọi như vầy chứng nên.

Bên trên là Thiên Thân Bồ Tát.

Đàm Loan Tán (34 khổ)

(21)

本師曇鸞和尚者，承菩提流支教導

焚燒長命之仙經，深歸往生淨土門

Bổn Sư Đàm Loan Hòa Thượng giả
Thừa Bồ Đề Lưu Chi giáo đạo
Phần thiêu trường mệnh chi Tiên kinh
Thâm quy vãng sanh Tịnh Độ môn.

Dịch ý:

Bổn Sư Đàm Loan Hòa Thượng ấy
Nhờ Bồ Đề Lưu Chi dạy bảo
Đốt cháy Tiên Kinh về trường mạng
Sâu về vãng sanh Tịnh Độ môn.

Dịch thơ:

Đàm Loan Hòa Thượng Bổn Sư
Giáo đạo học bởi cũng từ Lưu Chi
Thiêu kinh Tiên đạo chỉ vì
Vãng sanh Tịnh Độ thiết gì Tiên Kinh.

(22)

擱置四論之講說，廣演本願他力教

引導具縛諸凡眾，平等進入涅槃門

Các trí Tứ Luận chi giảng thuyết

Quảng diễn Bổn Nguyện tha lực giáo

Dẫn đạo cụ phược chư phàm chúng

Bình đẳng tiến nhập Niết Bàn môn.

Dịch ý:

Gác nơi tứ luận mà giảng thuyết

Rộng diễn Bổn Nguyện tha lực dạy

Dẫn đường đều cột các phàm chúng

Bình đẳng tiến vào Niết Bàn môn.

Dịch thơ:

Tứ Luận dùng để giảng bày

Rộng vì Bổn Nguyện từ nay nương vào

Chỉ cho sanh chúng chỗ nào

Bình đẳng là cửa Niết Bàn hãy vô.

(23)

世俗君王禦幸臨，敕問淨土之原由

十方佛國皆淨土，云何但言生西方

Thế tục quân vương ngữ hạnh lâm
Sắc vấn Tịnh Độ chi nguyên do
Thập phương Phật quốc giai Tịnh Độ
Vân hà đãn ngôn sanh Tây Phương.

Dịch ý:

Thế tục vua chúa ngăn may tới
Sắc hỏi Tịnh Độ của nguyên do
Mười phương Phật quốc đều Tịnh Độ
Vì sao hay nói sanh Tây phương?

Dịch thơ:

Nhà vua ngăn lại hỏi rằng
Tịnh Độ đại ý có bằng chứng đâu
Mười phương Tịnh độ Tây Đông
Đều là Tịnh Độ sao trông ngày về.

(24)

鸞師即時回答曰，我身智慧尚淺薄
尚未進入此地位，念力亦且猶未及

Đàm Sư tức thời hồi đáp viết
Ngã thân trí huệ thượng thiển bạc
Thượng vị tiến nhập thử địa vị
Niệm lực diệc thả do vị cập.

Dịch ý:

Đàm Sư tức thời hồi đáp rằng:
Thân ta trí huệ thường cạn cợt
Thường chưa vào được địa vị nầy
Niệm lực cũng lại do chưa đủ.

Dịch thơ:

Ngài Đàm hồi đáp như vầy
Thân tôi trí tuệ chưa hay cao bằng
Chưa vào ngôi vị cao thăng
Niệm lực chưa đủ chưa đăng chốn nầy.

(25)

一切道俗皆同是，無所歸處輪回身
勸歸安樂之心志，曇鸞大師獨決定

Nhất thiết đạo tục giai đồng thị
Vô sở quy xứ luân hồi thân
Khuyên quy An L ạc chi tâm chí
Đàm Loan đại sư độc quyết định.

Dịch ý:

Tất cả đạo tục đều đồng là
Không chỗ quy xứ, thân luân hồi
Khuyên về An Lạc của tâm nguyện

Đàm Loan Đại Sư tự quyết định.

Dịch thơ:

Đạo đời hai ngã giống nhau
Thân nầy không chỗ, đổi thay quay về
An Lạc tâm nguyện đề huề
Đàm Loan riêng quyết chẳng hề lìa xa.

(26)
魏國君王曾敕令，賜居並州大岩寺
漸至晚年來臨時，遷往汾州作定居

Nguỵ quốc quân vương hội sắc lệnh
Tứ cư Tịnh Châu Đại Nham tự
Tiệm chí miễn niên lai lâm thời
Thiên vãng Phần Châu tác định cư.

Dịch ý:

Nước Nguỵ quân vương ban sắc lệnh
Cho ở Tịnh Châu chùa Đại Nham
Dần đến già cả lại đến nơi
Di về Phần Châu để định cư.

Dịch thơ:

Quân vương Nguỵ quốc an bài

Đại Nham Tự đó ở ngoài Tịnh châu
Mãi đến nhiều năm về sau
Phần Châu định trú dài lâu nơi nầy.

(27)

魏朝天子致尊敬，特賜名號為神鸞
又將其所居住處，賜名稱為鸞公岩

Nguỵ triều Thiên Tử trí tôn kính
Đặc tứ danh hiệu vi Thần Loan
Hựu tương kỳ sở cư trụ xứ
Tứ danh xưng vi Đàm Công Nham.

Dịch ý:

Ngụy Triều Thiên Tử lòng tôn kính
Đặc ban danh hiệu là Thần Loan
Lại cùng nơi nầy chốn cư trú
Ban gọi xưng là Đàm Công Nham.

Dịch thơ:

Nguỵ triều Thiên Tử kính tin
Rằng ban danh hiệu nhận nhìn Thần Loan
Ban cho chỗ ở đàng hoàng
Trao cho tên gọi Nham Công họ Đàm.

(28)

聚眾勸導修淨業，當時住於玄中寺

於魏興和四年間，遷移入住遙山寺

Tụ chúng khuyên đạo tu Tịnh nghiệp
Đương thời trụ ư Huyền Trung tự
Ư Nguỵ Hưng Hòa tứ niên gian
Thiên di nhập trụ Diêu Sơn tự.

Dịch ý:

Tụ chúng khuyên dạy tu Tịnh nghiệp
Đương thời ở nơi chùa Huyền Trung
Nơi Ngụy Hưng Hòa cả bốn năm
Rời đi vào ở chùa Diêu Sơn.

Dịch thơ:

Tịnh nghiệp tụ chúng khuyên tu
Chùa Huyền Trung ấy công phu hằng ngày
Bốn năm Hưng Hòa, Nguỵ hay
Thay đổi nơi ở từ này Diêu Sơn.

(29)

春秋六十有七歲，達成淨土之往生

其時靈瑞不思議，一切道俗皆歸敬

Xuân thu lục thập hữu thất tuế
Đạt thành Tịnh Độ chi vãng sanh.
Kỳ thời linh đoan bất tư nghì
Nhất thiết đạo tục giai quy kính.

Dịch ý:

Xuân thu hơn sáu mươi bảy tuổi
Đạt thành Tịnh Độ mà vãng sanh
Thời nầy Linh Đoan bất tư nghì
Tất cả đạo tục đều quy kính.

Dịch thơ:

Sáu bảy tuổi ấy đến kỳ
Đạt thành Tịnh Độ vậy thì vãng sanh
Linh Đoan điềm lạ rõ rành
Đạo đời Tăng tục chân thành kính tin.

(30)

君王始終甚敬重，頒下敕宣令立刻
在汾州汾西秦陵，勝地之處建靈廟

Quân vương thỉ chung thậm kính trọng
Ban hạ sắc tuyên lệnh lập khắc
Tại Phần Châu, Phần Tây, Tần lục
Thắng địa chi xứ kiến linh miếu.

Dịch ý:

Quân vương trước sau hằng kính trọng
Ban hạ sắc tuyên lệnh liền khắc
Tại Phần Châu, Phần Tây, Tần Lục
Thắng địa nơi đây xây linh miếu.

Dịch thơ:

Đức vua cung kính hết mình
Ban cho lệnh lập chứng minh tín nầy
Phần Châu, Tần Lục, Phần Tây
Các nơi thánh địa từ đây phụng thờ.

(31)
天親菩薩淨土論，若無鸞師造注解
他力廣大威德之，心行如何得悟知

Thiên Thân Bồ Tát Tịnh Độ luận
Nhược Vô Đàm Sư tạo chú giải
Tha lực quảng đại uy đức chi
Tâm hành như hà đắc ngộ trí.

Dịch ý:

Thiên Thân Bồ Tát Tịnh Độ luận
Nếu không Đàm Sư tạo chú giải
Tha lực rộng lớn đại uy đức

Tâm hành thế nào được rõ ngộ.

Dịch thơ:

Tịnh Độ Bồ Tát Thiên Thân
Đàm Loan chú giải xa gần nguyện tin
Tha lực uy đức rộng nghìn
Tâm hành như thế ngộ liền đến sau.

(32)

本願乃圓頓一乘，信知能攝逆惡人
至極速疾能得悟，煩惱菩提體無二

Bổn Nguyện nãi viên đốn nhất thừa
Tín tri năng nhiếp nghịch ác nhơn
Chí cực tốc tật năng đắc ngộ
Phiền não Bồ Đề thể vô nhị.

Dịch ý:

Bổn Nguyện cùng Viên Đốn nhất thừa
Tin rõ hay nhiếp người nghịch ác
Đến cả bệnh nhiều, hay được ngộ
Phiền não Bồ Đề thể không hai.

Dịch thơ:

Bổn Nguyện viên đốn nhất thừa

Lòng tin nhiếp hóa chẳng chừa ác nhơn
Người đau kể cả não hờn
Bồ Đề phiền não cùng chơn tu hành.

(33)

五種不思議之中，無比佛法不思議
所謂佛法不思議，名為彌陀之弘誓

Ngũ trọng bất tư nghì chi trung
Vô tỉ Phật pháp bất tư nghì
Sở vị Phật pháp bất tư nghì
Danh vi Di Đà chi hoằng thệ.

Dịch ý:

Trong năm tội nặng bất tư nghì
Không sánh Phật Pháp bất tư nghì
Cho nên Phật Pháp bất tư nghì
Gọi là hoằng nguyện của Di Đà.

Dịch thơ:

Trọng tội trong đó có năm
Bất tư nghì pháp không nhầm sánh so
Bởi vì Phật pháp không lo
Di Đà hoằng thệ ấm no cõi lòng

(34)

彌陀成就所回向，有往相還相兩種
唯憑此等之回向，心行同時皆可得

Di Đà thành tựu sở hồi hướng
Hữu vãng tướng, hoàn tướng lưỡng chủng
Duy bằng thử đẳng chi hồi hướng
Tâm hành đồng thời giai khả đắc.

Dịch ý:

Di Đà thành tựu chỗ hồi hướng
Vãng tướng, hoàn tướng có hai loại
Chỉ bằng điều nầy mà hồi hướng
Tâm hành cùng thời đều thể được.

Dịch thơ:

Thành tựu hồi hướng Di Đà
Vãng tướng, hoàn tướng đó là nhân duyên
Chỉ riêng hồi hướng mọi miền
Tâm ấy cùng được đồng chuyên tu trì.

(35)

所謂往相之回向，是為彌陀方便力
若得悲願信行者，得知生死即涅槃

Sở vị vãng tướng chi hồi hướng
Thị vi Di Đà phương tiện lực
Nhược đắc bi nguyện tín hạnh giả
Đắc tri sanh tử tức Niết Bàn.

Dịch ý

Cho nên hồi hướng của vãng tướng
Đó là Di Đà phương tiện lực
Nếu được bi nguyện tín hạnh ấy
Được rõ sanh tử tức Niết Bàn.

Dịch thơ:

Vãng tướng hồi hướng ấy là
Di Đà phương tiện cho ta tu trì
Tín hạnh thực hiện uy nghi
Niết Bàn sanh tử tức thì rõ ngay.

(36)

所謂還相之回向，令得利他教化果
即是使回入諸有，而修習普賢妙德

Sở vị hoàn tướng chi hồi hướng
Lệnh đắc lợi tha giáo hóa quả
Tức thị sử hồi nhập chư hữu
Nhi tu tập Phổ Hiền diệu đức.

Dịch ý:

Cho nên hồi hướng của hoàn tướng
Khiến được lợi tha, quả giáo hóa
Tức là trở lại vào các hữu
Để tu tập Phổ Hiền diệu đức.

Dịch thơ:

Hoàn tướng hồi hướng là đây
Lợi tha khiến được quả nầy không sai
Các chốn trở lại như vầy
Phổ Hiền diệu đức từ nay tu trì

(37)
所謂論主之一心，曇鸞大師曾解說
煩惱成就之我等，所得他力之信心

Sở vị luận chủ chi nhất tâm
Đàm Loan Đại Sư hội giải thuyết
Phiền não thành tựu chi ngã đẳng
Sở đắc tha lực chi tín tâm.

Dịch ý:

Cho nên nhất tâm của luận chủ
Đàm Loan Đại Sư gặp giải thuyết
Phiền não của chúng ta thành tựu

Chỗ được tín tâm của tha lực.

Dịch thơ:

Một lòng luận chủ cho nên
Đàm Loan Ngài ấy chẳng quên nói bàn
Chúng ta phiền não lan man
Tín tâm tha lực bước sang liên đài.

(38)

盡十方無礙光佛，能照破無明黑暗
使一念歡喜之人，必可得至於滅度

Tận thập phương Vô Ngại Quang Phật
Năng chiếu phá vô minh hắc ám
Sử nhất niệm hoan hỷ chi nhơn
Tất khả đắc chí ư diệt độ.

Dịch ý:

Cùng mười phương Vô Ngại Quang Phật
Hay chiếu phá vô minh đen tối
Khiến người của nhất niệm hoan hỷ
Tất có thể đến nơi diệt độ.

Dịch thơ:

Vô Ngại Quang Phật mười phương

Vô minh chiếu phá tận tường nơi nơi
Hoan hỷ niệm một niệm thời
Diệt độ cho đến ấy lời đương nhiên.

(39)

依無礙光之利益，得威德廣大之信
煩惱凝冰必溶解，即可成為菩提水

Y Vô Ngại Quang chi lợi ích
Đắc uy đức quảng đại chi tín
Phiền não ngưng băng tất dong giải
Tức khả thành vi Bồ Đề thủy.

Dịch ý:

Nương Vô Ngại Quang của lợi ích
Được tin vào uy đức rộng lớn
Phiền não đọng băng tức tan ra
Liền thành nước Bồ Đề có thể.

Dịch thơ:

Vô Ngại Quang lợi ích nhiều
Niềm tin rộng lớn mỹ miều đức nhân
Phiền não tan chảy sạch chân
Bồ Đề nước ấy là thân khác rồi.

(40)

罪障成為功德體，猶如冰與水之間
冰若多時水亦多，罪障多時功德多

Tội chướng thành vi công đức thể
Do như băng dữ thủy chi gian
Băng nhược đa thời thủy diệc đa
Tội chương đa thời công đức đa.

Dịch ý:

Tội chướng thành, làm công đức thể
Do như băng cùng nước với nhau
Băng nếu nhiều, thì nước lại nhiều
Tội chướng nhiều thì công đức nhiều.

Dịch thơ:

Tội chướng trở thành công đức
Giống như băng ấy chính từ nước đây
Băng nhiều nước cũng nhiều lây
Tội chướng càng lắm đức đầy bấy nhiêu.

(41)

名號不思議海水，不留逆謗諸屍骸
眾惡萬川若歸入，皆成功德海一味

Danh hiệu bất tư nghì hải thủy
Bất lưu nghịch báng chư thi hài
Chúng ác vạn xuyên nhược quy nhập
Giai thành công đức hải nhất vị.

Dịch ý:

Danh hiệu bất tư nghì biển nước
Chẳng giữ nghịch chê các thi hài
Nhiều ác vạn sông nếu tràn vào
Đều thành công đức hải một vị.

Dịch thơ:

Danh hiệu nước biển chẳng sánh
Thi hài chẳng giữ cố lánh đi đâu
Trăm sông ác ấy làm cầu
Chung thành công đức một bầu nước chung.

(42)

煩惱眾流若歸入，盡十方無礙光之
大悲大願海水中，皆成功德海一味

Phiền não chúng lưu nhược quy nhập
Tận thập phương Vô Ngại Quang chi
Đại bi đại nguyện hải thủy trung
Giai thành công đức hải nhất vị.

Dịch ý:

Phiền não chảy đến nếu nhập vào
Cùng với mười phương Vô Ngại Quang
Đại bi đại nguyện trong biển nước
Đều thành công đức hải nhất vị.

Dịch thơ:

Nước phiền não ấy chảy vào
Mười phương Vô Ngại đón chào sáng soi
Từ bi nguyện ấy trong ngoài
Trở thành một vị biển đòi gì hơn.

(43)
往生彼安樂佛國，是畢竟成佛之道
無上殊勝方便故，諸佛勸勉生淨土

Vãng sanh bỉ An Lạc Phật quốc
Thị cứu cánh thành Phật chi đạo
Vô thượng thù thắng phương tiện cố
Chư Phật khuyến miễn sanh Tịnh Độ.

Dịch ý:

Vãng sanh nước An Lạc Phật kia
Là đường của cứu cánh thành Phật
Vô thượng thù thắng phương tiện vậy

Chư Phật khuyên cố sanh Tịnh Độ.

Dịch thơ:

An lạc Phật quốc vãng sanh
Cứu cánh thành Phật là đường của ta
Phương tiện cánh cửa hiện ra
Sinh về Tịnh Độ đó là Phật khuyên.

(44)

諸佛之莊嚴三業，悉皆畢竟平等者
佛說其乃是為治，眾生虛誑身口意

Chư Phật chi trang nghiêm tam nghiệp
Tất giai tất cánh bình đẳng giả
Phật thuyết kỳ nãi thị vi trị
Chúng sanh hư cuồng thân khẩu ý.

Dịch ý:

Chư Phật của trang nghiêm ba nghiệp
Tất đều cứu cánh bình đẳng ấy
Phật nói đây bèn là để giữ
Chúng sanh hư cuồng thân, miệng, ý.

Dịch thơ:

Chư Phật ba nghiệp trang nghiêm

Tất cả bình đẳng chẳng hiềm phân chia
Phật nói như vậy chẳng lìa
Vì sanh chúng ấy cuồng kia hư nầy.

(45)

欲到安樂佛國者，無上寶珠之名號
與真實信心一體，鸞師言無別道故

Dục đáo An Lạc Phật quốc giả
Vô thượng bảo châu chi danh hiệu
Dữ chơn thật tín tâm nhất thể
Loan Sư ngôn vô biệt đạo cố.

Dịch ý:

Muốn đến An Lạc Phật quốc ấy
Vô thượng bảo châu của danh hiệu
Cùng chơn thật tín tâm một thể
Đàm Sư nói không riêng đường vậy.

Dịch thơ:

An lạc Phật quốc muốn qua
Vô thượng châu bảo đấy là niệm danh
Chơn thật tín nhạo chí thành
Đàm Loan hằng dạy rành rành không hai.

(46)

由如來清淨本願，所成就無生之生

故本則三三之品，今實無一二之殊

Do Như Lai thanh tịnh Bổn Nguyện

Sở thành tựu vô sanh chi sanh

Cố bổn tắc tam tam chi phẩm

Kim thật vô nhất nhị chi thù.

Dịch ý:

Do Như Lai thanh tịnh Bổn Nguyện

Chỗ thành tựu vô sanh mà sanh

Nên gốc là ba của ba phẩm (3x3=9)

Nay thật không một hai của khác.

Dịch thơ:

Bổn Nguyện thanh tịnh Như Lai

Vô sanh nơi ấy liên đài sanh đây

Cửu phẩm liên hoa hiển bày

Rõ rằng chẳng phải một hay hai kìa.

(47)

無礙光如來名號，與彼光明之智相

能破眾生無明暗，能滿眾生一切願

Vô Ngại Quang Như Lai danh hiệu
Dữ bỉ quang minh chi trí tướng
Năng phá chúng sanh vô minh ám
Năng mãn chúng sanh nhất thiết nguyện.

Dịch ý:

Vô Ngại Quang Như Lai danh hiệu
Cùng quang minh kia của trí tướng
Hay phá chúng sanh vô minh tối
Hay đầy chúng sanh tất cả nguyện.

Dịch thơ:

Ánh sáng Vô Ngại Như Lai
Quang minh kia ấy trí tài cùng chung
U tối sanh chúng phá cùng
Làm cho đầy đủ nhiều cùng nguyện nên.

(48)

所謂不如實修行，曇鸞大師作解說
一者信心不淳厚，若存若亡之緣故

Sở vị bất như thật tu hành
Đàm Loan Đại Sư tác giải thuyết
Nhất giả tín tâm bất thuần hậu
Nhược tồn nhược vong chi duyên cố.

Dịch ý:

Cho nên chẳng như thật hành trì
Đàm Loan Đại Sư tạo giải thuyết
Một là tín tâm không thuần hậu
Nếu còn nếu mất là duyên vậy.

Dịch thơ:

Nếu mà chẳng thiết hành trì
Đàm Loan giải nói tư nghì cho nghe
Tín tâm thuần hậu không chuyên
Có còn hay mất là duyên cõi trần.

(49)
二者信心不專一，以無決定之緣故
三者信心不相續，餘念間故是其因

Nhị giả tín tâm bất chuyên nhất
Dĩ vô quyết định chi duyên cố
Tam giả tín tâm bất tương tục
Dư niệm gian cố thị kỳ nhơn.

Dịch ý:

Hai là tín tâm không chuyên nhất
Lấy không quyết định làm duyên vậy
Ba là tín tâm chẳng tương tục

Ngoài khoản niệm nên là nhơn nầy.

Dịch thơ:

Hai là tâm chẳng chuyên kia
Quyết định không ấy phải lìa do duyên
Ba là tâm ấy chẳng chuyên
Cho nên nhơn ấy niệm liền chẳng dư.

(50)

此三信輾轉相成，是故行者當繫意
因為信心不淳厚，故致無決定之信

Thử tam tín triển chuyển tướng thành
Thị cố hành giả đương phược ý
Nhơn vi tín tâm bất thuần hậu
Cố trí vô quyết định chi tín.

Dịch ý:

Ba tín nầy thay đổi cùng thành
Cho nên hành giả phải cột ý
Bởi vì tín tâm chẳng thuần hậu
Nên sau không quyết định của tín.

Dịch thơ:

Tương thành chuyển đổi ba tin

Xưa nay hành giả cột tìm ý chân
Tín tâm ấy chẳng thuần gần
Cho nên tín đó quyết không định thần.

(51)

因為無決定之信，故導致念不相續
因為念不相續故，不得決定之信心

Nhơn vi vô quyết định chi tín
Cố đạo trí niệm bất tương tục
Nhơn vi niệm bất tương tục cố
Bất đắc quyết định chi tín tâm.

Dịch ý:

Bởi vì không quyết định của tín
Nên dẫn hết niệm chẳng tương tục
Bởi vì niệm chẳng tương tục vậy
Chẳng được quyết định của tín tâm.

Dịch thơ:

Tín kia chẳng quyết định rồi
Do đấy dẫn niệm liên hồi tâm kia
Bởi vì niệm niệm chia lìa
Chẳng được quyết định lại chia tín nầy.

(52)

因不得決定之信，故說信心不淳厚
如實修行相應者，決定於一個信心

Nhơn bất đắc quyết định chi tín
Cố thuyết tín tâm bất thuần hậu
Như thật tu hành tương ưng giả
Quyết định ư nhất cố tín tâm.

Dịch ý:

Nhơn chẳng được quyết định của tín
Nên nói tín tâm chẳng thuần hậu
Như thật tu hành tương ưng ấy
Quyết định nơi một cõi tín tâm.

Dịch thơ:

Nhơn kia chẳng quyết định tin
Nên nói tâm ấy chưa tìm thuần r a
Nếu là như thật tu mà
Quyết định chắc chắn ấy là tín tâm.

(53)

由萬行諸善小路，歸本願一實大道
若能歸入本願者，即開涅槃之證悟

Do vạn hạnh chư thiện tiểu lộ
Quy Bổn Nguyện nhất thật đại đạo
Nhược năng quy nhập Bổn Nguyện giả
Tức khai Niết Bàn chi chứng ngộ.

Dịch ý:

Do vạn hạnh các thiện tiểu lộ
Quy Bổn Nguyện nhất thật đường lớn
Nếu hay quy vào Bổn Nguyện ấy
Liền mở Niết Bàn của chứng ngộ.

Dịch thơ:

Vạn hạnh đường nhỏ thiện lương
Trở về Bổn Nguyện con đường lớn hơn
Bổn Nguyện quy nhập vì nhơn
Niết Bàn chứng ngộ còn hơn chờ gì

(54)

梁國之天子蕭王，尊本師曇鸞大師
常向鸞師所住處，禮拜稱為鸞菩薩

Lương quốc chi Thiên Tử Tiêu Vương
Tôn Bổn Sư Đàm Loan Đại Sư
Thường hướng Đàm Sư sở trụ xứ
Lễ bái xưng vi Đàm Bồ Tát.

Dịch ý:

Nước Lương có Thái Tử Tiêu Vương
Kính Bổn Sư Đàm Loan Đại Sư
Thường hướng Đàm Loan nơi cư ngụ
Lễ bái xưng làm Đàm Bồ Tát.

Dịch thơ:

Tiêu Vương Thái Tử nhà Lương
Đàm Loan Sư Phụ kính nương sớm chiều
Thầy mình chỗ ở hướng điều
Lễ bái Bồ Tát xưng nhiều tôn danh.

Dĩ thượng Đàm Loan Hòa Thượng.

Đạo Xước Tán (7 khổ)

(55)

本師道綽禪師者，擱置聖道之萬行
唯有淨土之一門，說為可通入之道

Bổn Sư Đạo Xước Thiền sư giả
Các trí Thánh Đạo chi vạn hạnh
Duy hữu Tịnh Độ chi nhất môn
Thuyết vi khả thông nhập chi đạo.

Dịch ý:

Bổn Sư Đạo Xước Thiền Sư ấy
An bài Thánh Đạo của vạn hạnh
Duy có Tịnh Độ là nhất môn
Nói vì chỗ thông vào cửa đạo.

Dịch thơ:

Thiền Sư Đạo Xước Bổn Sư
Vạn Hạnh Thánh Đạo có dư trí nầy
Riêng một Tịnh Độ xưa nay
Vào đây nhập đạo từ này thong dong.

(56)

本師道綽禪師者，擱置涅槃之廣業
勸勉五濁之群生，歸信本願之他力

Bổn Sư Đạo Xước Thiền Sư giả
Các trí Niết Bàn chi quảng nghiệp
Khuyến miễn ngũ trược chi quần sanh
Quy tín Bổn Nguyện chi tha lực.

Dịch ý:

Bổn Sư Đạo Xước Thiền Sư ấy
An bài Niết Bàn của nghiệp rộng
Khuyên gắng quần sanh của ngũ trược
Về tin Bổn Nguyện của tha lực.

Dịch thơ:

Thiền Sư Đạo Xước Bổn Sư
Phối trí nghiệp rộng ví như Niết Bàn
Khuyên người ngũ trược lầm than
Tha lực Bổn Nguyện nên mang tín thành.

(57)

教主世尊如是說，末法五濁之眾生
縱令修行聖道門，亦無一人可得證

Giáo chủ Thế Tôn như thị thuyết
Mạt pháp ngũ trược chi chúng sanh
Túng lệnh tu hành Thánh Đạo môn
Diệc vô nhất nhơn khả đắc chứng.

Dịch ý:

Giáo Chủ Thế Tôn nói như vầy
Mạt pháp ngũ trược của chúng sanh
Buông khiến tu hành Thánh Đạo môn
Lại chẳng một người có thể chứng.

Dịch thơ:

Phật xưa đã dạy rõ ràng
Chúng sanh mạt pháp năm đàng hiểm nguy
Nếu ai buông Thánh Đạo thì
Ít ai chứng được tư nghì khá phân.

(58)

繼承鸞師之教理，綽和尚亦同鸞師
在此起心立行者，判定言此是自力

Kế thừa Đàm Sư chi giáo lý
Xước Hòa Thượng diệc đồng Đàm Sư
Tại thử khởi tâm lập hành giả
Phán định ngôn thử thị tự lực.

Dịch ý:

Kế thừa Đàm Sư của giáo lý
Xước Hòa Thượng lại giống Đàm Sư
Tại đây khởi tâm lập hạnh ấy
Phán quả quyết đây là tự lực.

Dịch thơ:

Kế tục giáo lý Đàm Loan
Hòa Thượng Đạo Xước lại toan giống Thầy
Ở đây lập hạnh dựng xây
Quyết định tự lực là đây chẳng ngoài

(59)

濁世起惡造罪業，無異暴風與駛雨
諸佛憐湣此等故，皆勸回歸生淨土

Trược thế khởi ác tạo tội nghiệp
Vô dị bạo phong dữ sử vũ
Chư Phật lân mẫn thử đẳng cố
Giai khuyến hồi quy sanh Tịnh Độ.

Dịch ý:

Cõi trược khởi ác tạo tội nghiệp
Chẳng khác gió dữ cùng mưa nhanh
Chư Phật lân mẫn những điều nầy

Đều khuyên hồi quy sanh Tịnh Độ.

Dịch thơ:

Tội nghiệp khởi ác đời nhơ
Chẳng khác gió lớn cùng chờ mưa to
Chư Phật thương xót độ cho
Khuyên sanh Tịnh Độ không lo sai đường

(60)

縱使一生造惡業，但使能繫意專精
常念彼阿彌陀佛，諸障自然皆消除

Túng sử nhất sanh tạo ác nghiệp
Đãn sử năng phược ý chuyên tinh
Thường niệm bỉ A Di Đà Phật
Chư chướng tự nhiên giai tiêu trừ.

Dịch ý:

Buông khiến một đời tạo nghiệp ác
Khiến cho hay cột ý chuyên ròng
Thường niệm A Di Đà Phật kia
Các chướng tự nhiên đều tiêu trừ.

Dịch thơ:

Cả đời làm ác buông ra

Cột vào ý ấy đó là nguyên nhân
Hãy nên niệm Phật ân cần
Bao nhiêu tội lỗi dần dần tiêu tan.

(61)

縱令一生曾造惡，佛亦來接引眾生
已發願稱我名號，且誓言若不生者

Túng lệnh nhất sanh hội tạo ác
Phật diệc lai tiếp dẫn chúng sanh
Dĩ phát nguyện xưng ngã danh hiệu
Thả thệ ngôn nhược bất sanh giả.

Dịch ý:

Buông khiến một đời cùng tạo ác
Phật lại đến tiếp dẫn chúng sanh
Đã phát nguyện xưng danh hiệu ta
Chớ thề nói nếu chẳng sanh vậy.

Dịch thơ:

Cả đời tạo ác buông ra
Phật đến tiếp dẫn chẳng sa luân hồi
Nếu mà danh hiệu niệm rồi
Sanh kia việc chắc sanh thời chẳng tin.

Thiện Đạo Tán (26 khổ)

(62)

因從大心海化現，故稱為善導和尚
但為末代濁惡世，請十方諸佛作證

Nhơn tòng đại tâm hải hóa hiện
Cố xưng vi Thiện Đạo Hòa Thượng
Đãn vi mạt đợi trược ác thế
Thỉnh thập phương chư Phật tác chứng.

Dịch ý:

Nhơn từ tâm lớn hóa hiện biển
Nên gọi là Thiện Đạo Hòa Thượng
Thường vì đời mạt cõi trược ác
Thỉnh mười phương chư Phật tác chứng.

Dịch thơ:

Từ tâm biển lớn hiện ra
Thiện Đạo Hòa Thượng chính là gọi tên
Hay vì trược ác mà nên
Mười phương chư Phật bên trên chứng vì.

(63)

善導世世皆示現，曾現法照與少康
教示開顯功德藏，遂諸佛出世本意

Thiện Đạo thế thế giai thị hiện
Hội hiện Pháp Chiếu dữ Thiếu Khang
Giáo thị khai hiển công đức tạng
Toại chư Phật xuất thế bổn ý.

Dịch ý:

Thiện Đạo đời đời đều thị hiện
Cùng hiện Pháp Chiếu với Thiểu Khang
Chỉ dạy khai hiển công đức tạng
Theo chư Phật ra đời bổn ý.

Dịch thơ:

Đời đời Thiện Đạo sinh ra
Thiểu Khang, Pháp Chiếu chính là hiện thân
Dạy cho công đức chẳng ngần
Theo Phật xuất thế hiện gần gốc kia.

(64)

不依彌陀之名願，雖經百千萬劫後
猶不能脫離五障，如何能得脫女身

Bất y Di Đà chi danh nguyện
Duy kinh bách thiên vạn kiếp hậu
Do bất năng thoát ly ngũ chướng
Như hà năng đắc thoát nữ thân.

Dịch ý:

Chẳng nương tên nguyện của Di Đà
Trải qua trăm ngàn vạn kiếp sau
Do chẳng hay thoát ly năm chướng
Làm sao thoát khỏi nữ thân được.

Dịch thơ:

Chẳng nương niệm Phật Di Đà
Trăm ngàn vạn kiếp hà sa qua rồi
Năm chướng khó thoát ai ơi
Nữ thân thoát khỏi ấy thời khó hơn.

(65)

釋迦開觀經要門，引導定散諸機類
正雜二行乃方便，意在偏勸專稱名

Thích Ca khai Quán kinh yếu môn
Dẫn đạo định, tán chư cơ loại
Chánh tạp nhị hành nãi phương tiện
Ý tại biến khuyến chuyên xưng danh.

Dịch ý:

Thích Ca mở Quán Kinh yếu môn
Dẫn đạo Định, Tán các cơ loại
Chánh, tạp hai hạnh với phương tiện
Ý tại khắp khuyên chuyên xưng danh.

Dịch thơ:

Quán kinh bởi Đức Thích Ca
Chỉ cho định, tán ấy là cơ ngơi
Phương tiện chánh tạp hai nơi
Nên xưng danh hiệu ấy thời ý kia.

(66)
助正兩業兼修者，善導名之謂雜修
不得一心之人故，不存報佛恩之心

Trợ chánh lưỡng nghiệp kiêm tu giả
Thiện Đạo danh chi vị tạp tu
Bất đắc nhất tâm chi nhơn cố
Bất tại báo Phật ân chi tâm.

Dịch ý:

Trợ, Chánh hai nghiệp cùng tu ấy
Thiện Đạo gọi đấy tạp tu theo cùng
Chẳng kể kẻ chẳng nhứt tâm

Chẳng còn báo Phật ân liền phải lo.

Dịch thơ:

Giúp cho người có tâm tu
Thiện Đạo được gọi danh hư lưu truyền
Chẳng kể kẻ chẳng tinh chuyên
Chẳng cần báo Phật ân liền phải lo.

(67)

雖稱名念佛為本，但祈現世之利益
此亦名之為雜修，被嫌為千中無一

Duy xưng danh niệm Phật vi bổn
Đãn kỳ hiện thế chi lợi ích
Thử diệc danh chi vi tạp tu
Bị hiềm vi thiên trung vô nhất.

Dịch ý:

Chỉ xưng danh niệm Phật làm gốc
Hằng nguyện lợi ích của hiện đời
Đây lại gọi tên là tạp tu
Bị ngờ kia chẳng một trong số ngàn.

Dịch thơ:

Niệm Phật căn bản xưng danh

Cầu cho lợi ích chúng sanh muôn đời
Tạp tu tên ấy rõ rồi
Bị ngờ muôn một ngàn thời ai hay.

(68)

雖然意義各不同，雜行雜修相類似
皆非專修淨土行，是故皆名為雜行

Duy nhiên ý nghĩa các bất đồng
Tạp hạnh, tạp tu tướng loại tợ
Giai phi chuyên tu Tịnh Độ hạnh
Thị cố giai danh vi tạp hạnh.

Dịch ý:

Tuy nhiên ý nghĩa mỗi chẳng đồng
Tạp hạnh, tạp tu tướng loại giống
Đều chẳng chuyên tu Tịnh Độ hạnh
Cho nên đều gọi là tạp hạnh.

Dịch thơ:

Ý nghĩa như thế chẳng đồng
Tạp tu tạp hạnh chẳng thông tướng nào
Tịnh Độ đều chẳng chuyên vào
Nên gọi tạp hạnh đón chào nơi đây.

(69)

善導大師請佛證，回轉定散之二心，
闡述貪瞋二河喻，守護弘願大信心。

Thiện Đạo Đại Sư thỉnh Phật chứng
Hồi chuyển định, tán chi nhị tâm
Siển thuật tham sân nhị hà dụ
Thủ hộ hoằng nguyện đại tín tâm.

Dịch ý:

Thiện Đạo Đại Sư thỉnh Phật chứng
Hồi chuyển Định, Tán của hai tâm
Mở thuật tham sân dụ hai sông
Giữ gìn hoằng nguyện đại tín tâm.

Dịch thơ:

Thiện Đạo thỉnh Phật chứng minh
Thay đổi định, tán hai tâm chuyển hình
Hai sông sân hận mở trình
Giữ gìn nguyện rộng chính tình tín tâm.

(70)

經道滅盡時期至，如來出世本意之
弘願真宗若得遇，凡夫亦能念而悟

Kinh đạo diệt tận thời kỳ chí
Như Lai xuất thế bổn ý chi
Hoằng nguyện Chơn tông nhược đắc ngộ
Phàm phu diệc năng niệm nhi ngộ.

Dịch ý:

Kinh điển diệt tận đến thời kỳ
Như Lai xuất thế là bổn ý
Hoằng nguyện Chơn Tông nếu được gặp
Phàm phu lại niệm mà hay ngộ.

Dịch thơ:

Đến thời kinh sách chẳng còn
Như Lai bổn ý ra đời cứu nguy
Chơn Tông gặp được rồi thì
Phàm phu lại niệm tư nghì ngộ chơn.

(71)

佛法力之不思議，諸邪業繫無能礙
故彌陀本弘誓願，善導名為增上緣

Phật pháp lực chi bất tư nghì
Chư tà nghiệp phược vô năng ngại
Cố Di Đà , Bổn hoằng thệ nguyện
Thiện Đạo danh vi tăng Thượng Duyên.

Dịch ý:

Bất tư nghì của lực Phật Pháp
Các tà nghiệp trói chẳng hay ngại
Nên Di Đà bổn hoằng thệ nguyện
Thiện Đạo gọi là Tăng Thượng Duyên.

Dịch thơ:

Bất tư nghì lực pháp màu
Hay cột hay trói vào ngay nghiệp mình
Di Đà Bổn Nguyện đinh ninh
Thiện Đạo là vị định hình Thượng Duyên.

(72)

願力成就之報土，自力心行不能到
大小聖人皆共同，唯乘如來之弘誓

Nguyện lực thành tựu chi báo độ
Tự lực tâm hành bất năng đáo
Đại tiểu Thánh nhơn giai cộng đồng
Duy thừa Như Lai chi hoằng thệ.

Dịch ý:

Nguyện lực thành tựu của Báo Độ
Tự lực tâm hành chẳng thể đến
Lớn nhỏ Thánh Nhơn đều giống nhau

Chỉ nương Hoằng Nguyện của Như Lai.

Dịch thơ:

Báo độ thành tựu nguyện kia
Tự lực tâm ấy không lìa cảnh đây
Lớn nhỏ Thánh Nhơn đều hay
Chỉ có hoằng thệ cậy Ngài Như Lai.

(73)

信知煩惱具足身，若能乘本願力者
即能捨棄此穢身，令證法性之常樂

Tín trí phiền não cụ túc thân
Nhược năng thừa Bổn Nguyện lực giả
Tức năng xả khí thử uế thân
Lệnh chứng pháp tánh chi thường lạc.

Dịch ý:

Tin biết thân phiền não đầy đủ
Nếu hay nương Bổn Nguyện lực ấy
Liền hay xả lìa thân dơ nầy
Khiến chứng pháp tánh của thường lạc.

Dịch thơ:

Thân này phiền não đầy vơi

Nếu dùng Bổn Nguyện ấy thời thoát thân
Xa rời thân nhớp là nhân
Cùng vào pháp tánh xa gần lạc an.

(74)

釋迦如來彌陀佛，是我等慈悲父母
以種種方便發起，我等無上之信心

Thích Ca Như Lai Di Đà Phật
Thị ngã đẳng từ bi phụ mẫu
Dĩ chủng chủng phương tiện phát khởi
Ngã đẳng vô thượng chi tín tâm.

Dịch ý:

Thích Ca Như Lai Di Đà Phật
Là Cha Mẹ từ bi chúng ta
Dùng đủ loại phương tiện phát khởi
Cho tín tâm vô thượng chúng ta.

Dịch thơ:

Thích Ca cùng Phật Di Đà
Giống như cha mẹ đấy là chỗ nương
Dùng nhiều phương tiện chỉ tường
Vô thượng tâm ấy là phương độ mình.

(75)

真心徹到之眾生，此心成為金剛心
等同三品懺悔人，善導宗師如是說

Chơn tâm triệt đáo chi chúng sanh
Thử tâm thành vi Kim Cang tâm
Đẳng đồng tam phẩm sám hối nhơn
Thiện Đạo tông sư như thị thuyết.

Dịch ý:

Chơn tâm triệt để của chúng sanh
Tâm nầy thành là Kim Cang Tâm
Cùng giống ba phẩm người sám hối
Thiện Đạo Tôn Sư nói như vậy.

Dịch thơ:

Chơn tâm rõ biết chúng sanh
Kim Cang tâm ấy cũng dành cho ta
Ba phẩm sám hối giống mà
Thiện Đạo đã dạy khéo là nhớ ngay.

(76)

五濁惡世之我等，唯憑金剛之信心
可永遠捨離生死，速到自然之淨土

Ngũ trược ác thế chi ngã đẳng
Duy bằng Kim Cang chi tín tâm
Khả vĩnh viễn xả ly sanh tử
Tốc đáo tự nhiên chi Tịnh Độ.

Dịch ý:

Ngũ trược ác thế của chúng ta
Chỉ bằng Kim Cang của tín tâm
Hay vĩnh viễn xa lìa sanh tử
Mau đến tự nhiên của Tịnh Độ.

Dịch thơ:

Chúng ta ngũ trược đang vào
Kim Cang tâm ấy chớ nào khác chi
Xa lìa sanh tử một khi
Tịnh Độ cõi ấy khác gì tự nhiên.

(77)

金剛堅固之信心，得待此心決定時
彌陀心光永攝護，永隔生死超輪回

Kim Cang kiên cố chi tín tâm
Đắc đãi thử tâm quyết định thời
Di Đà tâm quang vĩnh nhiếp hộ
Vĩnh ngung sanh tử siêu luân hồi.

Dịch ý:

Kim Cang kiên cố của tín tâm
Được chờ tâm nầy lúc quyết định
Di Đà tâm sáng luôn nhiếp hộ
Luôn ngoài sanh tử vượt luân hồi.

Dịch thơ:

Tín tâm kiên cố Kim Cang
Quyết định tâm ấy chờ sang lúc nầy
Di Đà nhiếp hộ tại đây
Cứu cánh sinh tử vòng vây luân hồi.

(78)

不得真實信心者，即是欠缺一心故
應知凡缺一心者，皆是不具足三信

Bất đắc chơn thật tín tâm giả
Tức thị khiếm khuyết nhất tâm cố
Ưng tri phàm khuyết nhất tâm giả
Giai thị bất cụ túc tam tín.

Dịch ý:

Chẳng được chơn thật tín tâm ấy
Tức là khiếm khuyết nhất tâm vậy
Nên rõ kẻ phàm khuyết nhất tâm

Đều là chẳng đầy đủ ba tín.

Dịch thơ:

Chơn thật chẳng được tín tâm
Tâm ấy khiếm khuyết phải tầm cho ra
Phải nên rõ biết thiếu mà
Như thế ba tín đều là chưa nên.

(79)

獲得利他信樂人，則與佛願相應故
若順佛教與佛語，外之雜緣自然無

Hoạch đắc lợi tha tín lạc nhơn
Tắc dữ Phật nguyện tương ưng cố
Nhược thuận Phật giáo dữ Phật ngữ
Ngoại chi tạp duyên tự nhiên vô.

Dịch ý:

Rộng được lợi tha người tin vui
Thời cùng Phật nguyện tương ưng vậy
Nếu theo Phật dạy cùng lời Phật
Bên ngoài tạp duyên tự nhiên không.

Dịch thơ:

Người tín lạc, kẻ lợi tha

Đó là Phật nguyện mới là tương ưng
Nếu mà thuận Phật dạy cùng
Bên ngoài chẳng tạp tự nhiên không còn.

(80)

若聞真宗之念佛，無有一念之疑者
讚為稀有最勝人，判定為得正念故

Nhược văn Chơn Tông chi niệm Phật
Vô hữu nhất niệm chi nghi giả
Tán vi hi hữu tối thắng nhơn
Phán định vi đắc chánh niệm cố.

Dịch ý:

Nếu nghe niệm Phật của Chơn Tông
Chẳng có nhất niệm là người nghi
Khen vì hy hữu người tối thắng
Phán định là được Chánh Niệm vậy.

Dịch thơ:

Nếu nghe niệm Phật Chơn Tông
Chẳng còn một niệm lông bông suy lường
Người mà tối thắng tán dương
Quyết định Chánh Niệm chơn thường thánh chân.

(81)

與佛本願不相應，故遭雜緣來亂動

唯因信心亂失故，說此謂之失正念

Dữ Phật Bổn Nguyện bất tương ưng

Cố tao tạp duyên lai loạn động

Duy nhơn tín tâm loạn thất cố

Thuyết thử vị chi thất chánh niệm.

Dịch ý:

Cùng Phật Bổn Nguyện chẳng tương ưng

Nên gặp tạp duyên lại loạn động

Chỉ nhơn tín tâm loạn mất vậy

Nói đây nghĩa là mất Chánh Niệm.

Dịch thơ:

Bổn Nguyện không giống với Phật

Tạp duyên thêm lại chẳng dừng ngay đây

Đó là mất tín niệm nầy

Do đó nên gọi chánh đây không còn.

(82)

信乃從願所生故，念佛成佛是自然

自然亦即是報土，決定必證大涅槃

Tín nãi tòng nguyện sở sanh cố
Niệm Phật thành Phật thị tự nhiên
Tự nhiên diệc tức thị Báo độ
Quyết định tất chứng Đại Niết Bàn.

Dịch ý:

Tín lại từ nguyện chỗ sanh vậy
Niệm Phật thành Phật là tự nhiên
Tự nhiên lại tức là Báo Độ
Quyết định tất chứng đại Niết Bàn.

Dịch thơ:

Tín nầy từ nguyện mà sanh
Niệm Phật thành Phật chí thành tự nhiên
Báo độ như thế tự nhiên
Niết Bàn tất chứng định nầy chẳng sai.

(83)

五濁增盛時若至，疑謗之輩將增多
道俗互為相嫌厭，見修行者作為仇

Ngũ trược tăng thạnh thời nhược chí
Nghi báng chi bối tương tăng đa
Đạo tục hỗ vi tướng hiềm yểm
Kiến tu hành giả tác vi cừu.

Dịch ý:

Ngũ trược tăng mạnh thì yếu đến
Nghi báng của bậc sẽ tăng nhiều
Đạo tục cùng vì tướng ngờ che
Thấy kẻ tu hành tạo làm địch.

Dịch thơ:

Thời ác năm trược tăng nhanh
Nghi ngờ hủy báng đã thành nhiều ra
Đạo đời hiềm giận đấy mà
Thấy người tu tập nghĩ là cừu nhơn.

(84)

毁滅本願眾徒輩，可名為生盲闡提
雖經大地微塵劫，永沉三途難得離

Hủy diệt Bổn Nguyện chúng đồ bối
Khả danh vi sanh manh siển đề
Duy kinh đại địa vi trần kiếp
Vĩnh trầm tam đồ nan đắc ly.

Dịch ý:

Hủy diệt Bổn Nguyện những học trò
Được gọi là sanh manh siển đề
Trải qua đại địa vi trần kiếp

Luôn đọa tam đồ khó được ra.

Dịch thơ:

Những ai Bổn Nguyện chẳng tin
Nhất siển đề sánh như in khác gì
Trải qua đại địa tư nghì
Chắc chắn phải đọa A Tỳ ngục kia.

(85)

雖曾指授西歸路，自障障他還如故
曠劫以來常輪轉，徒然生死空逝過

Tuy hội chỉ thọ Tây quy lộ
Tự chướng chướng tha hoàn như cố
Quảng kiếp dĩ lai thường luân chuyển
Tòng nhiên sanh tử không thệ quá.

Dịch ý:

Tuy gặp chỉ cho đường về Tây
Tự chướng, chướng tha lại như vậy
Nhiều kiếp lại đây thường luân chuyển
Từ đây sanh tử không qua khỏi.

Dịch thơ:

Trời Tây chỉ muốn vãng sanh

Tự mình mình chướng rành rành ra đây
Luân hồi nhiều kiếp chẳng hay
Việc sanh tử ấy từ nay vẫn còn.

(86)

不蒙彌陀弘誓力，何時何劫出娑婆
深念佛恩思報答，恒常不忘念彌陀

Bất mông Di Đà hoằng thệ lực
Hà thời hà kiếp xuất Ta Bà
Thâm niệm Phật ân tư báo đáp
Hằng thường bất vọng niệm Di Đà.

Dịch ý:

Chẳng mong Di Đà hoằng nguyện lực
Lúc nào kiếp nào khỏi Ta Bà
Niệm sâu Phật ân, nghĩ báo đáp
Hằng thường chẳng quên niệm Di Đà.

Dịch thơ:

Chẳng đợi thệ nguyện Di Đà
Kiếp nào ra khỏi Ta Bà hỡi ai
Niệm Phật báo đáp miệt mài
Thường hay nhớ nghĩ liên đài A Di.

(87)

捨離娑婆永劫苦，期生淨土無為樂
皆是本師釋迦力，長時讚佛報慈恩

Xả ly Ta Bà vĩnh kiếp khổ
Kỳ sanh Tịnh Độ vô vi lạc
Giai thị Bổn Sư Thích Ca lực
Trường thời tán Phật báo từ ân.

Dịch ý:

Xả ly Ta Bà nhiều kiếp khổ
Hẹn sanh Tịnh Độ vui vô vi
Đều là Bổn Sư Thích Ca lực
Dài lâu khen Phật báo từ ân.

Dịch thơ:

Xả ly Ta Bà kiếp khổ
Cầu sanh Tịnh Độ kiếp sau an nhàn
Lực nầy do Phật bảo ban
Ân đức cao cả phải mang báo đền.

Bên trên của Thiện Đạo Đại Sư.

Nguyên Tín Tán (10 khổ)

(88)

源信大師臨終言，我是古佛所示現
教化因緣已盡故，今日欲還歸本土

Nguyên Tín Đại Sư lâm chung ngôn
Ngã thị cổ Phật sở thị hiện
Giáo hóa nhơn duyên dĩ tận cố
Kim nhựt dục hoàn quy bổn độ.

Dịch ý:

Nguyên Tín Đại Sư lâm chung ngôn
Ta là Cổ Phật nơi thị hiện
Giáo hóa nhơn duyên đã hết rồi
Ngày nay muốn hoàn quy bổn độ.

Dịch thơ:

Nguyên Tín Đại Sư lâm chung
Cổ Phật thị hiện đã cùng chúng sanh
Bây giờ giáo hóa đã thành
Ngày nay trở lại nơi hành đạo xưa.

(89)

本師源信甚殷勤，一代佛教之法中
開啟念佛之一門，教導濁世末代人

Bổn Sư Nguyên Tín thậm ân cần
Nhất đợi Phật giáo chi pháp trung
Khai khải niệm Phật chi nhất môn
Giáo đạo trược thế mạt đợi nhơn.

Dịch ý:

Bổn Sư Nguyên Tín thật ân cần
Một đời Phật dạy là trong pháp
Khai mở niệm Phật của một môn
Dạy chỉ cõi trược người đời sau.

Dịch thơ:

Bổn Sư Nguyên Tín ân cần
Tất cả hy hiến dấn thân một đời
Niệm Phật mở rộng một môn
Dạy chỉ cõi ác cho người đời sau.

(90)

源信僧都臨終言，我本靈山一聽眾
辨立報化之二土，判定專雜之得失

Nguyên Tín Tăng Đô lâm chung ngôn
Ngã bổn Linh Sơn nhất thính chúng
Biện lập báo hóa chi nhị độ
Phán định chuyên tạp chi đắc thất.

Dịch ý:

Nguyên Tín Tăng Đô lâm chung ngôn
Ta gốc Linh Sơn một thính chúng
Cùng lập Báo Hóa của hai cõi
Phán định chuyên tạp là được mất.

Dịch thơ:

Lời cuối Tăng Đô đã dặn
Ta vốn thính chúng đã đặng Linh Sơn
Hai cõi Báo, Hóa là nhơn
Cho biết chơn giả tạp chơn còn gì.

(91)

本師源信和尚者，依懷感禪師論釋
將處胎經中所言，懈慢界事說顯明

Bổn Sư Nguyên Tín Hòa Thượng giả
Y Hoài Cảm Thiền Sư luận thích
Tương xứ thai kinh trung sở ngôn
Dải mạn giới sự thuyết hiển minh

Dịch ý:

Bổn Sư Nguyên Tín Hòa Thượng ấy
Nương Hoài Cảm Thiền Sư giải luận
Từ trong thai, qua trong chỗ nói
Cảnh lưỡi nhờn việc nói hiển minh.

Dịch thơ:

Nguyên Tín Hòa Thượng chỉ bày
Nương nơi Hoài Cảm hằng ngày luận thông
Từ trong thai, chốn lập công
Cảnh giới giải đãi lại trông rõ ràng.

(92)

稱讚專修者，謂千無一失
嫌貶雜修者，謂萬不一生

Xưng tán chuyên tu giả
Vị thiên vô nhất thất
Hiềm biếm tạp tu giả
Vị vạn bất nhất sanh

Dịch ý:

Xưng tán chuyên tu ấy
Là ngàn không một mất
Ghét chê tạp tu ấy

Là vạn chẳng một đời.

Dịch thơ:

Ca dương tán tụng người tu
Ngàn cân chẳng mất tạc thù một hai
Ghét chê tu tạp an bài
Nghĩa là vạn đợi chẳng lai nơi nầy.

(93)

往生報之淨土者，釋之曰為數不多
往生化土之眾生，釋之曰為數不少

Vãng sanh báo chi Tịnh Độ giả
Thích chi viết vi số bất đa
Vãng sanh hóa độ chi chúng sanh
Thích chi viết vi số bất thiểu.

Dịch ý:

Vãng sanh báo của Tịnh Độ ấy
Thích đã dạy, vì số chẳng nhiều
Vãng sanh hóa độ của chúng sanh
Thích đã dạy, vì số chẳng ít.

Dịch thơ:

Vãng sanh Báo Độ kia rồi

Thích Ca cho biết số thời chẳng đông
Chúng sanh Hóa Độ chờ mong
Số ấy ước tính nhiều không thể lường.

(94)

男女貴賤等皆同，但稱彌陀之名號
行住坐臥不選擇，時處諸緣無障礙

Nam nữ quý tiện đẳng giai đồng
Đãn xưng Di Đà chi danh hiệu
Hành trụ tọa ngọa bất tuyển trạch
Thời xứ chư duyên vô chướng ngại.

Dịch ý:

Nam nữ quý tiện đều giống nhau
Hằng xưng Di Đà của danh hiệu
Đi, đứng, ngồi, nằm chẳng chọn lựa
Thì nơi các duyên không chướng ngại.

Dịch thơ:

Nam nữ quý tiện giống nhau
Nếu cùng niệm Phật chẳng thay đổi gì
Nằm ngồi đi đứng một khi
Nơi nào duyên đến tức thì hanh thông.

(95)

煩惱障眼雖不見，彌陀攝取之光明
大悲始終無厭倦，常照我身不捨離

Phiền não chướng nhãn duy bất kiến
Di Đà nhiếp thủ chi quang minh
Đại bi thỉ chung vô yếm quyện
Thường chiếu ngã thân bất xả ly.

Dịch ý:

Phiền não chướng mắt tuy chẳng thấy
Di Đà nhiếp thủ của quang minh
Đại bi trước sau không chán mệt
Thường chiếu thân ta chẳng xả ly.

Dịch thơ:

Não kia ta chẳng thấy gì
Di Đà nhiếp thủ một khi tỏ tường
Lòng từ chẳng mệt do thương
Chẳng rời tâm thức ta thường an vui.

(96)

欲生彌陀報土者，外儀雖各不相同
應信受本願名號，寤寐莫忘念彌陀

Dục sanh Di Đà Báo Độ giả
Ngoại nghi duy các bất tương đồng
Ưng tín thọ Bổn Nguyện danh hiệu
Ngụ mị mạc vọng niệm Di Đà.

Dịch ý:

Muốn sanh Di Đà Báo Độ ấy
Bên ngoài tuy mỗi chẳng tương đồng
Nên tín thọ Bổn Nguyện danh hiệu
Nhờ say không quên niệm Di Đà.

Dịch thơ:

Di Đà Báo Độ muốn sanh
Bên ngoài có khác trở thành mối lo
Bổn Nguyện gắng niệm danh cho
Tuyệt không quên mất niệm do Phật Đà.

(97)

極惡深重之眾生，更無其他方便法
唯有稱念彌陀佛，決定往生極樂國

Cực ác thâm trọng chi chúng sanh
Cánh vô kỳ tha phương tiện pháp
Duy hữu xưng niệm Di Đà Phật
Quyết định vãng sanh Cực Lạc quốc.

Dịch ý:

Cực ác nặng sâu của chúng sanh
Liền chẳng đây kia pháp phương tiện
Chỉ có xưng niệm Di Đà Phật
Quyết định vãng sanh Cực Lạc quốc.

Dịch thơ:

Chúng sanh dầu ác đến đâu
Phương tiện chẳng pháp dài lâu đâu mà
Chỉ có niệm Phật Di Đà
Vãng sanh Cực Lạc ấy là định kia.

Bên trên là của Ngài Nguyên Tín Đại Sư.

Nguyên Không Tán (20 khổ)

(98)

本師源空出於世，廣開本願之一乘
日本一州皆普遍，現出淨土之機緣

Bổn Sư Nguyên Không xuất ư thế
Quảng khai Bổn Nguyện chi nhất thừa
Nhựt Bổn nhất châu giai phổ biến
Hiện xuất Tịnh Độ chi cơ duyên.

Dịch ý:

Bổn Sư Nguyên Không ra nơi đời
Rộng mở Bổn Nguyện của Nhất Thừa
Nhật Bản một châu đều phổ biến
Hiện xuất Tịnh Độ của cơ duyên.

Dịch thơ:

Nguyên Không xuất thế nơi đời
Bổn Nguyện rộng diễn Nhứt Thừa biết ơn
Nhất châu Nhật Bổn nguồn cơn
Tịnh Độ xuất hiện là nhơn duyên nầy.

(99)

由智慧光之力，示現本師源空

開啟淨土真宗，撰述選擇本願

Do trí huệ quang chi lực

Thị hiện Bổn Sư Nguyên Không

Khai khải Tịnh Độ Chơn Tông

Soạn thuật tuyển trạch Bổn Nguyện.

Dịch ý:

Do lực của trí huệ quang

Thị hiện Bổn Sư Nguyên Không

Khai mở Tịnh Độ Chơn Tông

Soạn thuật chọn lựa Bổn Nguyện.

Dịch thơ:

Ánh sáng trí tuệ dẫn đường

Nguyên Không thị hiện xiển dương pháp màu

Đó là Tịnh Độ Chơn Tông

Bổn Nguyện soạn thuật mở bày nguyện kia.

(100)

雖經善導源信勸，若無本師源空弘

片州濁世諸朋輩，如何能得悟真宗

Duy kinh Thiện Đạo Nguyên Tín khuyến
Nhược vô Bổn Sư Nguyên Không hoằng
Phiến châu trược thế chư bằng bối
Như hà năng đắc ngộ Chơn Tông.

Dịch ý:

Chỉ qua Thiện Đạo, Nguyên Tín khuyên
Nếu chẳng Bổn Sư Nguyên Không hoằng
Phiến châu đời trược các bạn hữu
Làm sao hay được ngộ Chơn Tông.

Dịch thơ:

Nguyên Tín khuyên cùng Thiện Đạo
Nguyên Không từ đó lại thạo do Thầy.
Phiến Châu đời trược nương đây
Không Thầy ngộ được pháp này Chơn tông?

(101)

雖經曠劫多生久，不知出離之強緣
若非本師源空教，虛度此生又一回

Duy kinh quảng kiếp đa sanh cửu
Bất tri xuất ly chi cường duyên
Nhược phi bổn sư Nguyên Không giáo
Hư độ thử sanh hựu nhất hồi.

Dịch ý:

Tuy qua nhiều kiếp dài sanh tử
Chẳng rõ ra khỏi của cường duyên
Nếu không Bổn Sư Nguyên Không dạy
Rỗng qua đời nầy, lại trở lại.

Dịch thơ:

Lâu dài kiếp số tử sanh
Cường duyên ra khỏi phải rành chỗ ra
Nguyên Không chỉ dạy hẳn hòi
Sanh ra trở lại, lại đòi trở lui.

(102)

源空歲在三五齡，即悟得無常之理
表明厭離之素懷，進入求菩提之道

Nguyên Không tuế tại tam ngũ lệnh
Tức ngộ đắc vô thường chi lý
Biểu minh yểm ly chi tố hoài
Tiến nhập cầu Bồ Đề chi đạo.

Dịch ý:

Nguyên Không tuổi ở ba mươi lăm
Liền ngộ được lý của vô thường
Hiện rõ lìa khỏi sự chẳng mong

Sâu vào đạo để cầu Bồ Đề.

Dịch thơ:

Nguyên Không tuổi đã ba lăm
Vô thường ngộ chữ nằm lòng lý kia
Chẳng mong việc ấy muốn lìa
Bồ Đề đạo quả việc kia thấm vào.

(103)

源空智行之至德，雖聖道諸宗師主
悉皆共來作依止，為一心金剛戒師

Nguyên Không tri hành chi chí đức
Duy Thánh Đạo chư tông sư chủ
Tất giai cộng lai tác y chỉ
Vi nhất tâm Kim C ang giới sư.

Dịch ý:

Nguyên Không tri hành của chí đức
Chỉ Thánh Đạo các Tông Sư Chủ
Tất đều cùng đến làm chỗ nương
Vì nhất tâm Kim Cang giới sư.

Dịch thơ:

Nguyên Không rõ biết đức kia

Thánh Đạo tông chủ không lìa chánh nhơn
Đến đây nương tựa nhờ ơn
Kim Cang sư giới nguồn cơn một lòng.

(104)

源空在世化導時，曾放金色之光明
禪定博陸在面前，令其親眼得拜見

Nguyên Không tại thế hóa đạo thời
Hội phóng kim sắc chi quang minh
Thiền định Bác Lục tại diện tiền
Lệnh kỳ thân nhãn đắc bái kiến.

Dịch ý:

Nguyên Không ở đời lúc hóa đạo
Gặp phóng kim sắc của quang minh
Thiền định Bác Lục ở trước mắt
Khiến đây chính mắt được bái kiến.

Dịch thơ:

Hóa đạo tại thế Nguyên Không
Quang minh từng phóng ánh hồng đó đây
Bác Lục lúc ấy đủ đầy
Nhiều người trông thấy ảnh nầy ngợi ca.

(105)

本師源空之本地，世俗人人皆相傳
或謂綽和尚再誕，還稱善導所示現

Bổn Sư Nguyên Không chi bổn địa
Thế tục nhơn nhơn giai tương truyền
Hoặc Vị Xước Hòa Thượng tái đản
Hoàn xưng Thiện Đạo sở thị hiện.

Dịch ý:

Bổn Sư Nguyên Không của bổn địa
Thế tục người người đều tương truyền
Hoặc là Xước Hòa Thượng ra đời
Lại xưng Thiện Đạo chỗ thị hiện.

Dịch thơ:

Ở nơi bổn địa Nguyên Không
Người người cõi thế rộng trông tương truyền
Phải chăng Thầy Xước nhơn duyên
Thiện Đạo thị hiện để chuyên gia trì.

(106)

源空乃勢至所現，亦是彌陀之化身
上皇群臣皆尊敬，京夷庶民咸欽仰

Nguyên Không nãi Thế Chí sở hiện
Diệc thị Di Đà chi hóa thân
Thượng hoàng quần thần giai tôn kính
Kinh gi thứ dân hàm khâm ngưỡng.

Dịch ý:

Nguyên Không cùng Thế Chí chỗ hiện
Lại là Di Đà của hóa thân
Thượng Hoàng quần thần đều tôn kính
Phố, mọi, thứ dân đều khâm ngưỡng.

Dịch thơ:

Nguyên Không Thế Chí hiện thân
Di Đà từ phụ cũng gần đấy thôi
Quần thần vua chúa bồi hồi
Kinh thành dân chúng đứng ngồi kính tin.

(107)

承久之太上法皇，已歸敬本師源空
釋門儒林亦偕同，齊來共悟入真宗

Thừa cửu chi Thái Thượng Pháp hoàng
Dĩ quy kỉnh Bổn Sư Nguyên Không
Thích môn nho lâm diệc giai đồng
Tề lai cung ngộ nhập Chơn Tông.

Dịch ý:

Thái Thượng Pháp Hoàng của Thừa Cửu
Đã quy kính Bổn Sư Nguyên Không
Thích môn, Nho lâm đều cũng vậy
Đều đến cùng ngộ nhập Chơn Tông.

Dịch thơ:

Thừa Cửu Thái Thượng Pháp Hoàng
Nguyên Không Sư phụ dẫn đàng kính tin
Nho Phật lại chẳng khác nhìn
Đều cùng quy ngưỡng ngộ tìm Chơn Tông.

(108)

諸佛方便時節至，示現源空聖人身
教導無上之信心，開啟涅槃之法門

Chư Phật phương tiện thời tiết chí
Thị hiện Nguyên Không Thánh nhơn thân
Giáo đạo vô thượng chi tín tâm
Khai khải Niết Bàn chi pháp môn.

Dịch ý:

Chư Phật phương tiện thời tiết đến
Thị hiện Nguyên Không thân Thánh Nhơn
Chỉ bày vô thượng của tín tâm

Khai mở pháp môn của Niết Bàn.

Dịch thơ:

Phương tiện chư Phật mở bày
Thị hiện thân ấy chẳng tày Nguyên Không
Dạy cho vô thượng tín tâm
Niết Bàn phương pháp nên mong trở về.

(109)

欲遇真實善知識，實是難中又最難
流轉輪回無邊際，無若疑情之障者

Dục ngộ chơn thật thiện trí thức
Chơn thị nan trung hựu tối nan
Lưu chuyển luân hồi vô biên tế
Vô nhược nghi tình chi chướng giả.

Dịch ý:

Muốn gặp Chơn thật thiện tri thức
Thật là trong khó lại càng khó
Lưu chuyển luân hồi không dừng nghỉ
Nếu không nghi tình là chướng ấy.

Dịch thơ:

Muốn gặp tri thức ở đời

Khó ấy phải nói khó thời khó hơn
Luân hồi ai rõ nguồn chơn
Nghi tình là chướng ấy nhơn đủ đầy.

(110)

源空身上放光明，門徒恒得親眼見
不擇賢哲與愚夫，無分豪貴及鄙賤

Nguyên Không thân thượng phóng quang minh
Môn đồ hằng đắc thân nhãn kiến
Bất trạch hiền triết dữ ngu phu
Vô phân hào quý cập bỉ tặc.

Dịch ý:

Nguyên Không trên thân phóng hào quang
Môn đồ hằng được gần mắt thấy
Chẳng chọn hiền triết cùng ngu phu
Chẳng phân giàu nghèo cùng bần tiện.

Dịch thơ:

Nguyên Không thân thượng phóng quang
Môn đồ tứ chúng hỷ hoan đón chào
Chẳng luận phàm thánh khác nào
Giàu nghèo rách nát cũng vào chơn như.

(111)

命終之期接近時，本師源空曾言曰
往生已是第三次，此次尤得易達成

Mệnh chung chi kỳ tiếp cận thời
Bổn Sư Nguyên Không hội ngôn viết
Vãng sanh dĩ thị đệ tam thứ
Thử thứ vưu đắc dị đạt thành.

Dịch ý:

Đến gần thời kỳ của mệnh chung
Bổn Sư Nguyên Không cùng nói rằng
Vãng sanh đã là lần thứ ba
Lần nầy được lạ, dễ đạt thành.

Dịch thơ:

Đến khi mạng sống hết rồi
Nguyên Không mới viết những lời dự ngôn
Vãng sanh ba lượt dập dồn
Lần nầy cũng lạ dễ thành ai ơi.

(112)

源空親自曾言曰，昔在靈山會上時
置身聲聞僧眾中，修行頭陀而化度

Nguyên Không thân tự hội ngôn viết
Tích tại Linh Sơn hội thượng thời
Trí thân Thanh Văn Tăng chúng trung
Tu hành đầu đà nhi hóa độ.

Dịch ý:

Nguyên Không chính mình cùng nói rằng
Xưa ở Linh Sơn gặp lúc ấy
Ở thân Thanh Văn trong chúng Tăng
Tu hành đầu đà mà hóa độ.

Dịch thơ:

Nguyên Không trong hội nói ra
Ngày xưa chốn ấy chính là Linh Sơn
Thanh Văn Tăng chúng nhờ ơn
Đầu đà khổ hạnh là nhơn độ đời.

(113)

誕生粟散片州中，開啟弘揚念佛宗
專為度化眾生類，數次示現娑婆界

Đản sanh Túc Tán phiến châu trung
Khai khải hoằng dương niệm Phật Tông
Chuyên vi độ hóa chúng sanh loại
Số thứ thị hiện Sa Bà giới.

Dịch ý:

Đản sanh Túc Tán giữa Phiên Châu
Khai mở hoằng dương niệm Phật Tông
Chuyên vì độ hóa chúng sanh loại
Số lần thị hiện cõi Ta Bà.

Dịch thơ:

Ra đời Túc Tán Phiên Châu
Mở mang Niệm Phật phép mầu năm xưa
Để cho sanh chúng hiểu vừa
Ta Bà thị hiện số thừa nhiều nơi.

(114)

阿彌陀如來化身，示現為本師源空
教化機緣已經盡，是故還歸於淨土

A Di Đà Như Lai hóa thân
Thị hiện vi Bổn Sư Nguyên Không
Giáo hóa cơ duyên dĩ kinh tận
Thị cố hoàn quy ư Tịnh Độ.

Dịch ý:

A Di Đà Như Lai hóa thân
Thị hiện làm Bổn Sư Nguyên Không
Giáo hóa cơ duyên đã hết rồi

Cho nên lại về nơi Tịnh Độ.

Dịch thơ:

Di Đà Như Lai hóa thân
Nguyên Không thị hiện là nhân cõi nầy
Đến kỳ giáo hóa đủ đầy
Trở về Tịnh Độ gặp ngay Di Đà.

(115)

本師源空臨終時，空中光明如紫雲
音樂哀婉而雅亮，異香映芳滿庭園

Bổn Sư Nguyên Không lâm chung thời
Không trung quang minh như tử vân
Âm nhạc ai oán nhi nhã lượng
Dị hương ảnh phương mãn đình viên.

Dịch ý:

Bổn Sư Nguyên Không lúc lâm chung
Trong không ánh sáng như mây tím
Âm nhạc ai oán mà tỏa sáng
Hương lạ chiếu thơm đầy vườn nhà.

Dịch thơ:

Nguyên Không đến lúc lâm chung

Màu tím ánh sáng đến cùng hào quang
Âm nhạc ai oán tấu vang
Hương kia khác lạ hiện lan trong vườn.

(116)

道俗男女來相見，公卿殿上共群集
頭北面西右脅臥，遵守如來涅槃儀

Đạo tục nam nữ lai tương kiến
Công khanh điện thượng cộng quần tập
Đầu bắc diện tây hữu hiếp ngọa
Tôn thủ Như Lai Niết Bàn nghi.

Dịch ý:

Đạo tục nam nữ đến gặp thấy
Công khanh, điện thượng cùng quây quần
Đầu Bắc, mặt Tây, hông phải nằm
Tôn giữ Như Lai nghi Niết Bàn.

Dịch thơ:

Đạo đời vội vã đến thăm
Vua chúa quan lại đến quây quanh Ngài
Mặt Tây, đầu Bắc, hông nằm
Niết Bàn thuở ấy giống trăm nghìn lần.

(117)

本師源空命終時，建曆第二壬申歲
初春下旬第五日　　往生還歸於淨土

Bổn Sư Nguyên Không mệnh chung thời
Kiến Lịch đệ nhị Nhâm Thân tuế
Sơ xuân hạ tuần đệ ngũ nhật
Vãng sanh hoàn quy ư Tịnh Độ.

Dịch ý:

Bổn Sư Nguyên Không lúc mệnh chung
Kiến Lịch đệ nhị năm Nhâm Thân
Đầu Xuân, hạ tuần ngày mùng năm
Vãng sanh trở lại nơi Tịnh Độ.

Dịch thơ:

Nguyên Không mệnh chung lúc đó
Nhâm Thân, Kiến Lịch đã có hai năm
Mùng năm hạ tuần xuân thăm
Tịnh Độ cõi ấy lại nhằm vãng sanh.

Bên trên là của Nguyên Không Thánh Nhơn.

Cao Tăng Hòa Tán

Như bên trên Cao Tăng hòa tán có tất cả là 117 khổ thơ.

Kết Tán (2 khổ)

(118)

五濁惡世之眾生，若信選擇本願者
不可稱說不思議，功德滿入行者身

Ngũ trược ác thế chi chúng sanh
Nhược tín tuyển trạch Bổn Nguyện giả
Bất khả xưng thuyết bất tư nghì
Công đức mãn nhập hành giả thân.

Dịch ý:

Ngũ trược ác thế của chúng sanh
Nếu tin tuyển trạch Bổn Nguyện ấy
Chẳng thể xưng nói bất tư nghì
Công đức đầy vào thân hành giả.

Dịch thơ:

Ngũ trược ác thế chúng sanh
Bổn Nguyện tuyển trạch là nhân nương vào
Bất tư nghì, ấy xiết bao
Công đức tự tại truyền trao thân mình.

天竺｛龍樹菩薩，天親菩薩｝
震旦｛曇鸞和尚，道綽禅師，善導禅師｝
和朝｛源信和尚，源空聖人｝
以上七人］
聖德太子，敏達天皇元年正月一日誕生
當佛滅後一千五百二十一年也

Thiên Trúc: Long Thọ Bồ Tát, Thiên Thân Bồ Tát.

Chấn Đán (Trung Quốc): Đàm Loan Hòa Thượng, Đạo Xước Thiền Sư, Thiện Đạo Thiền Sư.

Hòa Triều (Nhật Bản): Nguyên Tín Hòa Thượng, Nguyên Không Thánh Nhơn.

Bên trên tất cả bảy vị.

Thánh Đức Thái Tử sanh vào ngày Mùng Một tháng Một năm Mẫn Đạt Thiên Hoàng thứ nhất (nhằm ngày 7 tháng 2 năm 574)

(119)

闡釋南無阿彌陀，眾善無邊如海水
得彼清淨之善身，平等回向於眾生

Siển thích Nam Mô A Di Đà
Chúng thiện vô biên như hải thủy
Đắc bỉ thanh tịnh chi thiện thân
Bình đẳng hồi hướng ư chúng sanh.

Dịch ý:

Mở giải Nam Mô A Di Đà
Chúng thiện vô biên như nước biển
Được kia thanh tịnh của thân lành
Bình đẳng hồi hướng nơi chúng sanh.

Dịch thơ:

A Di Đà Phật mở ra
Chúng thiện hồi hướng trải qua biển cùng
Thân nầy thanh tịnh được dùng
Hồi hướng bình đẳng về vùng chúng sanh.

Dịch xong vào lúc 17 giờ ngày 18 tháng 7 năm 2023, nhằm ngày Mùng Một tháng 6 năm Quý Mão, tại Phương Trượng Đường Tổ Đình Viên Giác Hannover, Đức Quốc, nhân mùa An Cư Kiết Hạ.

Những phần phiên dịch sau, dịch thẳng từ Nhật Ngữ, bắt đầu vào ngày 18 tháng 7 năm 2023, nhằm ngày Mùng Một tháng 6 năm Quý Mão.

KINH VĂN SỐ 2656

thuộc Đại Chánh Tân Tu Đại Tạng Kinh.

TÔN HIỆU CHÂN TƯỢNG MINH VĂN

Câu văn của lời nguyện thứ 18.

(1) Theo kinh Đại Vô Lượng Thọ nói rằng: "Thiết ngã đắc Phật, thập phương chúng sanh, chí tâm tín nhạo, dục sanh ngã quốc, nãi chí thập niệm, nhược bất sanh giả, bất thủ chánh giác, duy trừ ngũ nghịch, hủy báng chánh pháp (phần trên)."

Dịch nghĩa: "Giả sử khi ta thành Phật, mười phương chúng sanh, chí tâm tin vui, muốn sanh nước ta, cho đến mười niệm, nếu chẳng sanh được, chẳng thành Chánh giác, chỉ trừ ngũ nghịch, hủy báng chánh pháp."

"Đại Vô Lượng Thọ kinh" nghĩa là kinh mà đức Phật đã nói về 48 lời nguyện. "Giả sử khi ta thành Phật"; nghĩa là nếu ta được thành Phật; gọi là ngôn ngữ của sự giải thích như thế. "Thập phương chúng sanh" gọi là chúng sanh trong mười phương.

"Chí tâm tín nhạo" ở đây chữ "chí tâm" có nghĩa là nêu lên sự chơn thật. Sự chơn thật ấy dâng lên Đức Như Lai, gọi là sự chí tâm. Chúng sanh đầy cả phiền não, mà nguyên thỉ ở tâm chơn thật nầy thì không có; cũng không phải là tâm thanh tịnh, mà là trược ác tà kiến.

"Tín nhạo" có nghĩa là tiến đến Bổn Nguyện chân thật của Như Lai; chẳng có hai tâm, tin tưởng sâu xa, chẳng có nghi ngờ, nên gọi là tín nhạo. "Chí tâm tín nhạo" nầy là đối với mười phương chúng sanh, qua lời thệ nguyện chơn thật của ta, vui mà tin theo; trở thành chí tâm tín nhạo; ở đây không tồn tại cái tâm của phàm phu tự lực.

"Dục sanh ngã quốc" nghĩa là tâm chí thành vui tin nơi tha lực để cầu sanh về cõi An Lạc Tịnh Độ.

"Nãi chí thập niệm" nghĩa là niệm danh hiệu của Như Lai qua sự thệ nguyện không thay đổi, cũng không giới hạn ở số lượng là bao nhiêu và chúng sanh không bị quyết định hay chi phối bởi thời tiết, cho đến trải qua 10 niệm theo lời thệ nguyện ấy. Từ Đức Như Lai, ánh sáng sẽ chiếu khắp thân ta; cũng chẳng phải là thời gian tầm thường xưng niệm lúc lâm chung, mà chính là nhân duyên của tín tâm chân thật nầy. Nếu được nhập vào nơi ánh sáng của tâm qua sự nhiếp thủ bất xả thì sẽ được quyết định ở phẩm vị của Chánh Định Tụ.

"Nhược bất sanh giả, bất thủ Chánh giác" nghĩa là: Nếu mà chẳng sanh được thì qua lời thệ nguyện kia, Ngài sẽ không thành Phật; nên gọi là "bất thủ Chánh giác". Nếu người nào có chí tâm tín nhạo thì sự thệ nguyện của ta sẽ thành Phật và đưa người ấy sanh về cõi Tịnh Độ. Với Bổn Nguyện nầy thường được nghe thấy nơi "duy tín". Lại cũng có nghĩa là một con đường đưa đến sự chơn thật tín nhạo.

"Duy trừ ngũ nghịch phỉ báng chánh pháp" nghĩa là chữ "duy trừ" ở đây có nghĩa là trừ ra những người bị phạm tội ngũ nghịch[4] và trở thành những người đã hủy báng. Cả hai tội nầy bị đóng chặt lại. Trong mười phương tất cả chúng sanh không phạm vào việc nầy thì mới có thể vãng sanh được.

Câu văn về kỳ Phật Bổn Nguyện lực văn danh dục vãng sanh.

(2) Lại nói rằng: "kỳ Phật Bổn Nguyện lực, văn danh dục vãng sanh, giai tất đáo bỉ quốc, tự trí bất thối chuyển" (Bổn Nguyện lực Phật nầy, nghe tên muốn vãng sanh, tất cả đều đến nước kia, tự nghĩ chẳng thối chuyển) (Đại Kinh, phần phía dưới).

"Kỳ Phật Bổn Nguyện lực" (Bổn Nguyện lực Phật nầy), có nghĩa là Bổn Nguyện lực của Đức Phật A Di Đà.

"Văn danh dục vãng sanh" (Nghe tên muốn vãng sanh) có nghĩa là: chữ văn ấy nghĩa là thân cận gần gũi đức Phật để nghe, "dục vãng sanh" có nghĩa là muốn sanh về cõi An Lạc Thanh Tịnh đó.

"Giai tất đáo bỉ quốc" (Tất cả đều đến nước kia) nghĩa là người được sanh ấy tin rằng tất cả đều được đến nước Tịnh Độ kia.

[4] Giết cha, giết mẹ, giết A La Hán, phá hòa hiệp Tăng và làm thân Phật ra máu.

"Tự trí bất thối chuyển" (Tự nghĩ chẳng thối chuyển) nghĩa là chữ tự ấy là tự chính mình. Tự ấy chẳng phải là tự của chúng sanh mà là sự tự nhiên ở nơi ngôi vị bất thối, trở thành sự tự nhiên vậy.

"Chữ trí" ấy có nghĩa là suy cho cùng những người có lòng tin nơi Bổn Nguyện của Đức Như Lai, tự nhiên sẽ ở ngôi vị bất thối ấy.

Chữ "Bất thối" có nghĩa là sẽ được quyết định ở ngôi vị thân nầy trở thành Phật. Điều này cũng có thể nói là ở ngôi Chánh Định Tụ vậy.

Câu văn của tất đắc siêu tuyệt khứ, vãng sanh An Dưỡng Quốc, Hoành tài ngũ ác thú.

(3) Lại nói: "Tất đắc siêu tuyệt khứ, vãng sanh An Dưỡng quốc, hoành tài ngũ ác thú, ác thú tự nhiên bế, thăng đạo vô cùng cực, dị vãng nhi vô nhơn, kỳ quốc bất nghịch vi, tự nhiên chi sở khiên" (Tức được siêu tuyệt đến, vãng sanh nước Cực Lạc, bên cạnh năm cõi ác, cõi ác tự nhiên đóng, lên đường vô cùng cực, dễ vãng mà chẳng người, nước nầy chẳng ngược lại, tự nhiên không vây hãm).

(4) (Đại Kinh, phần dưới) (bản sao).

"Chữ đắc" có nghĩa là được. Chữ "siêu" có nghĩa là vượt lên. Chữ "tuyệt" có nghĩa là lên khỏi. Chữ "khứ" ấy có nghĩa là đến, qua, lìa khỏi. Điều nầy có nghĩa là sẽ rời khỏi việc lưu chuyển sanh tử ở thế giới Ta Bà nầy và được vãng sanh về thế giới An Dưỡng Tịnh Độ.

"An Dưỡng" có nghĩa là cõi ấy được gặp Đức Di Đà, lại còn gọi là An Lạc Tịnh Độ nữa.

"Hoành tài ngũ ác thú, ác thú tự nhiên bế" (Bên cạnh năm cõi ác,cõi ác tự nhiên đóng) nghĩa chữ hoành ấy là bên cạnh, bề ngang. Điều nầy có nghĩa là những hành giả tin tưởng về nguyện lực của Như Lai, không được chiếu sáng đến. Ngũ ác thú ấy dùng để chỉ cho việc tự nhiên của tử sanh ở bên cạnh, mà tha lực sẽ cần đến để được hoành siêu.

Hoành ở đây là đối lại với thụ; chữ siêu là đối lại với chữ vu. Thụ ấy là bên cạnh; chữ vu là xa ra; thụ và vu ấy có nghĩa là tâm kia là sự tự lực Thánh Đạo. Còn hoành siêu nầy ý chính là tha lực của Chân Tông.

Chữ tài nầy có nghĩa là sự quyết đoán, dứt bỏ, rời khỏi nơi cõi ngũ ác.

"Ác thú tự nhiên bế" có nghĩa là; nếu quy mệnh về nguyện lực thì sự sanh tử của 5 đường sẽ tự nhiên đóng lại. Nghiệp nhơn của Bổn Nguyện sẽ sanh ra một cách tự nhiên để chiếu sáng vào.

"Thăng đạo vô cùng cực" (lên đường vô cùng cực). Chữ thăng ấy có nghĩa là cao lên, leo lên cho đến tận vô thượng Niết Bàn. Đây được gọi là thăng vậy. Còn đạo ấy chính là con đường dẫn đến Niết Bàn.

"Vô cùng cực" (không có cuối cùng) có nghĩa là không có giới hạn.

"Dị vãng nhi vô nhơn" nghĩa là chỉ cho dị vãng có nghĩa là dễ vãng sanh, tùy theo sự nương vào Bổn Nguyện lực, mà nếu sự sanh về Thật Báo Độ của Bổn Nguyện ấy không có nghi ngờ; nên dễ đi đến.

"Vô nhơn" ở đây có nghĩa là không có người, là người không có tín tâm chơn thật để sanh về Thật Báo Độ. Với Nguyên Tín (Pháp Nhiên) Hòa Thượng thì người mà sanh về Báo Độ ấy không có sự tương ưng; nên người sanh về Hóa Độ lại ít đi. (Theo Vãng Sanh Yếu Tập, phần ý phía dưới).

"Kỳ quốc bất nghịch vi, tự nhiên chi sở khiên" (Nước nầy chẳng ngược lại, tự nhiên không vây hãm) là "ở nước nầy"; chính là nơi đó, cũng còn gọi là An Dưỡng Tịnh Sát. Chữ bất nghịch vi có nghĩa là không ngược lại; không bị vây hãm.

Chữ nghịch ấy có nghĩa là ngược lại và chữ vi có nghĩa là trái phép. Người có lòng tin chơn thật ở nơi đại nguyện nghiệp lực thì việc tự nhiên là đối với nghiệp nhơn của Tịnh Độ không trái lại, mà nghiệp lực nầy nhờ sự chiếu sáng ấy trở nên dễ dàng hơn để trở thành "tự nhiên chi sở khiên". Đây là nghiệp nhơn tự nhiên của chí tâm tín nhạo của tha lực vậy. Đây gọi là khiên. Cũng còn gọi là sự tự nhiên của hành giả được chiếu đến.

ĐẠI THẾ CHÍ BỒ TÁT NGỰ MINH VĂN

(5) Đại Thế Chí Bồ Tát ngự minh văn.

"Thủ Lăng Nghiêm kinh" nói rằng:

"Thế Chí hoạch niệm Phật viên thông, Đại Thế Chí Pháp Vương Tử tả kỳ đồng luân ngũ thập nhị Bồ Tát, tức tòng tọa khởi, đảnh lễ Phật túc nhi bạch Phật ngôn: Ngã ức vãng tích hằng sa kiếp, hữu Phật xuất thế, danh Vô Lượng Quang, thập nhị Như Lai tương tục nhứt kiếp, kỳ tối hậu Phật sanh Siêu Nhật Nguyệt Quang, bỉ Phật giáo ngã niệm Phật Tam Muội (nãi chí) nhược chúng sanh tâm ức Phật niệm Phật, hiện tiền đương lai tất định kiến Phật, hiện tiền đương lai bất giả phương tiện, tự đắc tâm khai, như nhiễm hương nhơn, thân hữu lương chí. Thử tắc danh viết: Hương Quang Trang Nghiêm, ngã bổn nhơn địa, dĩ niệm Phật tâm, nhập vô sanh nhẫn, kim ư thử giới, nhiếp niệm Phật nhơn, quy ư Tịnh Độ" (Thế Chí rộng niệm Phật viên thông, Đại Thế Chí Pháp Vương Tử,cùng năm mươi hai vị Bồ Tát ấy đều giống nhau, liền từ chỗ ngồi, đảnh lễ dưới chân Phật mà bạch Phật rằng:Con nhớ từ xa xưa hằng hà sa kiếp, có Phật ra đời hiệu là Vô Lượng Quang, mười hai Đức Như Lai kế tục trong một kiếp, vị Phật sau cùng gọi là Siêu Nhựt Nguyệt Quang. Vị Phật kia dạy con niệm Phật Tam Muội (cho đến). Nếu chúng sanh tâm nhớ Phật, niệm Phật, hiện tiền, tương lai nhất định thấy Phật, đến Phật chẳng xa, chẳng giả phương tiện, tự được mở tâm, như người nhiễm mùi hương, thân có hương thơm. Điều nầy gọi là: Hương Quang Trang Nghiêm, con gốc từ đây, dùng tâm niệm Phật, vào Vô Sanh Nhẫn. Nay ở thế giới nầy, khiến người niệm Phật, về nơi Tịnh Độ) (bên trên lược bớt).

"Thế Chí hoạch niệm Phật viên thông" nghĩa là Bồ Tát Thế Chí rộng mở việc niệm Phật. Chữ hoạch có nghĩa là được, nắm bắt được. Đây cũng còn gọi là nhơn vị. Việc niệm Phật ấy đối với Ngài Đại Thế Chí Bồ Tát trở thành giác ngộ.

"Đại Thế Chí Pháp Vương Tử tả kỳ đồng luân" (Giống như Đại Thế Chí Bồ Tát Pháp Vương Tử) có nghĩa là 52 vị Bồ Tát ấy và Đại Thế Chí giống nhau và Bồ Tát cũng giống như là một Pháp Vương Tử gọi là: "tả kỳ đồng luân."

"Tức tòng tọa khởi, đảnh lễ Phật túc nhi bạch Phật ngôn" (Từ chỗ ngồi đứng dậy, đảnh lễ dưới chân Phật mà thưa rằng:) nghĩa là từ chỗ ngồi đứng dậy đến trước chân của Đức Phật để lễ bái và thưa rằng: "Ngã ức vãng tích" (Con nhớ từ xa xưa); gọi là từ xa xưa ấy con nhớ lại về hằng hà sa số kiếp về trước.

"Hữu Phật xuất thế danh Vô Lượng Quang" (Có Phật ra đời tên Vô Lượng Quang) nghĩa là Phật ấy xuất hiện nơi đời. Phật ấy ra đời chính là Đức A Di Đà Như Lai. Thập nhị quang Phật có nghĩa là 12 lần xuất hiện nơi cõi đời nầy; nên gọi là "thập nhị Như Lai tương tục nhứt kiếp" (mười hai Đức Như Lai liên tục trong một kiếp.

"Thập nhị Như Lai" cũng còn gọi tên là thập nhị quang của Đức A Di Đà Như Lai. "Tương tục nhứt kiếp" nghĩa là 12 lần xuất hiện nơi thế gian của 12 Quang Phật ấy.

"Kỳ tối hậu Phật danh Siêu Nhựt Nguyệt Quang " (Vị Phật sau cùng tên là Siêu Nhật Nguyệt Quang) đó chính là sự ra đời của Đức Phật Thập Nhị Phật Quang gọi là "Siêu Nhựt Nguyệt Quang Phật."

"Bỉ Phật giáo ngã niệm Phật Tam Muội" (Vị Phật kia dạy con niệm Phật Tam Muội), đây chính là vị Phật sau cùng Siêu Nhựt Nguyệt Quang đã dạy cho Ngài Thế Chí về niệm Phật Tam Muội.

"Nhược chúng sanh tâm ức Phật niệm Phật" (Nếu có chúng sanh, tâm nhớ Phật, niệm Phật) có nghĩa là nếu có chúng sanh có tâm nhớ nghĩ đến Phật rồi niệm Phật thì "hiện tiền đương lai tất định kiến Phật khứ Phật bất viễn bất giả phương tiện, tự đắc tâm khai" (Bây giờ, tương lai nhất định thấy Phật, đến Phật chẳng xa, chẳng giả phương tiện, tâm tự được mở); nghĩa là đời nầy sẽ thấy được Phật và đời sau cũng sẽ thấy được Phật. Đức Phật không giả, không phải phương tiện, mà tâm ấy tự nhiên có được.

"Như nhiễm hương nhơn, thân hữu hương khí" (Như người nhiễm hương, thân có hương thơm) nghĩa là mùi hương ấy quyện vào nơi thân của người ấy. Người có tâm niệm Phật cũng như người có tâm của Ngài Thế Chí. Đây chính là: "thử tắc danh viết Hương Quang Trang nghiêm" (Điều nầy gọi là Hương Quang Trang Nghiêm) vậy.

Tâm khảm của Ngài Bồ Tát Thế Chí đối với người niệm Phật, tâm ấy giống như người được nhiễm bởi hương thơm kia.

Cho nên Đức Đại Thế Chí Bồ Tát mới nói rằng: "Ngã bổn nhơn địa, dĩ niệm Phật tâm, nhập Vô Sanh Nhẫn kim ư thử giới, nhiếp niệm Phật nhơn, quy ư Tịnh Độ" (Ta vốn ở địa nầy, dùng tâm niệm Phật, vào Vô Sanh Nhẫn. Nay ở thế giới nầy, giúp người niệm Phật, trở về Tịnh Độ).

"Ngã bổn nhơn địa" (Ta vốn ở địa nầy) nghĩa là nguyên là chỗ ấy của ta.

"Dĩ niệm Phật tâm" (Dùng tâm niệm Phật) nghĩa là đối với tâm của người niệm Phật gọi là "nhập Vô Sanh Nhẫn"; nghĩa là vào nơi Vô Sanh Nhẫn.

"Kim ư thế giới" (Nay ở nơi thế giới) nghĩa là đối với thế giới Ta Bà bây giờ đây.

"Nhiếp niệm Phật nhơn" (Giúp người niệm Phật) nghĩa là nhiếp thủ người niệm Phật."

"Quy ư Tịnh Độ" (Về nơi Tịnh Độ) nghĩa là nhiếp thủ người niệm Phật ấy trở về cõi Tịnh Độ.

LONG THỌ BỒ TÁT NGỰ MINH VĂN

(6) Long Thọ Bồ Tát ngự minh văn.

"Thập Trụ Tỳ Bà Sa Luận" viết rằng: "Nhơn năng niệm thị Phật, vô lượng lực công đức, tức thời nhập tất định, thị cố ngã thường niệm, nhược nhơn nguyện tác Phật, tâm niệm A Di Đà, ứng thời vi hiện thân, thị cố ngã quy mệnh" (Người hay niệm là Phật, vô lượng lực công đức, tức thời nhập tất định, cho nên ta thường niệm, nếu người muốn làm Phật, tâm niện A Di Đà, đúng thời lại hiện thân, cho nên ta quy mệnh). (Dị hành phẩm thứ 16) (dị hành phẩm thứ 17).

Văn:

"Nhơn năng niệm thị Phật vô lượng lực công đức" (Người hay niệm Phật là Phật, vô lượng lực công đức) Long Thọ Bồ Tát ngự minh văn.

Có người hay niệm đến công đức của Phật vô lượng nầy thì "tức thời nhập tất định"; nghĩa là nếu có niềm tin thì chắc chắn lúc ấy sẽ tất định; tất định nghĩa là việc nhập vào; việc nầy có nghĩa là liên tục nếu niệm sẽ được quyết định ở vào ngôi Chánh Định Tụ.

"Thị cố ngã thường niệm" (Cho nên ta thường niệm) nghĩa là chúng ta thường hay niệm Phật.

"Nhược nhơn nguyện tác Phật" (Nếu người nguyện làm Phật) có nghĩa là nếu có người nguyện muốn thành Phật thì sẽ thành.

"Tâm niệm A Di Đà" nghĩa là tâm ấy luôn luôn nhớ nghĩ đến Đức Di Đà; nếu niệm đến thì "ứng thời vi hiện thân."

"Ứng thời" (ngay lúc ấy) có nghĩa là chính ngay lúc ấy. "Vi hiện thân" (mà hiện thân) nghĩa là người có niềm tin, Đức Như Lai sẽ hiện ra.

"Thị cố ngã quy mạng" (Cho nên ta quy mạng), nghĩa là Ngài Long Thọ Bồ Tát thường hay quy mệnh với Đức A Di Đà Như Lai.

Câu văn: Thế Tôn ngã nhứt tâm(Thế Tôn, con nhứt tâm)

(4) "Bà Tẩu Bàn Đậu Bồ Tát Luận" viết rằng: "Thế Tôn ngã nhứt tâm, quy mệnh tận thập phương, Vô Ngại Quang Như Lai, nguyện sanh An Lạc quốc, ngã y Tu Đa La, chơn thật công đức tướng, thuyết nguyện kệ Tổng Trì, tả Phật Giáo tương ưng, quán bỉ thế giới tướng, thắng quá tam giới đạo, cứu cánh như hư không, quảng đại vô biên tế" (Thế Tôn, con nhứt tâm, quy mạng tận mười phương, Vô Ngại Quang Như Lai, nguyện sanh nước An Dưỡng, con nương vào kinh điển, chơn thật công đức tướng, nói nguyện kệ tổng trì, theo Phật dạy giống nhau, quán tướng thế giới kia, vượt qua khỏi ba đường, rốt ráo như hư không, rộng lớn không ngằn mé); (Tịnh Độ luận 29) và lại còn viết rằng:

"Quán Phật Bổn Nguyện lực, ngộ vô không quá giả, năng lệnh tốc mãn túc, công đức đại bảo hải" (Xem Bổn Nguyện lực Phật, gặp vô không quá ấy, hay làm mau đầy đủ, công đức đại bảo hải); (như trên, 31)

"Bà Tẩu Bàn Đậu Bồ Tát luận viết" nghĩa là nói về việc "Bồ Tát Bà Tẩu Bàn Đậu người Thiên Trúc (Ấn Độ). Với người Chấn Đán (Trung Quốc) còn gọi là Thiên Thân Bồ Tát, cũng còn gọi là Thế Thân Bồ Tát (Vasubandhu). Cựu dịch gọi là Thiên Thân, tân dịch gọi là Bồ Tát Thế Thân.

"Luận viết" có nghĩa là Ngài Thế Thân Bồ Tát đã luận giải về Bổn Nguyện của Đức Di Đà; nên gọi là "luận."

"Viết" đây chính là sự thể hiện của tâm nầy để viết luận về Tịnh Độ. Lại cũng còn gọi là "Vãng Sanh luận."

"Thế Tôn ngã nhứt tâm" (Thế Tôn, con nhứt tâm) nghĩa là "Thế Tôn" chính là Đức Thích Ca Như Lai; chữ "ngã" nầy dùng để chỉ sự hiện thân của Bồ Tát. "Nhứt tâm" đây có nghĩa là không có sự nghi hoặc nào đối với Đức giáo chủ Thích Tôn cả. Đây cũng còn có thể gọi là tín tâm nữa.

"Quy mệnh tận thập phương Vô Ngại Quang Như Lai." Quy mệnh có nghĩa là Nam Mô. Lại nữa quy mệnh cũng còn có nghĩa là sắc mệnh của Đức Như Lai đối với tâm của chúng ta.

"Tận thập phương Vô Ngại Quang Như Lai" nghĩa là trở thành Đức A Di Đà Như Lai. Đức Như Lai nầy có quang minh. "Tận thập phương" nghĩa là "tận" hết; cho đến hết cả mười phương thế giới. "Vô ngại" là không có chướng ngại, không bị ngăn trở bởi những nghiệp ác, phiền não của chúng sanh.

"Quang Như Lai" đó chính là trở thành Đức Phật A Di Đà. Đức Phật nầy cũng còn gọi là Bất Khả Tư Nghì Quang Phật. Đức Như Lai nầy có trí tuệ trùm khắp, bao trùm đến mười phương vi trần quốc độ.

"Nguyện sanh An Lạc Quốc" nghĩa là với Ngài Thế Thân Bồ Tát nguyện cầu, tin tưởng xưng niệm với Ngài Vô Ngại Quang Phật nầy.

"Ngã y Tu Đa La chơn thật công đức tướng" (Con nương nơi Kinh điển, tướng chơn thật công đức) nghĩa là, chữ "ngã' ấy là từ Ngài căn cứ từ kinh điển (Tu Đa La). Chữ "Tu Đa La" nầy là ngôn ngữ Thiên Trúc (Ấn Độ) (Sutra). Đây chính là Phật Điển vậy.

Phật Giáo có cả Đại Thừa và Tiểu Thừa, cả hai đều gọi kinh là Tu Đa La (Sutra), nhưng bây giờ thì chữ nầy đã trở thành của Đại Thừa, bên Tiểu Thừa thì ít khi dùng đến. Bây giờ thì trở thành kinh điển của Ba Bộ thuộc Đại Thừa Tu Đa La; cũng còn gọi là Tam Bộ Đại Thừa.

"Chơn thật công đức" nghĩa là: "chơn thật công đức" ấy trở thành tôn hiệu của sự thệ nguyện và "tướng" ấy chính là hình tướng, hình thức.

"Thuyết nguyện kệ Tổng Trì" nghĩa là thể hiện bằng tâm của Bổn Nguyện và gọi là "kệ." Chữ "Tổng Trì" đây có nghĩa là trở thành trí tuệ. Trí tuệ của Vô Ngại Quang gọi là Tổng Trì.

"Tả Phật giáo tương ưng" (Theo Phật dạy giống nhau) có nghĩa là đối với tâm thức của "Tịnh Độ Luận" nầy sự giáo sắc của Đức Thích Tôn căn cứ theo lời thệ nguyện của Đức Di Đà.

"Quán bỉ thế giới tướng thắng quá tam giới đạo" (Xem tướng thế giới kia, vượt qua khỏi ba đường) nghĩa là xem đến thế giới An Lạc kia rõ ràng, tận đến hư không rộng rãi và trở thành như hư không.

"Quán Phật Bổn Nguyện lực ngộ vô không quá giả" (Quán lực Phật Bổn Nguyện, gặp vô không quá ấy); nghĩa là nghe, nhìn đến Bổn Nguyện lực của Đức Như Lai với những người có lòng tin với nguyện lực ấy không trở nên trống rỗng.

"Năng lệnh tốc mãn túc công đức đại bảo hải" (Hay làm mau đầy đủ, công đức bảo hải lớn); nghĩa là "năng" ấy hằng làm cho mau chóng không bị tật bệnh trở ngại gì thì người ấy ở thân được đầy đủ niềm tin với công đức như đại bảo hải; chính là người hay tin vui nơi Bổn Nguyện kia.

Công đức của Như Lai không gì có thể so sánh được; giống như là nước trong biển cả đại dương vậy.

TỀ TRIỀU ĐÀM LOAN HÒA THƯỢNG CHƠN TƯỢNG MINH VĂN

(7) Tề Triều Đàm Loan Hòa Thượng Chơn Tượng Minh Văn.

"Thích Đàm Loan pháp sư giả; Biện Châu Vốn Thủy huyện dã, Nguỵ mạt Cao Tề chi sơ, dạ tại Thần tri cao viễn, tam quốc trí văn đổng hiểu chúng kinh độc xuất nhơn ngoại, Lương quốc Thiên Tử, Tiêu Vương hằng hướng Bắc lễ Đàm Bồ Tát, chú giải Vãng Sanh Luận, tài thành lưỡng quyển, sự xuất Thích Già tài tam quyển Tịnh Độ Luận dã" (Thích Đàm Loan Pháp Sư ấy, ở Biện Châu, người huyện Vốn Thủy vậy, Ngụy mạt, đầu Cao Tề, do tại thần trí cao viễn, ba nước rõ nghe, rõ biết sáng suốt về kinh điển, riêng làm cho người ngoài rõ biết, Thiên Tử nước Lương là Tiêu Vương, hằng hướng về phía Bắc lễ Đàm Bồ Tát, chú giải Vãng Sanh Luận, biên thành hai quyển. Việc xuất Thích Ca tài 3 quyển Tịnh Độ luận vậy. (Thích già tài 1)

Văn:

Ngài Đàm Loan pháp sư là người Biện Châu, huyện Vốn Thủy. Biện Châu thường dùng như tên của một nước và Vốn Thủy gọi là huyện.

"Nguỵ mạt Cao Tề chi sơ do tại" (Do tại cuối Ngụy, đầu Tề) nghĩa là Nguỵ mạt mà người Chấn Đán (Trung Quốc) lấy làm tên trong đời và mạt ấy là rốt sau của đời nhà Nguỵ vậy. Cao

Tề chi sơ"; Tề ấy mới bắt đầu. "Do tại" nghĩa là Nguỵ và Tề đã có mặt.

"Thần trí cao viễn" (Thần trí cao xa) để gọi cho trí tuệ của Hòa Thượng Đàm Loan.

"Tam quốc tri văn" (ba nước rõ nghe) có nghĩa là 3 nước gần Nguỵ, Tề và Lương, cả 3 nước ấy đang trị vì. "Tri văn" có nghĩa là cả ba nước ấy đều nghe biết. "Đồng hiểu chúng kinh" (rõ biết các Kinh điển) có nghĩa là rõ biết sáng suốt về kinh điển.

"Độc xuất nhơn ngoại" (Riêng người bên ngoài cũng rõ biết) nghĩa là cũng làm cho người ngoài rõ biết.

"Lương quốc Thiên Tử" nghĩa là ở đây chỉ cho vua đời nhà Lương tên là Tiêu Vương.

"Hằng hướng Bắc lễ" (Thường hướng về phía Bắc lễ) nghĩa là vua nhà Lương ấy thường hướng về hướng Bắc để lễ bái Ngài Đàm Loan và cung kính như là một vị Bồ Tát.

"Chú giải Vãng Sanh Luận" nghĩa là giải thích về "Tịnh Độ Luận". Chữ "chú luận" nghĩa là luận giải ra.

"Tài thành lưỡng quyển" (Biên thành hai quyển) nghĩa là việc "chú luận" ấy biên thành 2 quyển. Đó cũng còn gọi là: "Ba quyển Tịnh Độ luận của Thích Già Tài." Chữ "Thích Già Tài," "Thích" nầy dùng chỉ cho những vị đệ tử của Đức Phật. "Già tài" ở đây trở thành Tổ sư của Tịnh Độ Tông và là bậc Trí giả. Vị Thánh nhơn nầy (Già Tài) đã tạo nên "Tịnh Độ luận" mà Ngài Đàm Loan đã chú giải luận nầy.

QUANG MINH TỰ THIỆN ĐẠO HÒA THƯỢNG CHƠN TƯỢNG MINH VĂN

(5) Đường triều Quang Minh tự Thiện Đạo Hòa Thượng Chơn Tượng Minh Văn.

Trí Dinh tán Thiện Đạo biệt đức vân: "Thiện Đạo A Di Đà Phật hóa thân, xưng Phật lục tự, tức thán Phật tức sám hối, tức phát nguyện hồi hướng, nhứt thiết thiện căn trang nghiêm Tịnh Độ" (Thiện Đạo hóa thân của Phật A Di Đà, xưng Phật sáu chữ; liền xưng tán Phật cùng sám hối, lại phát nguyện hồi hướng, tất cả căn lành, trang nghiêm Tịnh Độ).

Trí Dinh đó chính là Thánh nhơn của Chấn Đán (Trung Quốc). Thiện Đạo đã được xưng tán về biệt đức đó và gọi là: "Thiện Đạo chính là hóa thân của Đức Phật A Di Đà."

"Xưng Phật lục tự" (xưng Phật sáu chữ) nghĩa là 6 chữ Nam Mô A Di Đà Phật. "Tức tán thán Phật" nghĩa là ca ngợi Đức Phật qua danh hiệu Nam Mô A Di Đà Phật. Lại nữa "tức sám hối" có nghĩa là xưng danh hiệu của Đức Phật A Di Đà để sám hối những tội nghiệp từ vô thỉ cho đến ngày nay. "Tức phát nguyện hồi hướng" có nghĩa là xưng danh niệm Nam Mô A Di Đà Phật để hồi hướng việc vãng sanh về cõi An Lạc Tịnh Độ. Lại nữa cầu cho tất cả chúng sanh được gội nhuần công đức nầy.

"Nhứt thiết thiện căn trang nghiêm Tịnh Độ" (Tất cả căn lành trang nghiêm Tịnh Độ); nghĩa là 3 chữ A Di Đà đó chính là căn lành của tất cả, làm cho được tỉnh giác và danh hiệu ấy khi niệm lên sẽ được trang nghiêm nơi cõi Tịnh Độ. Do vậy Trí Dinh Thiền Sư đã ca ngợi Ngài Thiện Đạo như vậy.

Thiện Đạo Hòa Thượng và sự giải thích về 6 chữ.

(6) Thiện Đạo Hòa Thượng vân: "Ngôn Nam Mô giả tức thị quy mạng, diệc thị phát nguyện hồi hướng chi nghĩa, ngôn A Di Đà Phật giả, tức thị kỳ hành, dĩ tư nghĩa cố tất đắc vãng sanh" (Huyền nghĩa phần 325)

Văn:

"Ngôn Nam Mô giả" (Gọi Nam Mô là)nghĩa là trở về. Sự trở về đó là ngôn ngữ để chỉ cho sự giới thiệu về sắc mệnh của hai Ngài Thích Ca và Di Đà. Ngoài ra "tức thị quy mạng" (Tức là trở về) nghĩa là về với. "Diệc thị phát nguyện hồi hướng chi nghĩa" (Lại cũng có nghĩa là phát nguyện hồi hướng) nghĩa là lời gọi mời của hai Ngài cho những ai muốn cầu sanh về cõi An Lạc Tịnh Độ.

"Ngôn A Di Đà Phật giả" (Nói A Di Đà Phật là) tức là "đây là sự thực hành." Sự thực hành nầy là do Bổn Nguyện Tuyển Trạch của Pháp Tạng Bồ Tát. Đây chính là nguyên nhơn của chánh định nơi cõi An Dưỡng Tịnh Độ.

"Dĩ tư nghĩa cố" (dùng riêng nghĩa ấy) chính là ý nghĩa đã chỉ rõ cho cái nhơn của chánh định. Chữ tất ấy có nghĩa là nhất định và đắc ấy là được. Vãng sanh ở đây có nghĩa là vãng sanh về cõi Tịnh Độ. Đương Nhiên việc vãng sanh ấy là một sự tự nhiên. Sự tự nhiên ấy giống như tấm lòng (tâm) của mình lúc ban sơ vậy.

Câu văn của sự Nhiếp Sanh tăng thượng duyên.

(7) Hựu viết: "Ngôn nhiếp sanh tăng thượng duyên giả, như Vô Lượng Thọ kinh tứ thập bát nguyện trung thuyết, Phật ngôn: Nhược ngã thành Phật, thập phương chúng sanh, nguyện sanh ngã quốc, xưng ngã danh tự, hạ chí thập thinh, ngã thừa nguyện lực, nhược bất sanh giả, bất thủ chánh giác, thử tức thị nguyện vãng sanh hành nhơn, mạng dục chung thời, nguyện lực nhiếp đắc vãng sanh; cố danh nhiếp sanh tăng thượng duyên" (Nói nhiếp sanh Tăng Thượng Duyên ấy, như trong Kinh Vô Lượng Thọ nói về 48 lời nguyện. Phật nói: Nếu ta thành Phật, mười phương chúng sanh, nguyện sanh nước ta, xưng danh hiệu ta, cho đến 10 tiếng, nương nguyện lực ta, nếu chẳng sanh kia, chẳng giữ Chánh Giác. Đây tức là người có hạnh nguyện vãng sanh, lúc mạng gần hết, nguyện lực nhiếp được vãng sanh; cho nên gọi là Nhiếp sanh Tăng Thượng Duyên). (Quán niệm pháp môn 630).

Văn:

"Ngôn nhiếp sanh tăng thượng duyên giả" (Nói Nhiếp Sanh Tăng Thượng Duyên ấy) nghĩa là chữ "nhiếp sanh" (Nhiếp lấy sự sanh) ấy dựa theo lời thệ nguyện đối với mười phương chúng sanh giữ gìn "như Vô Lượng Thọ kinh qua 48 lời nguyện có nói." Đây chính là do Đức Thích Ca cho biết về Bổn Nguyện của Như Lai. "Nếu ta thành Phật" có nghĩa là chỉ cho lời thệ nguyện của Pháp Tạng Bồ Tát; nên nói rằng nếu ta được thành Phật thì "trong mười phương chúng sanh" ấy là để chỉ cho chúng ta.

"Nguyện sanh ngã quốc" (Nguyện sanh nước ta) có nghĩa là nguyện sanh về cõi An Lạc Tịnh Sát đó.

"Xưng ngã danh tự" (Xưng danh hiệu ta) nghĩa là vì muốn được thành Phật, nên niệm đến danh hiệu ta.

"Hạ chí thập niệm" (cho đến 10 tiếng) có nghĩa là danh tự ấy ít nhất là 10 lần niệm lên. Chữ "hạ chí" đó có nghĩa là ít nhất trong 10 tiếng Niệm Phật khi được nghe danh thì liền được vãng sanh.

"Thừa ngã nguyện lực" (nương nguyện lực ta) có nghĩa là "thừa" nầy phải nương vào, lên trên; lại cũng là nương vào trí tuệ, trí ấy chính là nguyện lực kia sẽ cho ta lên vậy. Nương vào nguyện lực ấy để sanh lên được vào cõi An Lạc Tịnh Sát.

"Nhược bất sanh giả, bất thủ Chánh giác" (Nếu không sanh kia, chẳng giữ Chánh Giác) nghĩa là những người tin sâu mà không được sanh về Báo Độ theo Bổn Nguyện thì Ngài thệ nguyện rằng sẽ không thành Phật.

"Thử tức thị nguyện vãng sanh hành nhơn" (Đây tức là người thực hành nguyện vãng sanh); nghĩa là điều nầy chỉ cho người phát nguyện vãng sanh. "Mệnh dục chung thời" (Lúc mạng sắp hết) nghĩa là lúc mạng ấy sắp lâm chung.

"Nguyện lực nhiếp đắc vãng sanh" (Nguyện lực nhiếp được vãng sanh) nghĩa là theo đại nguyện nghiệp lực nhiếp thủ sẽ được vãng sanh. Lại cũng có người tầm thường tin việc nầy, lúc lâm chung thì sự nhiếp thủ ấy không quyết định sự tin vui kia được, mà bình sanh tâm quang nầy sẽ nhiếp hộ đến và người có tâm Kim Cang sẽ ở được nơi Chánh Định Tụ; nhưng lúc lâm chung mà tâm ấy tầm thường (có nghĩa là không tin tưởng nhiều vào Bổn Nguyện của Đức Phật A Di Đà) thì phải cần đến sự nhiếp hộ, không xả bỏ để nhiếp đắc vãng sanh. Ngoài ra đây cũng còn gọi là: "Nhiếp sanh tăng thượng duyên" (Giữ lấy việc sanh Tăng Thượng Duyên). Lại nữa khi người có tâm tầm thường lúc tin tùy theo công phu của việc xưng niệm nơi tâm và lúc tối hậu khi lâm chung có được những Thiện Tri Thức có tín tâm và do nguyện lực nhiếp thủ ấy mà có thể vãng sanh được. Sẽ có lâm chung lai nghinh và lúc ấy với người có lòng tin kia lúc lâm chung cõi lòng đã được mở ra để được đón nhận.

Câu văn của Hộ Niệm Tăng Thượng Duyên.

(8) Lại viết: "Ngôn hộ niệm Tăng Thượng Duyên" giả (nãi chí) đản hữu chuyên niệm A Di Đà Phật chúng sanh, bỉ Phật tâm quang, thường chiếu thị nhơn nhiếp hộ bất xả, tổng bất luận chiếu nhiếp, trừ tạp nghiệp hành giả, thử diệc thị hiện sanh hộ niệm Tăng Thượng Duyện" (Nói hộ niệm Tăng Thượng Duyên (cho đến)... là chúng sanh thường hay chuyên niệm A Di Đà Phật, tâm quang của Phật kia, thường chiếu đến người nầy, giữ gìn chẳng bỏ (buông). Tất cả chẳng luận , đều chiếu nhiếp, trừ hành giả tạp nghiệp. Đây lại là hiện sanh hộ niệm Tăng Thượng Duyên) (Quán niệm Pháp môn 617)

Văn:

"Ngôn hộ niệm Tăng Thượng Duyên" (Nói hộ niệm Tăng Thượng Duyên) nghĩa là đề cập đến tâm thức của người thiếu duyên cần hộ niệm trong đời nầy.

"Đản hữu chuyên niệm A Di Đà Phật chúng sanh" (Có chúng sanh hường hay niệm A Di Đà Phật); nghĩa là có chúng sanh thường hay niệm đến danh hiệu Đức Phật A Di Đà.

"Bỉ Phật tâm quang thường chiếu thị nhơn" (Tâm quang Phật kia, thường chiếu người nầy); nghĩa là chữ "bỉ" ấy gọi là điều kia, "Phật tâm quang" là dùng để chỉ cho Vô Ngại Quang Phật. "Thường chiếu" có nghĩa là hay chiếu đến. Chữ thường ấy có nghĩa là không có thời gian, không kể ngày tháng, mà ta thì không rõ biết, ánh sáng ấy sẽ thường chiếu đến người có tín tâm kia, sáng soi nơi Phật tâm ấy để làm cho tỏ rõ.

"Phật tâm quang" (Ánh sáng của Phật) cũng còn gọi là ánh sáng của Đức Phật A Di Đà. "Thị nhơn" (Người nầy) ở đây dùng để chỉ cho người có tín tâm thường hay niệm đến. Không có Thiên Ma Ba Tuần hay ác quỷ, ác thần; nên được nhiếp hộ bất xả. "Nhiếp hộ bất xả" (Nhiếp giữ chẳng buông);có nghĩa là không rời ra, nắm giữ lấy.

"Tổng bất luận chiếu nhiếp, trừ tạp nghiệp hành giả," (Nói chung chẳng luận, đều chiếu nhiếp, trừ hành giả tạp nghiệp); có nghĩa là chữ "tổng" ấy dùng để chỉ cho tất cả, kể cả những kẻ tạp hạnh tạp tu đi nữa thì cũng không phân biệt và đó chính là sự lợi ích của sự nhiếp thủ bất xả, tùy theo hành giả qua Bổn Nguyện ấy. Không thể giải thích hết việc nhiếp thủ bất xả.

"Hiện sanh hộ niệm Tăng Thượng Duyên" (Đời nầy hộ niệm Tăng Thượng Duyên); nghĩa là trong đời nầy dùng để chỉ cho người có lòng tin và tạo nên "Tăng Thượng Duyên" để trở thành nhơn duyên mạnh hơn.

HOÀNG THÁI TỬ THÁNH ĐỨC NGỰ MINH VĂN

(9) "Ngự duyên khởi" viết rằng: "Bách Tế Quốc Thánh Minh Vương Thái Tử A Tả Lễ viết: Kỉnh lễ cứu thế Đại Từ Quan Thế Âm Bồ Tát, diệu giáo lưu thông Đông Phương Nhựt Bổn quốc, tứ thập cửu tuế truyền đăng diễn thuyết" (Phần duyên khởi viết rằng: Bách Tế Quốc Thánh Minh Vương Thái Tử A Tả Lễ viết: Cung kính đảnh lễ Đại từ Quan Thế Âm Bồ Tát, giáo lý vi diệu lưu thông Đông phương nước Nhật Bản, 49 tuổi truyền đăng giảng thuyết).

Văn

"Tân La quốc Thánh Nhơn Nhựt La Lễ viết: Kỉnh lễ cứu thế Quan Thế Âm Đại Bồ Tát, truyền đăng Đông Phương Túc Tán Vương" (Nước Tân La, Thánh Nhơn Nhựt La viết rằng: Kính lễ đức cứu thế Quan Thế Âm Bồ Tát, truyền đăng đông phương, vua Túc Tán).

Văn

"Ngự duyên khởi viết" (Phần duyên khởi viết rằng) nghĩa là duyên khởi của Thánh Đức Thái Tử. Bách Tế quốc chính là nơi Thánh Đức Thái Tử ra đời. Thánh Minh Vương ấy chính là Thái Tử của nước Bách Tề (Thánh Đức Thái Tử). Đây là tên của vị vua nước nầy.

"Thái Tử A Tả Lễ viết" (Thái Tử A Tả Lễ viết) nghĩa là tên gọi Thái Tử của Thánh Minh Vương và đó chính là Thánh

Đức Thái Tử; hình thức giống như tượng đúc bằng đồng vàng. Nước của chúng ta[5] Thánh Đức Thái Tử sanh ra là bậc Thánh Minh Vương; nước ta có Thái Tử A Tả được sắc sứ và khi đứng trước tượng bằng vàng của Đức cứu thế Quan Thế Âm thường hay đọc tụng; nên nói là: "Kỉnh lễ cứu thế Đại Từ Quan Âm Bồ Tát."

"Diệu giáo lưu thông Đông phương Nhựt Bổn quốc" (Giáo lý vi diệu lưu thông Đông Phương nước Nhật Bổn); nghĩa là Thượng Cung Thái Tử (Thánh Đức Thái Tử) mang Phật pháp đến cho nước của chúng ta, lúc 49 tuổi Thượng Cung Thái Tử đã vì đất nước của chúng ta nên được tôn xưng là A Tả Thái Tử. Tôn tượng bằng đồng vàng của Đức Cứu Thế Bồ Tát được cúng vào Thiên Vương tự và được thờ ở Kim Đường.

"Truyền đăng diễn thuyết" (mang ánh sáng để diễn thuyết) nghĩa là việc "truyền đăng" có nghĩa là mang ánh sáng Phật pháp để diễn thuyết, chính là Thượng Cung Thái Tử đã dùng Phật pháp để giảng, nên cũng gọi là A Tả Thái Tử.

Từ Tân La Quốc Thượng Cung Thái Tử được tán dương và trở thành Thánh Nhơn của Nhựt La. Đó cũng chính là sự tôn kính Thánh Đức Thái Tử. Nên gọi là: "Kính lễ cứu thế Quan Âm Đại Bồ Tát." Đó là sự cung kính Thánh Đức Thái Tử, nên gọi là: "Kính lễ Cứu Thế Quan Âm Đại Bồ Tát." Đó là sự cung kính Thánh Đức Thái Tử như là một vị Cứu Thế Quan Âm.

"Truyền Đăng Đông Phương" có nghĩa là ánh sáng của Phật pháp đã truyền đến phía Đông rồi. Đông phương chính là Phật giáo ở nước của chúng ta đã có sự kết hợp giữa Nhựt và La quốc.

---

[5] Nhật Bản

Gọi là "Túc Tán Vương" có nghĩa là nước nầy được gọi là một nước nhỏ. Túc Tán có nghĩa là nhỏ thó, ý nói so với Thánh Đức Thái Tử thì là một quốc gia nhỏ hơn.

NGUYÊN TÍN HÒA THƯỢNG MINH VĂN

(10) Thủ Lăng Nghiêm Viện Nguyên Tín Hòa thượng minh văn.

"Ngã diệc tại bỉ nhiếp thủ chi trung, phiền não chướng nhãn, tuy bất năng kiến, đại bi vô quyện, thường chiếu ngã thân" (Trong khi ta lại tại kia mà nhiếp thủ, mắt tuy chẳng hay thấy phiền não chướng, (nhưng) lòng từ bi không mệt mỏi, thường chiếu thân ta). (Vãng Sanh Yếu Tập, giữa, 956)

Văn:

"Ngã diệc tại bỉ nhiếp thủ chi trung" (Trong khi ta lại vì kia mà nhiếp thủ) nghĩa là với chúng ta có khả năng được nhiếp thủ.

"Phiền não chướng nhãn" (mắt phiền não chướng) nghĩa là phiền não gây khó khăn cho chúng ta.

"Tuy bất năng kiến" (Tuy chẳng hay thấy) nghĩa là phiền não tuy ta không nhận ra được, nhưng Phật thì thấy rõ.

"Đại bi vô quyện" (Lòng từ bi lớn, không mỏi mệt) có nghĩa là lòng đại từ đại bi của chư Phật không mệt mỏi.

"Thường chiếu ngã thân" (Thường chiếu đến thân ta) nghĩa là thường hay chiếu rọi đến thân tâm của chúng ta. Với Quang Minh vô ngại đó, chiếu tận đến những người có tín tâm thường thường như thế và ta sẽ được đón nhận. "Ngã thân"

(Thân ta) đây chính là thân của ta, do lòng đại từ đại bi ưu tiên thường hay như vậy, để thực hiện việc nhiếp thủ bất xả.

"Niệm Phật chúng sanh nhiếp thủ bất xả" (Chúng sanh niệm Phật, giữ gìn không buông), (theo quán kinh) đã được giải thích như vậy.

NHỤT BỔN NGUYÊN KHÔNG THÁNH NHƠN CHƠN ẢNH

(11) Nhụt Bổn Nguyên Không thánh nhơn chơn ảnh.

Tứ minh sơn quyền Luật sư Lưu Quan (Long Khoan) tán.

"Phổ khuyến đạo tục niệm Di Đà Phật, năng niệm giai kiến, hóa Phật Bồ Tát, minh tri xưng danh, vãng sanh yếu thuật, tuyên tai Nguyên Không, mộ đạo hóa vật, tín châu tại tâm, tâm chiếu mê cảnh, nghi vãng vĩnh tình, Phật quang viên đảnh. Kiến Lịch Nhâm Thân tam nguyệt nhất nhật" (Tứ Nguyệt Sơn quyền Luật Sư Lưu Quan (Long Khoan) tán: Khuyến khích đạo tục niệm Di Đà Phật, hay niệm đều thấy, hóa Phật Bồ Tát, rõ biết xưng danh, vãng sanh, công việc cần yếu vãng sanh, Nguyên Không bảo vậy, mộ đạo thay đổi, tin quý ở tâm, tâm chiếu cảnh mê, mây nghi vĩnh viễn ráo tạnh, Phật quang tròn đầy trên đầu. Kiến Lịch ngày mùng một tháng ba năm Nhâm Thân).

"Phổ khuyến đạo tục niệm Di Đà Phật" (Khuyến khích đạo tục niệm Di Đà Phật), nghĩa là "phổ khuyến" (khuyến khích) là khuyến khích cho "đạo tục"; tức người theo đạo và người đời gồm thứ nhất của đạo là Tăng và thứ 2 là Tỳ kheo ni. Còn tục ấy một là những người đàn ông tin theo Phật pháp và 2 là những người đàn bà tin theo Phật pháp.

"Niệm Di Đà Phật" có nghĩa là xưng niệm danh hiệu.

"Năng niệm giai kiến, hóa Phật Bồ Tát" (Hay niệm đều thấy, hóa Phật Bồ Tát) Chữ "năng niệm" (Hay niệm) có nghĩa là thường hay niệm đến danh hiệu. Khi hay niệm như thế thì sẽ có niềm tin sâu xa. "Giai kiến" (Đều thấy) có nghĩa là những người ấy sẽ đều thấy được hóa Phật và Bồ Tát. "Hóa Phật Bồ Tát" ấy chính là những thánh chúng như hóa Phật của Đức Di Đà, Quan Âm, Thế Chí...

"Minh tri xưng danh" (Rõ biết xưng danh)nghĩa là làm cho rõ ràng việc niệm Phật thì sẽ được vãng sanh và đó chính là yếu thuật (công việc làm cần yếu). Việc cần yếu của sự vãng sanh là mọi người đối với Như Lai không phải là không được diện kiến.

"Tuyên tai Nguyên Không" (Bảo rõ như vậy) ở đây chữ tuyên tai có nghĩa là chỉ rõ ràng ra như vậy; Nguyên Không đây chính là tên của vị thánh nhơn.

"Mộ đạo hóa vật" (mộ đạo thay đổi) là việc mộ đạo ấy để tiến đến nơi Vô thượng đạo. Còn "hoá vật" (Thay đổi) có nghĩa vật ấy chính là chúng sanh; biến hóa ra vì sự lợi ích.

"Tín châu tại tâm" (Tin quý ở tâm) nghĩa là tín tâm Kim cang đó giống như vật quý báu. Hạt minh châu của lòng tin đó soi sáng nơi tâm thức của con người, bị u ám nơi đường sanh tử, nên gọi là "tâm chiếu mê cảnh. Châu báu của niềm tin chiếu sáng đến sự mê mờ của sự ngu si, chiếu soi tỏ rõ, nên gọi là: "nghi vân vĩnh tình" (mây nghi ngờ vĩnh viễn tan)

"Nghi vân" (Mây nghi) ấy chính là đám mây nghi ngờ về nguyện lực và chữ "vĩnh tình" (vĩnh viễn ráo tạnh) ấy có nghĩa là đám mây kia sẽ vĩnh viễn được tan ra để được sanh về thế giới An Lạc Tịnh Độ. Thường thì người ấy do lòng tin mà được soi tỏ bởi tâm quang do sự nhiếp thủ bất xả của Vô Ngại Quang Phật.

"Phật quang viên đảnh" (Phật quang trên đảnh tròn đầy) có nghĩa là người có tín tâm đó sẽ được ánh sáng chiếu rõ ràng vào Phật tâm kia, được khen ngợi. Đây chính là sự nhiếp thủ bất xả vậy.

HẮC CỐC NGUYÊN KHÔNG THÁNH NHƠN CHƠN TƯỢNG

(12) Tỉ Duệ Sơn, Diên Lịch Tự, Bảo Tràng Viện, Hắc Cốc Nguyên Không Thánh Nhơn Chơn Tượng.

(Tuyển trạch Bổn Nguyện niệm Phật tập) câu "Nam mô A Di Đà Phật, vãng sanh chi nghiệp, niệm Phật vi bổn" (Nam Mô A Di Đà Phật, nghiệp của vãng sanh, niệm Phật làm gốc) (1183).

Văn:

Hựu viết "phù viễn dục ly sanh tử, nhị chủng thắng pháp trung, thả các Thánh Đạo Môn, tuyển nhập Tịnh Độ Môn. Dục nhập Tịnh Độ môn, chánh tạp nhị hành trung, thả phao chư tạp hạnh, tuyển ưng quy chánh hạnh, dục tu ư chánh hạnh, chánh trợ nhị nghiệp trung, dụ bàng ư trợ nghiệp, truyển ưng chuyên chánh định, chánh định nhi nghiệp giả, tức thị xưng Phật danh, xưng danh tức đắc sanh, y Phật Bổn Nguyện cố" (Lại viết: Phàm muốn nhanh lìa xa sanh tử, ở trong hai loại thắng pháp, lại như ngăn Thánh Đạo Môn, tuyển vào Tịnh Độ Môn, muốn nhập Tịnh Độ Môn,trong hai hạnh chánh tạp,lại vứt các tạp hạnh, nên tuyển về chánh hạnh,muốn tu nơi chánh hạnh, trong chánh trợ hai nghiệp, do nương tựa ở trợ nghiệp, nên tuyển chuyên chánh định, chánh định là nghiệp ấy, tức là xưng danh hiệu Phật, xưng danh tất được sanh, nương Phật Bổn Nguyện vậy). (1285).

Văn:

Hựu viết "đương tri sanh tử chi gia, dĩ nghi vi sở chỉ. Niết Bàn chi thành, dĩ tín vi năng nhập" (Lại viết: nên rõ nhà sanh tử, lấy nghi làm chỗ dừng, thành của Niết Bàn, lấy tín để hay vào), (1248).

Văn:

"Tuyển trạch Bổn Nguyện niệm Phật" nghĩa là việc chế tác của Thánh Nhơn Nguyên Không. Ở đây gọi là: "Nam mô A Di Đà Phật vãng sinh chi nghiệp, niệm Phật chi bổn" (Nam Mô A Di Đà Phật, nghiệp của vãng sanh, niệm Phật làm gốc) Đây cũng chính là chánh nhơn của việc vãng sanh về An Dưỡng Tịnh Độ của những người niệm Phật lấy làm căn bản. Chánh nhơn ấy có nghĩa là sự sanh ra và được thành Phật ở cõi Tịnh Độ.

Lại nữa "phù viễn dục ly sanh tử" (Phàm muốn xa lìa sanh tử) có nghĩa là những kẻ bị sanh tử làm tật bệnh khổ đau thì chớ có xa rời Thánh Đạo Môn; hai chủng thắng pháp ấy là thánh đạo, hai cánh cửa của Tịnh Độ. "Thả các thánh đạo môn" (Lại ngăn Thánh Đạo Môn) nghĩa chữ "thả các" (Lại ngăn) có nghĩa là vả lại sự thệ nguyện ấy là sự thệ nguyện đến nơi thánh đạo môn.

"Tuyển nhập Tịnh Độ môn" nghĩa là lựa chọn vào ở trong những thiện pháp được tuyển ra để vào cửa thánh đạo.

"Dục nhập Tịnh Độ môn" (Muốn vào cửa Thánh Đạo) nghĩa là cánh cửa Tịnh Độ kia nếu muốn vào thì phải "chánh tạp nhị hành trung, thả phao chư tạp hạnh" (Trong hai hành chánh tạp,lại vứt các tạp hạnh) Chánh tạp hai loại hành ấy là hai loại thỉnh thoảng lâu rồi trở thành tạp hạnh; nên "tuyển ưng quy chánh hạnh" (Nên tuyển về chánh hạnh) Sự tuyển chọn chánh hạnh trở về để được "dục tu ư chánh hạnh, chánh trợ nhị nghiệp chung, dụ bạng ư trợ nghiệp" (Muốn tu nơi chánh hạnh, trong chánh trợ hai nghiệp, do nương tựa nơi trợ nghiệp). Nghĩa là nếu muốn tu chánh hạnh; chánh hạnh ấy cần có hai thứ trợ nghiệp để "tuyển ưng chuyên chánh hạnh" (Nên tuyển chuyên chánh niệm) Chữ tuyển ở đây có nghĩa là rút ra từ sự tu hành của hai tâm thức thuộc nghiệp của Chánh định.

"Chánh định chi nghiệp giả, tức thị xưng Phật danh" (Chánh Định là nghiệp ấy; tức là xưng danh hiệu Phật); nghĩa là nghiệp nhơn của Chánh định chính là việc niệm danh hiệu Phật. Đó là cái nhân của Chánh định; chắc chắn sẽ đạt được vô thượng Niết Bàn.

"Xưng danh tất đắc sanh y Phật Bổn Nguyện cố" (Xưng danh tất được sanh, nương Phật Bổn Nguyện vậy); nghĩa là nếu xưng danh hiệu thì sẽ được vãng sanh về cõi An Lạc Tịnh Độ, nương vào Bổn Nguyện của chư Phật vậy.

Lại nữa "đương tri sanh tử chi gia" (Nên biết nhà của sanh tử) có nghĩa là hãy rõ biết về việc nhà, ấy là việc sống chết.

"Dĩ nghi vi sở chỉ" (Lấy nghi làm chỗ dừng) có nghĩa là nếu còn nghi ngờ nơi đại nguyện nghiệp lực của sự bất tư nghì kia, thì lục đạo, tứ sanh, 25 cõi hữu tình, 12 loại sanh gồm: 1) noãn sanh 2) thai sanh 3) thấp sanh 4) hóa sanh 5) hữu sắc sanh 6) vô sắc sanh 7) hữu tướng sanh 8) vô tướng sanh 9) phi hữu sắc sanh 10) phi vô sắc sanh 11) phi hữu tướng sanh 12) phi vô tướng sanh, phải trở lại nơi đó và bị mê mờ trong thế gian nầy.

"Niết Bàn chi thành" (Thành của Niết Bàn) có nghĩa là cõi an dưỡng tịnh sát. Đây chính là cõi Niết Bàn vậy.

"Dĩ tín vi năng nhập" (Lấy tin để hay vào) nghĩa là người có chơn thật tín tâm thì sẽ được vào nơi thật báo độ như Bổn Nguyện của đức Như Lai. Tín tâm ấy chính là Bồ Đề, là sự giác ngộ tiến đến Vô thượng Niết Bàn.

PHÁP ẤN THÁNH GIÁC HÒA THƯỢNG MINH VĂN

(13) Pháp Ấn Thánh Giác Hòa thượng minh văn.

"Phù căn hữu lợi độn giả, giáo hữu tiệm đốn, cơ hữu xa xúc giả, hành hữu nan dị, đương tri: Thánh Đạo chư môn tiệm giáo dã. Hựu nan hành dã. Tịnh Độ nhứt tông giả, đốn giáo giả. Hựu dị hành giả. Sở vị chơn ngôn chỉ quán chi hành, di hầu tình nan học, tam luận pháp tướng chi giáo, ngưu dương nhãn dị mê, nhiên chí ngã tông giả, Di Đà Bổn Nguyện, định hành nhơn ư thập niệm, Thiện Đạo liệu giản, quyết khí lượng ư tam tâm, duy phi lợi trí tinh tiến, chuyên niệm thật dị cần, duy phi đa văn quảng học, tín lực hà bất bị (nãi chí) nhiên ngã đại sư Thánh Nhơn, vi Thích Tôn chi sứ giả, hoằng niệm Phật nhứt môn, vi Thiện Đạo chi tài đản, khuyến xưng danh nhứt hạnh, chuyên tu chuyên niệm chi hạnh, tự thử tiệm hoằng, vô gián vô dư chi cần, tại kim thử tri, nhiên tắc phá giới tội căn chi hối, gia kiên nhập vãng sanh chi đạo, hạ trí thiển tài chi hoài, chấn tí phó Tịnh Độ chi môn, thành tri vô minh trường dạ chi đại đăng cự dã, hà bi trí nhãn ám, sanh tử đại hải chi đại thuyền phiệt dã, khởi phiền nghiệp chướng trọng" (lược sao) (Phàm gốc có nhanh chậm ấy, dạy có xa gần, hành có khó dễ. Nên biết: Thánh Đạo các môn dạy tiệm vậy, lại khó hành vậy. Tịnh Độ một Tông là đốn giáo vậy, lại dễ hành vậy. Cho nên Chơn Tông nói chỉ quán là hành,tính khỉ vượn khó học, việc dạy của tam luận pháp tướng, mắt bò dê thì dễ lầm. Nhưng đến với Tông của ta, Di Đà Bổn Nguyện, định hạnh căn cứ nơi 10 niệm, Thiện Đạo tóm lược, quyết khí lượng nơi ba tâm, tuy chẳng phải lợi trí siêng năng, chuyên niệm thật dễ siêng, tuy chẳng nghe nhiều học rộng, niềm tin làm sao đủ (cho đến) rồi Thầy ta là bậc Thánh nhơn, vì là sứ giả của Thích Tôn, rộng mở niệm Phật nhứt môn, vì sự tái sanh của Thiện Đạo, khuyên xưng danh nhứt hạnh, chuyên tu niệm Phật hạnh, từ đó dần rộng ra, khuyên không gián đoạn, không ngoại trừ, tại nay xưa rõ, mà cả bọn phá giới tội căn, gánh vác thêm vào con đường vãng sanh, hạ trí loại ít tài, chấn chỉnh giao phó cửa Tịnh Độ. Thành thật rõ biết: đêm dài tối tăm, là ngọn đuốc lớn vậy. Sao bi trí mắt tối, sanh tử biển lớn là con thuyền lớn vậy. Há phiền nghiệp chướng dày) (Lược sao).

"Phù căn hữu lợi độn giả" (Phàm căn tánh có nhanh chậm); nghĩa là căn tánh của chúng sanh có lợi độn. Chữ "lợi" ở đây ý nói về tâm thức của con người; "độn" này có ý nói tâm của con người chậm chạp.

"Giáo hữu tiệm đốn" (Lời dạy có xa gần)có nghĩa là căn tánh của chúng sanh theo học lời dạy của Phật có tiệm đốn khác nhau. Chữ "tiệm" này có nghĩa là tu từ từ lên Phật đạo để thành Phật trong tam chi bách đại kiếp. Chữ "đốn" này ý nói có thể thành Phật ngay ở thế giới Ta Bà này. Điều này chính là Phật tâm, như Chơn Ngôn, Pháp Hoa, Hoa Nghiêm... gọi là tỏ ngộ, khai mở.

"Cơ hữu xa xúc giả" (Cơ duyên có đầy đủ) nghĩa là cơ duyên đầy đủ. Chữ "xa" có nghĩa là mong mỏi ở nơi tâm và chữ "xúc" này ngắn, gần, chỉ cho những người có tâm vội vàng.

Thêm nữa gọi là "hành hữu nan dị" (Hành có dễ khó). Hành thì có khó và có dễ. Chữ "nan" (khó) này chính là việc thực hành thánh đạo môn tự lực. Chữ "dị" (dễ) có nghĩa là việc hành trì Tịnh Độ môn tha lực.

"Đương tri thánh đạo chư môn tiệm giáo dã" (Nên rõ Thánh Đạo các môn tiệm giáo vậy); nghĩa là thuộc về nan hành, cũng thuộc về tiệm giáo nữa.

"Tịnh Độ nhứt tông dã" (Tịnh Độ một tông ấy) nghĩa là đốn giáo và lại dị hành.

"Sở vị Chơn ngôn chỉ quán chi hành" (Cho nên Chơn Ngôn hành là chỉ quán) có nghĩa "Chơn ngôn" như Mật giáo, chỉ quán như Pháp Hoa.

"Dĩ hầu tình nan học" (Khỉ vượn thật khó học) có nghĩa là tâm thức của con người trong cõi đời này giống như con khỉ và tâm con khỉ thì khó mà an định. Điều này ở Chơn Ngôn, Pháp Hoa gọi là tu và hành.

"Tam luận pháp tướng chi giáo ngưu dương nhãn dị mê" (Sự dạy dỗ của Tam Luận Pháp Tướng, mắt bò dê dễ lầm); có nghĩa là ví dụ giống như con dê với người học Phật pháp ở trong đời này. Tam luận đó chính là lời dạy về thánh đạo tự lực của Pháp tướng tông... "nhiên chí ngã tông giả" (Rồi đến Tông của ta)nghĩa là đến với Hòa thượng Thánh Giác thì "Tịnh Độ tông của ta là chánh nhơn của thật báo độ, là Bổn Nguyện của Di Đà, cho đến 10 tiếng niệm hay một tiếng niệm sẽ đạt thành vô thượng Bồ Đề. Đây là lời dạy của Hòa thượng Thiện Đạo, nếu đầy đủ 3 tâm ấy thì sẽ sanh về cõi An Lạc." (Duy Tín Sao Ý). Thánh Giác Hòa thượng đã nói như vậy.

"Duy phi lợi trí tinh tấn" (tuy chẳng phải lợi trí siêng năng) có nghĩa là không có trí tuệ, bản thân cũng không siêng năng. Chính đó là những người độn căn giải đãi, không chuyên tu, chuyên niệm và không có tín tâm thì việc vãng sanh khó được.

"Nhiên ngã đại sư thánh nhơn" (Mà Thầy ta là bậc Đại Sư Thánh Nhơn) ở đây chính là Ngài Nguyên Không mà Ngài Thánh Giác Hòa thượng cung kính gọi là thánh nhơn.

"Vì thích tôn chi sứ giả hoằng niệm Phật chi nhất môn" (Làm sứ giả của Đức Thích Tôn, rộng mở niệm Phật là một môn) nghĩa là Ngài Nguyên Không thánh nhơn là sứ giả của đức Thích Ca Như Lai khai diễn rộng mở một pháp môn niệm Phật.

"Vi Thiện Đạo chi tái đản khuyến xưng danh chi nhất hạnh" (Vì sự tái sanh của Thiện Đạo, hằng khuyên xưng danh là một hạnh); nghĩa là: Thánh nhơn là Thiện Đạo Hòa thượng chính bản thân mình đã khuyến khích một công việc là xưng danh hiệu.

"Chuyên tu chuyên niệm chi hành tự thử tiệm hoằng vô gián vô dư chi cần" (Chuyên tu chuyên niệm là hành, từ tiệm nầy rộng mở, khuyên không gián đoạn, không riêng); nghĩa là một hướng chuyên tu để rộng mở việc niệm Phật.

"Nhiên tắc phá giới tội căn chi bối, gia kiên nhập vãng sanh chi đạo" (Mà cả bọn phá giới tội căn, gánh vác thêm vào con đường vãng sanh) nghĩa là chữ "nhiên tắc" (mà tức là), ấy có nghĩa là một kết quả tự nhiên mà kẻ tu tập theo Tịnh Độ với người phá giới hay không có giới thể, tội nghiệp nặng nề cũng có thể vãng sanh.

"Hạ trí thiểu tài chi loại, chấn tý phó Tịnh Độ chi môn" (Hạ trí loại ít tài, chấn chỉnh giao phó môn Tịnh Độ); có nghĩa là người vô trí, chẳng có tài cán gì cũng có thể đến cửa Tịnh Độ.

"Thành tri vô minh trường dạ chi đại đăng cử dã hà bi trí nhãn ám" (Thành thật rõ biết vô minh đêm dài, là ngọn đuốc soi sáng, sao bi trí mắt tối); nghĩa là chữ "thành tri" (Thành thật rõ biết) ấy là hầu như rõ biết lời thệ nguyện của đức Di Đà trong cõi tối tăm đêm dài thăm thẳm ấy, đã dùng trí huệ và lòng bi mẫn để soi sáng nơi tối tăm kia.

"Sanh tử đại hải chi đại thuyền phiệt dã khởi phiền nghiệp chướng trọng" (Sanh tử biển lớn là con thuyền lớn vậy, há phiền nghiệp chướng dày) có nghĩa là nguyện lực của Đức Di Đà giống như chiếc thuyền, bè chuyên chở qua biển lớn sanh tử, ngay cả những kẻ thân này phạm vào cực ác sâu dày đi nữa.

"Thiến Tư giáo thọ ân đức sự thật đẳng Di Đà bi nguyện dã" (Tưởng nhớ đến vị Giáo Thọ, ân đức thật, sánh với Di Đà bi nguyện ấy), có nghĩa là tưởng nhớ đến vị Thầy của mình đã vì bi nguyện của Đức A Di Đà vậy.

Nhớ đến ân đức của Đại sư thánh nhơn (Nguyên Không) mà thuật lại "phấn cốt khả báo chi tồi thân khả tạ chi" (xương nghiền có thể báo, bẻ gãy thân nầy có thể tạ), nghĩa là đối với ân đức kia của Đại sư thánh nhơn dầu cho xương này có chẻ nhỏ ra cũng khó đền đáp và thương thân này để báo đáp ân đức đó. Hãy xem thêm phần của Hòa thượng Thánh Giác để rõ biết thêm.

CHÁNH NGÔN KỆ VĂN

(14) Hòa Triều Ngu Ngốc Thích Thân Loan "Chánh Tín Kệ" văn.

Bổn Nguyện danh hiệu chánh định nghiệp, chí tâm tín nhạo nguyện vi nhơn, thành Đẳng giác chứng Đại Niết Bàn, tất chí diệt độ nguyện thành tựu, Như Lai sở dĩ hưng xuất thế, duy thuyết Di Đà Bổn Nguyện hải, ngũ trược ác thời quần sanh hải, ưng tín Như Lai chơn thật ngôn, năng phát nhứt niệm hỉ ái tâm, bất đoạn phiền não đắc Niết Bàn. Phàm thánh nghịch báng tề hồi nhập, như chúng thủy nhập hải nhất vị, nhiếp thủ tâm quang thường chiếu hộ, dĩ năng tuy phá vô minh ám, tham ái sân tăng chi vân vụ, vân vụ chi hạ minh vô ám, hoạch tín kiến kỉnh đắc đại khánh; tức hoành siêu tài ngũ ác thú" (Bổn Nguyện danh hiệu Chánh Định nghiệp, chí tâm tín nguyện làm gốc, thành đẳng giác, chứng Đại Niết Bàn, tất đến diệt độ nguyện thành tựu, Như Lai sở dĩ cùng ra đời, chỉ nói Di Đà Bổn Nguyện hải, thời ác năm trược, biển quần sanh, nên tin Như Lai nói như thật, hay phát một niệm hỷ ái tâm, chẳng đoạn phiền não được Niết Bàn, phàm thánh nghịch báng đều hồi nhập, như nước vào biển một vị, gìn giữ tâm quang thường chiếu hộ, điều nầy có thể tuy phá vô minh ám, tham ái sân giận của mây sương, thường bị che khuất chơn thật tín tâm ấy dưới bầu trời, giống như ánh sáng mặt trời bị che bởi mây sương, mây sương ấy chính là dưới sáng chẳng tối. Rộng tin thấy kính, được đại khánh. Liền vượt qua khỏi năm cõi ác thú). Văn:

"Bổn Nguyện danh hiệu chánh định nghiệp" nghĩa là thực hành tuyển trạch Bổn Nguyện.

"Chí tâm tín nhạo nguyện vi nhơn" (Chí tâm tin vui lấy làm nhơn), là chơn thật tín tâm hồi hướng đến Đức Di Đà Như Lai, với tín tâm này là cái nhơn của A Nậu Bồ Đề.

"Thành Đẳng giác chứng Đại Niết Bàn" có nghĩa là "thành Đẳng giác" tức ngôi vị của Chánh định tụ. Ngôi vị này Ngài Long Thọ Bồ Tát nói rằng: "tức thời nhập tất định" (dị hành phẩm). Đây cũng là ngôi vị tương ưng với Ngài Di Lặc. "Chứng Đại Niết Bàn" có nghĩa là nguyện ấy cho đến khi diệt độ (đệ thập nhất nguyện), sẽ thành tựu Đại Bát Niết Bàn. "Diệt độ" cũng gọi là Đại Niết Bàn.

"Như Lai sở dĩ hưng xuất thế" (Như Lai sở dĩ cùng ra đời); có nghĩa là chư Phật xuất hiện trong cõi đời này.

"Duy thuyết Di Đà Bổn Nguyện hải" (Chỉ nói biển Di Đà Bổn Nguyện);nghĩa là bổn hoài của chư Phật khi xuất thế chỉ nói về nguyện hải nhất thừa của A Di Đà. Sự đương nhiên đó ở "Đại Kinh" phần bên trên cũng đã có nói rằng: "Như Lai sở dĩ ưng xuất ư thế" (Như Lai sở dĩ nên xuất hiện nơi đời) nghĩa là: chữ Như Lai ấy để chỉ cho chư Phật. "Sở dĩ" có nghĩa là vì thế, cho nên. "Hưng xuất ư thế" (thường ra đời ở thế gian) là sự ra đời của chư Phật nơi thế gian này." Dục chửng quần sanh" (Muốn làm lợi ích cho quần sanh), nghĩa là muốn làm lợi ích cho chúng sanh, Phật xuất hiện nơi đời để nói về Đức Di Đà cho chúng sanh nghe và nhớ nghĩ đến.

"Ngũ trược ác thời quần sanh hải, ưng tín Như Lai như thật ngôn" (Lúc đời ác năm trược, biển quần sanh, nên tin Như Lai nói như thật); nghĩa là chúng sanh ở trong cõi đời ngũ trược muốn tín thọ lời nói chơn thật của Đức Thích Ca Như Lai.

"Năng phát nhứt niệm hỷ ái tâm" (Hay phát một niệm tâm hỷ ái); có nghĩa là chữ "năng" (hay) là hay và "phát" ấy là khởi lên, mở bày. " Nhứt niệm hỷ ái tâm" (Một niệm tâm hỷ ái); ấy chính là tín tâm chơn thật của nhứt niệm khánh hỷ. Đây chính là sự sanh về thật báo độ của Bổn Nguyện là điều chắc thật, nên vui mừng tin tưởng về việc này. "Bất đoạn phiền não đắc Niết Bàn" (Chẳng đoạn phiền não được Niết Bàn) có nghĩa là "phiền não chẳng đoạn", phiền não y nguyên như vậy, được vào Niết Bàn. Cũng còn gọi là vô thượng Đại Niết Bàn.

"Phàm thánh nghịch báng tề hồi nhập" (Phàm Thánh nghịch báng đều trở về); có nghĩa là tiểu thánh, phàm phu, ngũ nghịch, báng pháp, vô giới, xiển đề... khi hồi tâm thì tất cả đều quy về biển tín tâm chân thật đó. Khi nhập vào biển kia thì tất cả nước đều cùng một vị. Đây gọi là: "Như chúng thủy nhập hải nhất vị" (Như nước vào biển đồng một vị).

"Nhiếp thủ tâm quang thường chiếu hộ" (Gìn giữ tâm quang thường chiếu giúp) nghĩa là nếu người có tín tâm thì tâm quang của Vô Ngại Quang Phật sẽ chiếu sáng hộ trì làm cho sáng sủa ở cõi vô minh và đêm trường tăm tối của sanh tử.

"Dĩ năng duy phá vô minh ám" (Đã hay chỉ phá tối vô minh); có nghĩa là đối với tâm ấy, tín tâm kia sẽ làm sáng tỏ lên.

"Tham ái sân tăng chi vân vụ thường phúc chơn thật tín tâm thiên" (Tham ái sân giận là mây sương thường che lấp chơn thật tín tâm dưới bầu trời); nghĩa là sự tham ái của chúng ta, sự sân hận ấy giống như mây, như sương. Thường thì tín tâm ấy bị che khuất dưới bầu trời.

"Dụ như nhựt nguyệt phúc vân vụ, vân vụ chi hạ minh vô ám" (Giống như mặt trời, trăng bị che bởi mây sương, mây sương là dưới sáng không tối); nghĩa là dưới ánh sáng mặt trời thì mây, sương bị che khuất kia rồi mờ đi bởi nằm dưới mây, sương ấy. Tham ái, sân hận giống như mây, như sương che khuất tín tâm kia, làm cho không được vãng sanh.

"Hoạch tín kiến kỉnh đắc đại khánh" (Rộng tin thấy kính, được đại khánh) nghĩa là người có được niềm tin thì sẽ vui mừng đón nhận.

"Tức hoành siêu tài ngũ ác thú" (Tức liền vượt lên khỏi cõi ác thú); nghĩa là tín tâm ấy sẽ dọc ngang qua năm cõi ác. "Tức hoành siêu" (liền thoát lên); chữ "tức" ấy có nghĩa là liền, ngay lập tức với người có niềm tin thì không kể ngày giờ liền nhập vào ngôi vị của Chánh định tụ. Chữ "hoành" này có nghĩa là đi ngay, bên cạnh, trở thành nguyện lực của Như Lai; chính là tha lực vậy. Chữ siêu ở đây có nghĩa là cao lên, vượt qua khỏi biển lớn của sanh tử và chứng nhập vào Vô thượng Đại Niết Bàn. Đây là ý chính của Tịnh Độ tông về tín tâm.

Nếu nói về tâm này thì có thể nghiên cứu thêm ở "tha lực chính là nghĩa ở trong không nghĩa" của Bổn sư thánh nhơn (Nguyên Không). "Nghĩa" ấy là do hành giả thực hiện lòng tin và lòng tin này trở thành tự lực, mà tự lực ấy thì thường chỉ tự mình; đó chỉ mới là sơ tâm mà thôi.

Chánh Gia nhị tuế, Mậu Ngọ lục nguyệt nhị thập bát nhật, đã viết điều này. Nhằm Chánh Gia năm thứ 2 (1258) ngày 28 tháng Sáu năm Mậu Ngọ đã viết (Tôn Hiệu Chân Tượng Minh Văn này).

Dịch xong phần này vào lúc 17 giờ ngày 21 tháng Bảy năm 2023 tại Phương Trượng Đường Tổ Đình Viên Giác, Hannover, Đức Quốc.

BA KINH TỊNH ĐỘ VÃNG SANH VĂN LOẠI

Đại Chánh Tân Tu Đại Tạng Kinh, kinh văn số 2654.

Tịnh Độ Tam kinh Vãng sanh Văn loại.

Bắt đầu dịch vào ngày 22 tháng Bảy năm 2023 tại Phương Trượng Đường Tổ Đình Viên Giác, Hannover, Đức Quốc.

ĐẠI KINH VÃNG SANH

(1) Đại Kinh Vãng Sanh nghĩa là Bổn Nguyện tuyển trạch của Đức Như Lai, nguyện hải của sự bất khả tư nghì. Đây chính là tha lực vậy. Đối với nguyện nhơn của niệm Phật vãng sanh sẽ là tất chí diệt độ, là nguyện quả. Đang ở ngôi vị Chánh định tụ và chắc chắn sẽ đến được chơn thật báo độ. Điều này Đức A Di Đà Như Lai gọi là chơn nhơn của vãng tướng hồi hướng. Cảnh giới giác ngộ của vô thượng Niết Bàn được mở ra. Điều này là tông trí của Đại Kinh. Ngoài ra cũng gọi là Đại Kinh Vãng Sanh, cũng còn gọi là nan tư nghì vãng sanh.

(2) Đối với việc vãng tướng hồi hướng của Như Lai thì có hành nghiệp của sự chơn thật, cũng còn gọi là bi nguyện (nguyện thứ 17) của việc xưng niệm danh hiệu chư Phật. Ở phần bi nguyện của sự xưng danh nơi "Đại Vô Lượng Thọ kinh" (phần trên) có giải thích rằng: "Giả sử khi ta thành Phật, (nếu) chư Phật vô lượng trong 10 phương thế giới không niệm đến danh hiệu ta, thì sẽ không giữ ngôi Chánh giác" (văn).

Xưng danh, bi nguyện của sự tín lạc (nguyện thứ 17, 18) như câu văn thành tựu và "kinh" (Đại Kinh, phần dưới) đã ghi rõ rằng: "Chư Phật Như Lai trong mười phương hằng hà, mọi người do uy thần công đức của Phật Vô Lượng Thọ, tán thán bất khả tư nghì. Nếu có chúng sanh nào khi nghe đến danh hiệu kia, có tín tâm hoan hỷ cho đến một niệm, chí tâm hồi hướng, nguyện sanh về thế giới đó, sẽ được vãng sanh, ở ngôi bất thối chuyển; nhưng ngoại trừ ngũ nghịch và hủy báng chánh pháp" (văn).

(3) Lại nói về chơn thật tín tâm. Đây là bi nguyện của niệm Phật vãng sanh. (Nguyện thứ 18). Bi nguyện của sự tín nhạo "Đại Kinh" phần trên có ghi rằng: "Nếu ta thành Phật, 10 phương chúng sanh, chí tâm tín nhạo, muốn sanh về nước ta, cho đến 10 niệm. Nếu chẳng được sanh, sẽ không ở ngôi Chánh giác; chỉ trừ tội ngũ nghịch và hủy báng chánh pháp" (văn).

Đồng bổn dị dịch (cùng một sách, dịch theo cách khác) ở "Vô Lượng Thọ Như Lai Hội" (phần trên) có ghi rằng: "Khi ta đắc thành Vô thượng giác, trong quốc độ của ta có nhiều loại hữu tình, khi nghe đến danh hiệu của ta, kẻ có căn lành, có tâm hồi hướng, nguyện muốn sanh về nước của ta, cho đến 10 niệm, nếu chẳng được sanh, sẽ không ở Bồ Đề (giác ngộ), trừ người tạo ra vô gián ác nghiệp, kẻ hủy báng chánh pháp và thánh nhân" (văn).

(4) Lại đề cập đến chân thật chứng quả về bi nguyện của tất chí diệt độ (lời nguyện thứ 11) đã minh thị rõ ràng về bi nguyện chứng quả mà "Đại Kinh" phần bên trên đã viết rằng: "Giả sử khi ta thành Phật, trời, người ở nước ta đều ở ngôi định tụ, chắc chắn khi diệt độ, nếu không đếm được, thì sẽ không ở ngôi Chánh giác" (văn).

Đồng bổn dị dịch (cùng sách, dịch cách khác) của "Vô Lượng Thọ Như Lai Hội" (phần trên) như sau: "Nếu ta thành Phật, những hữu tình ở trong nước ta quyết định ở ngôi Đẳng chánh giác, nếu không chứng thành Đại Niết Bàn thì sẽ không giữ lấy Bồ Đề" (văn).

"Vô Lượng Thọ Như Lai Hội" (phần dưới) cho biết rằng: "Những chúng sanh ở các nước Phật khác, khi nghe đến danh hiệu của Vô Lượng Thọ Như Lai với một niệm tịnh tín phát ra hoan hỷ tin vui, lại có thiện căn hồi hướng và nếu nguyện ấy sanh về nước Vô Lượng Thọ thì sự sanh ra tùy theo nguyện ấy, được bất thối chuyển cho đến Vô thượng chánh đẳng Bồ Đề. Trừ ra những tội ngũ vô gián và hủy báng chánh pháp cũng như những thánh giả."

Tất chí diệt độ, nguyện chứng Đại Niết Bàn (nguyện thứ 11) câu văn thành tựu trong "Đại Kinh" (phần dưới) viết rằng: "Những chúng sanh được sanh nơi nước ta, tất cả mọi người đều ở ngôi Chánh định tụ. Nếu không được như vậy thì trong nước Phật của ta sẽ gọi là tà tụ, chẳng phải là bất định tụ" (văn).

Lại nữa nơi "Như Lai Hội" (phần dưới) có viết rằng: "Chúng sanh trong nước ta, nếu được sanh về, tất cả đều được đến nơi cứu cánh Niết Bàn của Vô thượng Bồ Đề. Nếu không là như vậy thì là tà định tụ; chứ không phải là bất định tụ. Cái nhơn ở đó được kiến lập, phải nên rõ biết như vậy" (bên trên chép ra những điều cần yếu).

(5) Về sự xưng danh (hiệu) chơn thật và người có niềm tin vui chân thật. Qua lời thệ nguyện được ở ngôi Chánh định tụ thì Chánh định tụ này là việc trở thành Đẳng chánh giác. Đẳng chánh giác ấy là ngôi vị bổ xứ của Bồ Tát Di Lặc như đã nói. Lại trong "Đại Kinh" (phần dưới) cũng gọi là: "Thứ như Di Lặc" (Kế như Di Lặc)

(6) "Tịnh Độ Luận" (luận chú, phần dưới) cho biết rằng: "Trang nghiêm diệu thinh công đức thành tựu" (Trang nghiêm nghe được công đức thành tựu vi diệu) ở phần kệ (phạm thinh, ngộ thâm viễn vi diệu văn thập phương) có ghi lại. Đây có phải là bất tư nghì chăng? "Kinh" (Bình đẳng giác kinh) cũng có ghi rằng: "Nếu người nào nghe được sự an lạc thanh tịnh của quốc độ ta, và nguyện sanh về trong khắc niệm, và được vãng sanh thì vào ngôi Chánh định tụ."

Những điều này là thuộc về danh tự của quốc độ, là Phật sự, thật tư nghì (cho đến) "trang nghiêm quyến thuộc công đức thành tựu" ở nơi kệ "Như Lai tịnh hoa chánh giác hoa hóa sanh" có ghi lại. Điều này chẳng phải là bất tư nghì hay việc này là một thế giới của sự tạp sanh. Nếu là bào thai hay trứng, hay thấp là hóa sanh thì quyến thuộc xứ đó sẽ trở thành khổ lạc vạn phẩm (đủ thứ khổ vui), còn mang nhiều loại nghiệp phức tạp thì chắc rằng sẽ không có nơi cõi an lạc quốc độ kia, không có sự hóa sanh nơi chánh giác tịnh hoa của Đức A Di Đà Như Lai. Cùng là một nhưng con đường của sự niệm Phật lại khác. Xa hơn thì ở trong bốn biển là huynh đệ, quyến thuộc vô lượng. Gọi đó là tư nghì."

Lại nữa có ghi chú nơi "luận chú" phần dưới về "lời nguyện vãng sanh; ở sách ấy có 9 phẩm, bây giờ hai phẩm đặc thù cũng không có, lại còn Chung Thằng (sông Chung và sông Thằng) cùng một vị, gọi là tư nghì" (như bên trên).

Lại nữa nơi "luận" (giống trước, phần dưới) phần "trang nghiêm thanh tịnh công đức thành tựu" ở phần kệ "quán bỉ thế giới tướng thắng quá tam giới đạo" có thuật lại rằng: đây là bất tư nghì chăng? Sự phiền não thành tựu của kẻ phàm phu, nếu sanh về được Tịnh Độ thì hệ nghiệp cứu cánh của ba cõi không bị vướng mắc chăng? Lại nữa khi phiền não không đoạn trừ mà được phần Niết Bàn thì là tư nghì thật."

(Sao lại điểm quan yếu bên trên)

(7) Ở đây xem thêm phần tuyển trạch Bổn Nguyện của vãng tướng hồi tướng của Đức A Di Đà Như Lai. Điều này gọi là nan tư nghì vãng sanh. Việc này đối với tâm thức, nghĩa này trong không có nghĩa về tha lực.

(8) Hai việc hồi hướng của hoàn tướng theo "Tịnh Độ luận" có ghi rằng: "Mang theo hồi hướng của Bổn Nguyện lực. Điều này tên gọi là Xuất đệ ngũ môn." Việc này chính là sự hồi hướng của hoàn tướng theo bi nguyện của nhất sanh bổ xứ (nguyện thứ 22) đã thể hiện rõ điều này.

Nguyện của lòng đại từ đại bi (nguyện thứ 22).

Theo "Đại Kinh" phần trên cho biết rằng: "Nếu ta thành Phật có nhiều Bồ Tát ở các cõi Phật khác, nếu đến sanh ở nước ta, cuối cùng đến nhất sanh bổ xứ. Sự hóa hiện tự tại theo Bổn Nguyện, vì chúng sanh mà phát lên lời thệ nguyện kia, đức bổn được tích lũy, tất cả độ thoát, đi đến du hóa các cõi Phật, tu Bồ Tát hạnh, cúng dường đến mười phương chư Phật Như Lai, khai hóa hằng hà vô lượng chúng sanh, tạo lập con đường đến vô thượng chánh chơn không trừ ai. Ra khỏi thường luân và thực hành hiện tiền của các địa. Tu tập cái đức của Ngài Phổ Hiền. Nếu không là vậy, sẽ không giữ ngôi Chánh giác." (văn)

Những lời bi nguyện này chính là hoàn tướng hồi hướng của Đức Như Lai.

(9) Căn cứ từ 2 loại hồi hướng của Như Lai, người có sự tín nhạo chân thật, chắc chắn sẽ sanh về ở ngôi vị Chánh định tụ là do tha lực vậy. Thế nhưng ở nơi bài kệ của "Vô Lượng Thọ Kinh Ưu Bà Đề Xá Nguyện Sanh" có cho biết: "hồi hướng ấy như thế nào để xả bỏ tất cả khổ não của chúng sanh, tâm kia thường tạo ra lời nguyện để hồi hướng là việc đầu của tâm đại bi để được thành tựu."

Việc này ở nơi tông trí của "Đại Vô Lượng Thọ kinh" đã cho biết đây chính là nan tư nghì vãng sanh.

QUÁN KINH VÃNG SANH

(10) Quán Kinh Vãng Sanh nghĩa là lời nguyện (thứ 19) về việc tu các công đức, với việc chí tâm phát nguyện, hồi hướng chính việc làm của vạn thiện chư hạnh, vui mừng hâm mộ cảnh Tịnh Độ. Ngoài ra ở "Vô Lượng Thọ Phật Quán Kinh" có nói về các việc lành của định thiện, tán thiện, tam phước, cửu phẩm. Hoặc cũng có đề cập đến niệm Phật xưng danh tự lực. Để vãng sanh về được chín phẩm, ở trong tha lực đó có tự lực làm căn bản. Đó là quán kinh vãng sanh. Đây tất cả đều là phương tiện hóa độ. Đây cũng chính là sự vãng sanh ở dưới rừng song thọ vậy.

(11) Nguyện của chí tâm phát nguyện (nguyện thứ 19). Ở "Đại Kinh" phần trên có cho biết rằng: "Ví như ta được thành Phật, mười phương chúng sanh, phát tâm Bồ Đề, tu nhiều công đức, rồi chí tâm phát nguyện muốn sanh về nước của ta, đến khi mạng sống hết, lâm chung, nếu không cùng với đại chúng chung quanh hiện ra trước người đó thì sẽ không ở ngôi Chánh giác." (văn)

Lại nữa ở "Bi Hoa Kinh" phẩm "Đại Thí Phẩm" cũng có nói rằng: "Nguyện rằng để chứng được A Nậu Đa La Tam Miệu Tam Bồ Đề thì ta ở vô lượng vô biên a tăng kỳ có chúng sanh ở thế giới của chư Phật, muốn phát tâm A Nậu Đa La Tam Miệu Tam Bồ Đề, tu nhiều căn lành, nếu muốn sanh về cõi nước của ta, đến khi lâm chung, ta cùng đại chúng nếu không hiện ra trước mặt người đó, người ấy tận thấy ta, rồi ở trước ta tâm kia được hoan hỷ. Ta thấy được điều đó, làm cho xa lìa tất cả những chướng ngại nơi thân để sanh về thế giới của ta." (văn)

Nguyện của chí tâm phát nguyện (nguyện thứ 19) về câu văn thành tựu là: ở "Đại Kinh" phần dưới đã cho biết rằng: "Phật bảo Ngài A Nan rằng: Chư Thiên, nhân dân của mười phương thế giới chí tâm nguyện muốn sanh về nước ta, có 3 bậc. Bậc trên hết là những người bỏ đời sống gia đình, xuất gia làm Sa môn, phát tâm Bồ Đề, một lòng hướng đến Vô Lượng Thọ Phật để niệm, tu hành tạo nhiều công đức và nguyện sanh về nước của ta, những chúng sanh này khi lâm chung Vô Lượng Thọ Phật cùng đại chúng sẽ hiện ra trước người đó (nãi chí).

Này A Nan, những chúng sanh kia, ở đời này nếu muốn được thấy Đức Phật Vô Lượng Thọ thì phải tu hành công đức, phát tâm vô thượng Bồ Đề để được sanh về nước kia. Phật bảo A Nan đây là bậc trung; chư Thiên, nhơn dân ở trong 10 phương thế giới, nếu chí tâm muốn sanh về nước của ta, thực hành hạnh Sa môn, tu hành tạo nhiều công đức lớn, phát tâm một hướng đến Vô thượng Bồ Đề, chuyên niệm Phật Vô Lượng Thọ, tu ít nhiều việc lành, phụng trì trai giới, tạo lập tháp tượng, cúng dường việc ăn uống cho Sa môn, đốt đèn, rải hoa đốt hương. Những việc này nhằm hồi hướng và nguyện sanh về nước ta thì người đó khi lâm chung (nãi chí) đầy đủ chơn thật như thế cùng với đại chúng hiện ra trước người kia (nãi chí).

Phật bảo Ngài A Nan: đây là bậc hạ. Chư Thiên, nhân dân của 10 phương thế giới nếu chí tâm muốn sanh về thế giới của ta, tạo ra nhiều công đức rồi có ý một lòng phát tâm hướng về Vô thượng Bồ Đề cho đến 10 niệm, niệm Phật Vô Lượng Thọ, nguyện muốn sanh về cõi nước kia. Nếu không sanh nghi hoặc thì khi nghe pháp sâu xa kia, hoan hỷ tín nhạo cho đến một niệm, niệm đến Phật kia với tâm chí thành nguyện sanh về nước của Phật kia thì người này khi lâm chung, nằm mộng thấy Phật, được vãng sanh. Công đức, trí tuệ tiếp theo bậc trung bên trên" (dĩ thượng lược sao).

"Đại Kinh" (phần trên) có cho biết: "Nếu ta được thành Phật, ở trong nước của ta những Bồ Tát dầu ít công đức ở dưới cây đạo tràng có vô lượng ánh sáng màu sắc, không thấy được cả 400 vạn lý chiều cao, thì sẽ không ở ngôi Chánh giác." (văn)

Lời nguyện của đạo tràng thụ (nguyện thứ 28) qua câu văn thành tựu như kinh "Đại Kinh" (phần trên) có cho biết rằng: "Lại nữa Vô Lượng Thọ Phật, chiều cao cây đạo tràng 400 vạn lý ấy, chu vi 50 do tuần, cành lá bốn bên bao phủ 20 vạn lý. Tất cả những vật quý báu tự nhiên hợp thành như: Nguyệt Quang Ma Ni, Trì Hải Luân Bảo đều là vua trong các loại ngọc dùng để trang nghiêm vây quanh cành cây có trang sức những ngọc Anh Lạc, trăm ngàn vạn màu sắc khác nhau thay đổi. Vô lượng ánh sáng kỳ lạ chiếu đến thật mạnh. Những mành lưới báu trân diệu ở bên trên giống như những chiếc võng (nãi chí). Tất cả đều sống ở cảnh bất thối, được thâm sâu pháp nhẫn. Cho đến khi thành Phật đạo, lục căn thanh triệt, não hung không còn nữa." (Dĩ thượng lược xuất)

Thủ Lăng Nghiêm Viện (Nguyên Tín) nơi "yếu tập" (phần dưới) Cảm Thiền sư (Hoài Cảm) đã dẫn giải chú thích ở (Quần Nghi Luận) như sau:

Hỏi: Ở "Bồ Tát Xứ Thai Kinh" phần thứ 2 có nói rằng: Tây phương, từ cõi Diêm Phù Đề này cách xa 12 ức na do tha là thế giới giải đãi (nãi chí) nếu chúng sanh có ý phát nguyện muốn sanh về cõi nước của Đức Phật A Di Đà mà nhiều giải đãi đến được quốc độ kia, thì chắc rằng việc sanh về nước của Đức

Phật A Di Đà khó có. Trong ức thiên vạn chúng mới có được một người có thể sanh về nước của Đức Phật A Di Đà. Đối với kinh này thật là khó lường, được sanh như thế chăng?

Đáp: Ở "Quần Nghi Luận" câu văn ở trước đã dẫn của Ngài Thiện Đạo Hòa thượng giải thích về sự khó này. Để giúp đỡ cho việc kia, văn kinh dưới đây có thể rõ. Dẫu là thế nào đi chăng nữa đối với nhiều người giải đãi chấp tâm nhà tù kiên cố thì sẽ khó hiểu về điều này. Cũng giống như người tập tu chấp tâm bị giam cầm thì không sanh về nước Cực Lạc được (nãi chí). Lại nữa ở Tịnh Độ có báo độ kia ít có người được sanh về; nhưng ở cõi Tịnh Độ hóa độ thì không thiếu người sanh về đó. Tùy theo kinh điển giải thích khác nhau riêng biệt." (Bên trên lược bớt)

(12) Trọng tâm của câu văn ở đây nói về sự vãng sanh ở dưới 2 cây (Sala) song thọ.

DI ĐÀ KINH VÃNG SANH

(13) Di Đà Kinh Vãng Sanh cho biết về lời thệ nguyện thực chư đức bổn (lời nguyện thứ 20). Từ chơn môn của bất quả toại để nói về tuyển chọn danh hiệu thiện bổn đức bổn, ít việc lành trong vạn thiện chư hành. Ở đây nói về những hành nhơn của định tán tự lực, chẳng tin nơi Phật trí bất khả tư nghì. Tôn hiệu của đức Như Lai là trồng thiện căn để hồi hướng về cõi Tịnh Độ để được quả toại. Vừa xưng niệm danh hiệu bất khả tư nghì, vừa nghi ngờ lời thề nguyện đại bi của bất khả xưng, bất khả thuyết, bất khả tư nghì kia. Với tội lỗi sâu dày ấy chỉ có thể bị khép vào lao ngục thất bảo, nhốt vào đó 500 năm không được tự tại, không thấy được Tam bảo và những gì Như Lai nói. Nhưng nếu xưng niệm được tôn hiệu của Như Lai thì được trở lại thai cung và đức hiệu gọi đây là nan tư vãng sanh. Đối với lời thệ nguyện bất khả tư nghì ấy do tội nghi hoặc, phải biết rằng đó là sự vãng sanh nan tư nghì.

(14) Nguyên văn của thực chư đức bổn. "Đại Kinh" (phần trên) cũng nên biết đến.

"Nếu ta thành Phật, thập phương chúng sanh nghe đến danh hiệu của ta, nhớ nghĩ liên hệ đến quốc độ của ta, trồng nhiều đức bổn và tâm ấy chí thành hồi hướng muốn sanh về nước của ta, nếu quả kia không toại nguyện thì sẽ không ở ngôi Chánh giác." (văn)

Cùng sách nhưng dịch theo cách khác của "Vô Lượng Thọ Như Lai Hội" (phần trên) cho biết rằng: "Nếu ta thành Phật, trong vô lượng nước ấy có những chúng sanh khi nghe nói đến danh hiệu ta, trồng nhiều căn lành, muốn hồi hướng về thế giới Cực Lạc, nếu chẳng được sanh, thì không ở quả vị Bồ Đề." (văn). Nguyện (thứ 20) câu văn thành tựu. Theo "kinh" (Đại Kinh, phần dưới) cho biết như sau: "Điều kia ở nơi cung điện của thai cung hoặc 100 do tuần hay 500 do tuần mà được hưởng nhiều sự khoái lạc như trên cõi trời Đao Lợi, là chuyện tự nhiên. Lúc ấy Bồ Tát Từ Thị (Di Lặc) hướng về Phật bạch rằng: "Bạch Thế tôn! Vì nhân duyên gì mà nhân dân ở nước kia ở vào thai cung rồi hóa sanh?" Đức Phật lúc ấy bảo Từ Thị rằng: "Nếu có chúng sanh có tâm nghi hoặc mà trồng nhiều công đức và nguyện sanh về thế giới kia, không rõ biết về Phật trí, bất tư nghì trí, bất khả xưng trí, đại thừa quảng trí, vô đẳng vô luân tối thượng thắng trí. Đối với những trí này mà không tin tưởng, nghi hoặc; nhưng tin vào những tội phước ấy rồi tu tập thiện bổn rồi nguyện sanh về nước kia. Những chúng sanh nhiều như thế sẽ sanh vào trong cung điện thọ 500 tuổi, thường thì không thấy được Phật, chẳng nghe được kinh pháp, không thấy được Bồ Tát, Thanh Văn, Thánh chúng. Ngoài ra ở quốc độ kia, đây gọi là thai sanh. (Nãi chí) Di Lặc nên rõ biết như thế. Những vị hóa sanh là những người có trí tuệ nhiều hơn; còn những người ở thai sanh thì không có trí tuệ (nãi chí).

Đức Phật bảo Ngài Di Lặc rằng: "Ví dụ như Chuyển luân thánh vương ở trong lao ngục thất bảo, đủ loại trang sức, giường trướng bày biện, có cả phan lọng và nhiều tiểu vương tử. Nhà vua bị tội phải vào trong ngục, bị cột chặt bởi vàng bạc chung quanh." (nãi chí)

Đức Phật bảo Ngài Di Lặc rằng: "Có nhiều chúng sanh làm nhiều việc như nghi ngờ về Phật trí mà chẳng sanh vào thai cung (nãi chí) nếu chúng sanh này ý thức được tội căn bản kia, cầu mong xa lìa nơi ấy một cách chân thật hối cải (nãi chí) thì Di Lặc nên biết khi gặp Bồ Tát không sanh tâm nghi hoặc thì không mất đi lợi lớn (lược sao).

Lại nữa ở nơi "Vô Lượng Thọ Như Lai Hội" (phần dưới) cho biết rằng: "Phật bảo ngài Di Lặc rằng: "nếu có chúng sanh nào tùy theo sự nghi hối mà tức tập căn lành, Phật trí, phổ biên trí, bất tư nghì trí, vô đẳng trí, uy đức trí, quảng đại trí hy vọng cầu nguyện thì với căn lành đó mà không tin tưởng thì không thể có (nãi chí). A Dật Đa (Di Lặc) nếu xem về trí thù thắng kia thì đó chính là năng lực trí huệ rộng lớn sẽ được thọ việc hóa sanh, ngồi trong hoa sen với lối kiết già phu tọa. Đây là dành cho những người hạ liệt, để thấy như vậy. (Nãi chí). Tu tập nhiều công đức không phải là cái nhơn để phụng sự Phật Vô Lượng Thọ. Những người như vậy hầu hết ngày trước đã nghi ngờ, nay hối cải vậy" (nãi chí).

Phật bảo Di Lặc Bồ Tát rằng: "Rõ ràng hơn, nghe cho rõ ràng hơn: nếu tùy theo sự nghi hối mà có nhiều loại căn lành cần cầu nơi Phật trí cho đến quảng đại trí và sanh ra tin tưởng những căn lành ấy, nghe được danh hiệu Phật, khởi lên tín tâm, sẽ được sanh về nước kia và xuất hiện trong hoa sen là điều chẳng thể được. Với những chúng sanh này phải nghĩ rằng họ sẽ sanh về trong hoa thai của viên uyển cung điện. (Nãi chí lược xuất).

Sự giải thích của Hòa thượng Thiện Đạo nơi chùa Quang Minh (Định Thiện Nghi) cho biết rằng: "Hoa ấy ngậm lại, không nở ra; hay gọi là sanh về biên giới (địa). Cũng còn gọi là đọa vào thai cung (dĩ thượng).

Cảnh Hưng Sư (Thuật Văn Tán, phần dưới) cho biết rằng: "Đối với sự nghi ngờ về Phật trí thì dẫu cho có sanh về nước kia đi nữa cũng chỉ ở biên địa, không được thánh hóa nếu là thai sanh thì vui mừng xả bỏ được việc (tội) nặng kia." (Như trên).

(15) Những chơn văn này là nói về nan tư vãng sanh hãy thận trọng xem qua vậy.

Nam Mô A Di Đà Phật. Nam Mô A Di Đà Phật. Nam Mô A Di Đà Phật.

Khang Nguyên nhị niên tam nguyệt nhị nhật. Điều này đã được viết bởi Ngu Ngốc Thân Loan lúc Ngài 85 tuổi. Tức nhằm ngày mùng 2 tháng Ba năm 1257. Dịch xong trong cùng ngày 22 tháng Bảy năm 2023.

DUY TÍN VĂN SAO Ý

Đại Chánh tân tu Đại tạng kinh. Kinh văn số 2658 (quyển 2, từ trang 107 đến 160)

Bắt đầu dịch kinh văn này vào ngày 23 tháng 7 năm 2023 tại Phương Trượng Đường của Tổ Đình Viên Giác Hannover, Đức Quốc.

1) Duy tín sao, nghĩa chữ "duy" là việc này duy nhất chỉ có một, không phải chuyện của loại thứ hai. Lại nữa, chữ "duy" này cũng có nghĩa là tấm lòng chỉ của một người duy nhất. Còn "tín" chính là niềm tin; đó là niềm tin về sự chơn thật vậy, không phải là tấm lòng hư giả. Hư đây có nghĩa là không thật, không có gì cả, còn giả nghĩa là tạm bợ. Hư là không thật và giả nghĩa là không phải là chơn. Sự mong đợi của tự lực chính là tha lực Bổn Nguyện. Đây được gọi là "duy tín". Còn "sao" nghĩa là chép lại. Ngoài ra "Duy tín sao" nói về "duy tín" có nghĩa là niềm tin về tha lực đối với ta không có gì khác nữa. Đó chính là Bổn hoằng thệ nguyện vậy.

2) Như Lai Tôn Hiệu thậm phân minh, thập phương thế giới phổ lưu hành. Đãn hữu xưng danh giai đắc vãng, Quan Âm Thế Chí tự lai nghinh (Như Lai tôn hiệu thật rõ ràng,

mười phương thế giới đều lưu hành, hằng có xưng danh đều được vãng, Quan Âm Thế Chí chính đến nghinh). (Ngũ hội pháp sự tán).

"Như Lai Tôn Hiệu thậm phân minh" (Như Lai Tôn hiệu thật rõ ràng) nghĩa là niềm tin này với Đức Như Lai, đó là Vô Ngại Quang Như Lai vậy.

"Tôn hiệu" có nghĩa là Nam Mô A Di Đà Phật. Chữ "Tôn" này có nghĩa là tôn kính, còn "hiệu" là việc trở thành Phật. Gọi việc này ngay bây giờ là sự thành Phật. Tôn hiệu của Như Lai này được gọi là bất khả xưng, bất khả thuyết, bất khả tư nghì. Tất cả chúng sanh đều đến được Vô Thượng Đại Niết Bàn nhờ vào gần gũi với Đại Từ Đại Bi. Đức Phật này chính là danh hiệu của Đức Như Lai. Đây cũng chính là lời tệ nguyện.

"Thậm phân minh" (Thật rõ ràng); nghĩa chữ thậm là rất lắm, tâm thức như thế. Chữ phân là chia ra, hiểu được tâm thức của chúng sanh. Chữ minh là sáng tỏ, soi rọi rõ ràng cho mười phương tất cả chúng sanh, mở ra việc sáng tỏ.

"Thập phương thế giới phổ lưu hành" (Mười phương thế giới đều lưu hành). Chữ "phổ" ở đây là phổ thông, rộng rãi, không giới hạn. "Lưu hành" nghĩa là phổ cập đến cho mười phương vi trần thế giới, tiếp tục hạnh nguyện nầy. Bất kể thánh nhơn lớn nhỏ, phàm phu lành giữ, mọi người dùng trí huệ tự lực không đến được Đại Niết Bàn thì có Vô Ngại Quang Phật dùng ánh sáng trí tuệ ấy để chiếu tỏ và vào được trí nguyện hải của Đức Phật này và cùng với tất cả trí huệ của chư Phật. Ánh sáng ấy chính là trí tuệ vậy.

"Đãn hữu xưng danh giai đắc vãng" (Hay có xưng danh đều được vãng). Đãn hữu nghĩa là chỉ có một người, một mình

mình, vì tất cả mọi người mà cầu vãng sanh, nên gọi đó là xưng danh giai đắc vãng.

"Quan Âm Thế Chí tự lai nghinh" (Quan Âm Thế Chí chính mình đến đón); nghĩa là Nam Mô A Di Đà Phật, nếu niệm danh hiệu trí tuệ ấy và nếu có lòng nhớ nghĩ, tin tưởng Bất Khả Tư Nghì Quang Phật, thì Quan Âm, Thế Chí chắc chắn sẽ đến. Vô Ngại Phật Quang này hiện ra nơi Quan Âm và Thế Chí bao phủ đầy khắp. Có kinh nói rằng: Quan Âm đây chính là Bảo Ứng Thinh Bồ Tát hiện ra Nhựt Thiền Tử. Việc này sẽ chiếu sáng những nơi vô minh hắc ám. Thế Chí là hiện thân của Bảo Kiết Tường Bồ Tát, tượng trưng cho Nguyệt Thiên Tử ngày đêm soi sáng bằng trí tuệ qua sự sanh tử.

"Tự lai nghinh" (Chính mình đến đón); nghĩa là chính Ngài, là vô số hóa Phật của Phật A Di Đà. Đó là vô số hóa thân Quan Âm, Thế Chí.v.v... cùng với vô lượng vô số thánh chúng. Chính mình có nghĩa là tự chính quý Ngài, không phân biệt đi đến các nơi để nghinh đón những người có tín tâm chơn thật. Đây gọi là tự vậy.

Lại nữa chữ tự này có nghĩa là sự tự nhiên như thế, tự động. Tự nhiên có nghĩa là việc đương nhiên như vậy. Những việc tự nhiên của hành giả trong quá khứ, đời này hay đời sau. Tất cả tội ấy được chuyển đổi. Sự chuyển đổi ấy là trở thành việc lành, gom lại tất cả những công đức thiện căn và người ấy tin tưởng rằng mình sẽ được gần gũi với Đức Phật.

Đầu tiên ấy gọi là sự tự nhiên mà người đó được có tín tâm với sự thệ nguyện chơn thật, thì sẽ được nhiếp thủ bất xả. Nếu hành nhơn không phải tự nhiên, thì tín tâm Kim cang ấy sẽ làm cho tự nhiên nhớ lại. Sự đánh thức tín tâm này giống như Từ phụ là Đức Thích Ca và Từ mẫu là Đức Di Đà. Đó là tất cả khởi đi từ phương tiện, sự lợi ích này chính là sự tự nhiên vậy.

"Lai nghinh" (đến đón) nghĩa là đến để đưa người về Tịnh Độ. Điều này mà nếu không được sanh gần Phật, từ uế độ về chơn thật báo độ thì phải cần đến tha lực vậy.

Lại nữa chữ lai có nghĩa là trở về để nhập vào nguyện hải và chắc hẳn sẽ vào Đại Niết Bàn. Đó chính là quê hương của pháp tánh vậy. Gọi là quê hương của pháp tánh nghĩa là pháp thân giác ngộ tự nhiên của Như Lai, nên gọi là trở lại quê hương. Điều này là sự chứng đạo của chơn như thật tánh, cũng còn gọi là vô vi pháp thân, gọi là đi đến chỗ diệt độ, chứng được pháp tánh thường lạc.

Nếu đón nhận được sự giác ngộ này là do lòng đại từ đại bi trở về với cái đức của Ngài Phổ Hiền tiếp độ chúng hữu tình từ biển sanh tử trở về. Sự lợi ích này còn gọi là "lai". Đây chính là sự trở về quê hương của Pháp tánh vậy.

"Nghinh" (đón) ở đây có nghĩa là đón tiếp, đón nhận tâm thức ấy như đã nghe ở Bổn Nguyện của Tuyển Trạch Bất Tư Nghì và tôn hiệu của Vô Thượng Trí Tuệ, không còn một niệm nghi ngờ nào nữa, gọi là chơn thật tín tâm, hay cũng còn gọi là Kim cang tâm.

Nếu niềm tín nhạo này chắc chắn được nhiếp thủ bất xả thì sẽ được nhập vào địa vị ở Chánh định tụ. Ở đây tín tâm không bị lung lay, không bị thay đổi, chắc cứng như kim cương vậy. Nên gọi đây là niềm tin của Kim cương. Đây chính là sự "nghinh" tiếp mà ở "đại kinh" (phần dưới) đã nói về "nguyện sanh bỉ quốc tức thời vãng sanh, trụ bất thối chuyển".

"Nguyện sanh bỉ quốc" (Nguyện sanh nước kia) là được sanh ở nước kia. "Tức đắc vãng sanh" (Liền được vãng sanh); nghĩa là nếu có tín tâm chân thật sẽ được vãng sanh. Sự vãng sanh đó được gọi là bất thoái chuyển. Ở nơi bất thoái chuyển ấy được gọi là sự quyết định ở "Chánh định tụ". Đây được gọi là "tức đắc vãng sanh" (Liền được vãng sanh). Chữ "tức" này có nghĩa là liền, tức khắc, tức thời không kể ngày giờ.

Khắp cả mười phương thế giới qua 48 lời thệ nguyện của Bồ tát Pháp Tạng mà nguyện thứ 17 có thệ nguyện rằng "chư Phật của mười phương vô lượng đã tán dương ca ngợi cho những ai thiếu năng lực" thành tựu sự thệ nguyện được nhất thừa đại trí hải.

"A Di Đà kinh" gọi đây là chứng thành hộ niệm. Chứng thành hộ niệm ở nơi Đại kinh gọi đây là Bổn Nguyện xưng danh qua chánh nhơn tuyển trạch mà thị hiện ra bi nguyện này.

Tâm thức của lời văn này chẳng mô tả đủ, có thể tra cứu thêm vậy.

Lời văn này là sự giải thích về thánh nhơn của Ngài Pháp Chiếu Thiền sư, lớp sau Ngài Thiện Đạo. Hòa thượng này đã cùng với Hòa thượng Pháp Đạo và Ngài Từ Giác Đại sư tường thuật lại.

Lại nữa, chữ "truyền" ở đây được hiểu là Di Đà Hòa thượng của Lô Sơn, cũng gọi là Tịnh nghiệp Hòa thượng. Vị này là hóa thân của Hòa thượng Thiện Đạo ở chùa Quang Minh vào đời nhà Đường. Cho nên nói là sau Thiện Đạo là như vậy.

3) Bỉ Phật nhơn trung lập hoằng thệ,

Văn danh niệm ngã tổng nghinh lai

Bất giản bần cùng tương phú quý
Bất giản hạ trí tả cao tài
Bất giản đa văn trì tịnh giới
Bất giản phá giới tội căn thâm
Đãn sử hồi tâm đa niệm Phật
Năng lệnh ngõa lịch biến thành kim

Phật kia trong nhơn lập thệ rộng
Nghe tên, niệm ta, đều đến đón
Chẳng ngại bần cùng với giàu có
Chẳng ngại hạ trí cùng cao tài
Chẳng ngại đa văn giữ tịnh giới
Chẳng ngại phá giới tội gốc sâu
Hằng khiến hồi tâm niệm Phật nhiều
Hay làm ngói gạch biến thành vàng
(Ngũ Hội Pháp Sự Tán)

Bỉ Phật nhơn trung lập hoằng thệ(Phật kia trong nhơn, lập thệ rộng); nghĩa là với tâm này gọi là "kia", trở thành "Phật" A Di Đà.

"Nhơn trung" được hiểu là Pháp Tạng Bồ Tát. "Lập hoằng thệ" là trở thành, thành lập; "hoằng" là mở rộng ra và "thệ" đó chính là lời nguyện. Pháp Tạng Tỳ Kheo gần đến chỗ siêu thế vô thượng, rộng rãi khắp nơi.

Siêu thế có nghĩa là gần gũi với Đức Phật này. Siêu ấy nghĩa là vượt lên cao, lên trên. Vượt lên khỏi lời hoằng thệ của Như Lai. "Duy tín sao" này sẽ thấy rõ việc ấy.

"Văn danh niệm ngã" (Nghe tên niệm ta) nghĩa là sự "nghe" ấy chính là bởi tín tâm. "Danh" kia là vị ấy, gần với danh hiệu của Như Lai.

"Niệm ngã" (Nhớ nghĩ đến ta), là gần với sự nhớ nghĩ đến bi nguyện của việc xưng danh chư Phật (nguyện thứ 17). Ức niệm này chính là tín tâm không có nghi hoặc nơi Bổn Nguyện kia với tâm thức ấy.

"Tổng nghinh lai" (Đều đến đón). Nghĩa chữ "tổng" là tất cả, tổng quát, hết thảy. "nghinh" có nghĩa là đón tiếp, đón rước, về với quê hương của pháp tánh vì làm lợi ích chúng sanh nên đến với thế giới ta bà nầy. Chữ "lai" có nghĩa là đến để mở bày sự tỏ ngộ của pháp tánh và chữ "lai" này cũng có nghĩa là trở về.

"Bất quản bần cùng tương phú quý" (Chẳng ngại bần cùng với giàu có);có nghĩa là chẳng kể đến, không quan tâm. "Bần cùng" là sự nghèo khó, không quan tâm. "Bần cùng" là sự nghèo khó, không có gì cả. "Tương" này có nghĩa là cùng với, sắp tới, mang đến.

"Phú quý" là sự giàu có, nhiều của tiền. Những điều như thế nầy như không tính đến, không quản ngại để đưa về Tịnh Độ.

"Bất quản hạ trí tả cao tài" (Chẳng ngại hạ trí cùng tài cao). Hạ trí chỉ cho người ít trí tuệ, thiếu thốn; cao tài chính là tài năng học tập. Những điều này không có cũng không quan tâm đến.

"Bất quản đa văn trì tịnh giới" (Chẳng ngại đa văn giữ tịnh giới). "Đa văn" là nghe hiểu nhiều về thánh giáo, hiểu biết rộng rãi sinh ra lòng tin. "Trì" là giữ, mang theo. Không cần đến người có học như vậy, cũng không cần thiết.

"Tịnh giới" là những giới hạnh của người tu con Phật, như 5 giới, 8 giới, 10 giới thập thiện, cụ túc giới Thanh Văn, 3000 oai nghi hay 6 vạn tế hạnh. Phạm Võng gồm 58 giới (gồm 10 giới trọng và 48 giới khinh). Đại thừa nhứt tâm kim cang pháp giới, Tam tụ tịnh giới, Cụ túc giới của Đại thừa v.v... Tất cả giới phẩm của đạo tục. Những điều này gọi là "trì", dùng cho những vị hành trì giới phẩm ấy. Nếu có tín tâm về tha lực chơn thật thì sẽ vãng sanh về chơn thật báo độ. Chính mỗi người tự mình thực hành thiện giới là niềm tin nơi tự lực và sự làm việc lành của tự lực ấy không thể sanh về thật báo độ.

"Bất quản phá giới tội căn thâm" (Chẳng ngại phá giới, gốc tội sâu) có nghĩa là các giới bên trên của những giới phẩm thuộc về người tu cũng như người đời mà phá hủy đi.

"Tội căn thâm" (Gốc tội sâu); có nghĩa là những kẻ ác của ngũ nghịch, thập ác, báng pháp, tội nhơn xiển đề hay những người ít căn lành, làm nhiều ác nghiệp, tâm lành ít ỏi, tâm ác dẫy đầy. Những người có tội lỗi sâu nặng như vậy cũng không kể. Tất cả đều có thể, kể cả người ít thiện căn, người ác không ra gì được gần Vô Ngại Quang Phật, không bị ngăn cách để chiếu tỏ đến thì sẽ được sanh về Thật Báo Độ nếu có chơn thật tín tâm. Đây là ý chính của Tịnh Độ Chơn Tông.

"Tổng lai nghinh" (Đều đến đón); nghĩa là tất cả đều được đón về Tịnh Độ, gọi là sự trở về.

"Đãn sử hồi tâm đa niệm Phật" (Thường làm cho hồi tâm, niệm Phật nhiều), là làm cho người ta hồi tâm. Chữ hồi tâm chính là tâm của tự lực, chính mình thì không thể sanh về thật báo độ được, mà phải là tâm kim cang.

Đa niệm Phật là to lớn, nhiều, tâm thức cao cả để trở thành tâm thức tăng thượng, lên cao và lớn hơn do làm việc lành. Nên tâm ấy được tăng thượng. Những điều này lại chính là tha lực Bổn Nguyện vô thượng. Tâm thức của tự lực đơn độc của những người lớn nhỏ hay của thánh nhơn thuộc thiện ác của phàm phu, chính tự thân của họ cố làm cho tâm kia tốt, không nương vào thân, không trở lại với tự mình. Những người như vậy bị trói buộc đủ loại của phàm ngu, hạ loại của những người buôn bán rượu thịt... Nếu tin vui nghe qua danh hiệu quảng đại trí huệ và Bổn Nguyện bất khả tư nghì của Vô Ngại Quang Phật thì những phiền não cụ túc ấy cũng có thể đến được vô thượng đại Niết Bàn. Những sự cột trói nhiều thứ đó của phiền não bị trói buộc, phiền phức đó ở nơi thân và não ở nơi tâm. Đồ là những người đồ tể, mổ giết chúng sanh. Đây gọi là những người chém giết. Cổ là những người buôn bán rượu thịt, đây là những người buôn bán, gọi họ là hạ hoại.

"Năng lệnh ngõa lịch biến thành kim" (Hay khiến gạch ngói biến thành vàng). Năng nghĩa là hay; lệnh là khiến cho, làm cho; ngõa có nghĩa là ngói; lệnh nầy có nghĩa là đá sỏi.

"Biến thành kim" (Biến thành vàng) là trở thành vàng. Những người như ngói, sỏi đá trong chúng ta nếu được sự tín lạc nơi Đức Như Lai, không có hai tâm thức mà ánh sáng của sự nhiếp thủ sẽ chiếu đến và chắc chắn sẽ giác ngộ ở vào đại Niết Bàn. Lại nữa, những người như vậy, đá, sỏi, gạch v.v... khi được ánh quang minh nhiếp thủ rồi thì Đức A Di Đà Phật sẽ làm cho tâm thức kia tỏ ngộ.

Trọng tâm của câu văn còn sâu dày hơn thế nữa và đã được trình bày đây đó. Việc thẩm định sâu xa hơn về những việc này xin tham khảo thêm.

Những câu văn này là của Ngài Từ Mẫn Thánh Nhơn đã giải thích. Ở Chẩn Đán (Trung Quốc) là ngài Huệ Nhật tam tạng.

4) Cực lạc vô vi Niết Bàn giới
Tùy duyên tạp thiện khủng nan sanh
Cố sử Như Lai tuyển yếu pháp
Giáo niệm Di Đà chuyên phục chuyên

Cực Lạc vô vi cảnh Niết bàn
Tùy duyên tạp thuận sợ khó sanh

Nên khiến Như Lai tuyển trạch pháp, dạy niệm Di Đà chuyên lại chuyên.

(Pháp Sự Tán, phần dưới 564)

"Cực Lạc vô vi Niết Bàn giới" (Cực Lạc vô vi cõi Niết Bàn); nghĩa là an lạc Tịnh Độ, thường luôn an ổn, không có sự khổ. Ở nơi đó cũng còn gọi là nước An Dưỡng. Đàm Loan Hòa Thượng luôn ca ngợi, tán dương cõi an lạc. Lại nữa ở Tịnh Độ Luận cũng gọi là Liên Hoa Tạng Thế giới, cũng gọi là "vô vi".

"Niết Bàn giới" là nơi không có vô minh, giác ngộ của vô thượng Niết Bàn được chiếu soi.

"Giới" là cảnh giới, thế giới của những ai đã tỏ ngộ. Cũng gọi là Đại Niết Bàn, trở thành tên là vô lượng, không thể giải thích hết được. Tên ấy thường biểu hiện là Niết Bàn hay cũng gọi là tịch diệt vô vi, an lạc, thường lạc v.v... cũng gọi là thật tướng, pháp thân, pháp tánh, chơn như, nhứt như, Phật tánh. Phật tánh ấy cũng là Như Lai. Như Lai này dùng để chỉ cho vi trần thế giới mọi nơi. Lại cũng trở thành tâm của tất cả quần sanh hải. Tâm này tín nhạo nơi lòng thệ nguyện. Tâm này cũng trở thành Phật tánh, pháp tánh, hay pháp thân. Pháp thân không có màu sắc, không có hình tướng. Tuy nhiên gọi đó là tâm thức, dùng ngôn ngữ để gọi. Từ sự nhứt như này biểu hiện hình tướng, đó gọi là phương tiện pháp thân, mà Ngài Pháp Tạng Tỳ kheo đã thể hiện qua những lời đại thệ nguyện bất khả tư nghì ấy. Hình thức ấy Ngài Thế Thân Bồ Tát gọi là "tận thập phương Vô Ngại Quang Như Lai". Như Lai này là báo thân vậy. Nghiệp nhơn của sự thệ nguyện ở báo độ chính là báo thân Như Lai. Báo này tạo thành thân ấy. Báo thân này là từ vô lượng vô số ứng hóa thân. Với vi trần thế giới phóng ra ánh sáng trí tuệ của sự vô ngại đến tận mười phương vô Ngại Quang Phật, không có hình tướng, cũng chỉ có màu sắc, chiếu phá vào nơi tối tăm làm cho những nghiệp ác không còn nữa. Đây chính là Vô Ngại Quang vậy. Nghĩa là ánh sáng ấy không bị trở ngại. Đó chính là quang minh của Phật A Di Đà. Quang minh ấy chính là hình thức của trí tuệ vậy.

"Tùy duyên tạp thiện khủng nan sanh" (Tùy duyên tạp thiện sợ khó sanh) nghĩa là "tùy duyên" với chúng sanh, với tâm thức của mọi người. Đó cũng chính là tám vạn bốn ngàn pháp môn. Tất cả đây trở thành căn lành của sự tự lực, không thể sanh về Thật Báo Độ, mà đến chỗ "khủng nan sanh" (Sợ khó sanh).

"Khủng" nghĩa là sợ hãi ở chơn báo độ, có lẫn lộn duyên lành, thiện sanh của tự lực rồi sanh ra chỗ "nan sanh".

"Cố sử Như Lai tuyển yếu pháp" (Nên khiến Như Lai chọn pháp yếu), nghĩa là Đức Thích Ca Như Lai trong việc thiện ấy tuyển chọn danh hiệu gồm những chúng ác sanh lúc ngũ trược ác, ác thế giới, đa phần là tà kiến chỉ có lòng tin. Đây gọi là "tuyển" chọn một cách rộng rãi.

"Yếu" nghĩa là mong mỏi, cần cầu, quan yếu và "pháp" ấy là danh hiệu.

"Giáo niệm Di Đà chuyên phục chuyên" (Dạy niệm Di Đà chuyên lại chuyên), nghĩa là "giáo" ấy chính là sự dạy dỗ, chỉ bày theo giáo sắc của Đức Thích Tôn.

"Niệm" nghĩa là tâm ấy nhớ nghĩ đến tâm thức kia. Lại nữa đó chính là một hướng chuyên tu về danh hiệu của tuyển trạch Bổn Nguyện vậy.

"Chuyên phục chuyên" (Chuyên lại chuyên), nghĩa là đầu tiên thì chuyên nhất hạnh tu hành và trở lại cũng như thế nữa. Ngoài ra chữ "chuyên" ấy cũng có nghĩa là nhứt tâm; chỉ chuyên chú một hạnh một tâm để nhiếp thủ, không xả bỏ của Đức A Di Đà".

"Lễ tán, ý 662". Đây là sự thuật lại của Hòa Thượng chùa Quang Minh (Thiện Đạo). Nhứt tâm này chính là tín tâm của hoành siêu.

Hoành ấy là ngang qua, bên cạnh. Siêu đó là vượt lên trên để mang giáo pháp không bị biển sanh tử quấy khổ và thoát ra, vượt lên Phật quả. Đây chính là Đại bi thệ nguyện lực. Tín tâm nầy nhiếp thủ để trở thành Kim cang tâm. Điều này ở "Đại kinh" trở thành 03 tín tâm của Bổn Nguyện. Chơn thật tín tâm nầy đối với Thế Thân Bồ Tát (Thiên Thân) là "nguyện tác Phật tâm".

Sự tín nhạo này với tâm thức ấy trở thành Phật. Nguyện tác Phật tâm nầy cũng còn trở thành độ chúng sanh tâm, gọi là độ chúng sanh tâm. Lại nữa với chúng sanh nầy sẽ làm cho tâm thức ấy vượt qua biển lớn của sanh tử. Sự tín nhạo này đối với chúng sanh là tâm đạt đến Vô Thượng Niết Bàn. Tâm nầy cũng trở thành Bồ Đề tâm, Đại từ đại bi tâm. Tín tâm nầy cũng là Phật tánh, lại cũng là Như Lai tâm. Tín tâm nầy gọi là sự khánh hỷ. Khánh hỷ là việc vui mừng của chư Phật đối với người ấy. Chữ khánh ở đây có nghĩa là vui vẻ với tín tâm ấy vui mừng. Chữ hỷ là tâm thức kia hoan hỷ đón nhận vượt lên sơ tâm, thân ấy cùng tâm thức hoan hỷ. Gặp tín tâm ấy như hoa Phân Đà Lợi (Quán Kinh). Tín tâm này khó được. "Kinh" (xưng tán Tịnh Độ kinh) ở đó gọi là "cực nan tín pháp". Ngoài ra "Đại kinh" (phần dưới), thuật lại đây là "nhược văn tư kinh, tín nhạo thọ trì, nan trung chi nan, vô quá thử nan" (Nếu nghe kinh nầy, tin vui thọ trì, khó trong việc khó, không có khó hơn điều nầy). Trọng tâm của câu văn nầy là "nếu nghe và tin được kinh nầy là việc khó trong việc khó. Không có gì khó hơn như vậy".

Đức Thích Ca Mâu Ni Như Lai xuất hiện nơi cõi đời ác năm trược, nói rằng hành pháp này rất khó để chứng được Vô thượng Niết Bàn. Bây giờ với trí tuệ của danh hiệu nầy đối với chúng sanh đang ở đời trược ác, mười phương chư Phật chí thành, hằng hà sa Như Lai hộ niệm, vì mọi người dẫn họ đến chơn thiệt tín tâm. Đức Thích Ca như người cha, Đức Di Đà giống như người mẹ. Chúng ta được mang đến những phương tiện đủ loại của vô thượng tín tâm để chỉ bảo mở bày mà trong quá khứ xa xôi chư Phật đã ra đời có cả ba hằng hà sa chư Phật như vậy để đánh thức tâm Bồ đề của tự lực, tu hành hằng hà sa căn lành. Bây giờ đối với nguyện lực ấy mong cho gặp được, để có được ba tín tâm của tha lực, với ta chẳng hề mỏi mệt với những người có căn lành mà Phật tánh ở ta đối với những kẻ thấp kém như vậy.

5) "Cụ tam tâm giả tất sanh bỉ quốc" (Đầy đủ 3 tâm ấy, tất sanh nước kia) (Quán kinh). Nghĩa là ba tâm ấy nếu đầy đủ thì sẽ được sanh về nước kia. Theo Ngài Thiện Đạo thì "cụ thử tam tâm, tất đắc vãng sanh giả, nhược thiểu nhứt tâm, tức bất đắc sanh" (Đầy đủ ba tâm, tất được vãng sanh vậy. Nếu thiếu một tâm, tức chẳng được sanh), (lễ tán 654) đã thuật lại như vậy.

"Cụ thử tam tâm" (Đầy đủ 3 tâm) nghĩa là ba loại tâm phải đầy đủ. "Tất đắc vãng sanh" (Liền được vãng sanh) nghĩa của chữ "tất" là bắt buộc, chắc chắn; "đắc" là được vãng sanh.

"Nhược thiểu nhất tâm" (Nếu ít hơn một tâm). Nhược nghĩa là nếu, nếu mà; thiểu nghĩa là ít, ít hơn, ít ỏi. Không có một tâm thì cũng không có thể sanh. Nhứt tâm đó là tín tâm. Tín tâm ấy đầy đủ là ba tín tâm của Bổn Nguyện chơn thật.

"Quán Kinh" nói về ba tâm và "Đại Kinh" thì nói trong ba tín tâm ấy phải đầy đủ, phần nhất tâm cũng phải đủ. Ở "Đại Kinh" nói về ba tín tâm và đặc biệt là nhứt tâm. Nếu sự nhứt tâm này không có thì sẽ không thể sanh về cảnh giới chơn thật báo độ được. "Quán Kinh" nói ba tâm đó là tâm định tán nhị cơ, hồi hướng về định tán nhị thiện. "Đại Kinh" ba tín tâm đó là sự chí thành thâm tâm của phương tiện. Nếu không có ba tín tâm chơn thật thì "tức bất đắc sanh" (Tức chẳng được sanh). Chữ "tức" này nghĩa là liền đó, ngay lập tức. "Bất đắc sanh" (Chẳng được sanh); nghĩa là sự sanh kia không thể được. Ba niềm tin không có thì sẽ không sanh về báo độ được. Kẻ tạp hạnh tạp tu, người định cơ hay tán cơ phải cần đến tín tâm của tha lực. Ở nhiều đời nhiều kiếp phải nhứt tâm với tha lực, mới có thể sanh về chơn thật báo độ được. Lại nữa, nếu chẳng được sanh thì phải sanh về thai sanh biên địa, ở đó 500 năm. Cũng có trường hợp trong trăm ngàn vạn người mới có một người được sanh về chơn thật báo độ. Về ba niềm tin ấy, nên nhận thức thật kỹ cho.

6) "Bất đắc ngoại hiện Phổ Hiền Thiện Tinh Tấn chi tưởng" (Chẳng được ngoài hiện tướng tinh tấn Phổ Hiền). (Tán Thiện Nghĩa 455) , nghĩa là ở hình tướng nếu không có phải là người lành, không siêng năng, mà nếu chỉ là "nội hoài hư giả" (là Bên trong toàn hư giả), trong tâm thì toàn là những phiền não, hư ngụy. Đó là giả tướng. Chữ "hư" này có nghĩa là chẳng có gì cả, hư ngụy. "Giả" là không có gì là chơn cả. Với tâm thức như trên thì tín tâm này khó mà tìm đến Tịnh Độ được. Để thấy thì việc này không thể và chẳng phải là hạt giống của thật báo độ để trở thành tín tâm được. Ngoài ra với chúng ta không phải là người lành cũng chẳng phải là hiền nhơn. Hiền nhơn chính là những người làm việc tốt, mà tâm thức ấy chẳng siêng năng, với tâm hồn giải đãi, bên trong chẳng có gì, trống rỗng, chỉ trang sức, trống rỗng không và hầu như trong tâm chẳng có gì và thân cũng thế. Theo Duy Tín sao gọi đây là sự "châm chước" mà thôi. Những người như vậy gọi là không thực tế.

7) "Bất quản phá giới tội căn thâm" (Chẳng ngại phá giới gốc tội sâu) (Ngũ hội Pháp Hoa tán). Gọi là phá nhiều giới luật và tội lỗi sâu dày. Người như vậy đầu tiên phải tẩy rửa sám hối. Hãy thường quan sát vậy.

8) "Nãi chí thập niệm, nhược bất sanh giả, bất thủ chánh giác" (Cho đến 10 niệm nếu chẳng được sanh, chẳng giữ Chánh Giác) (Đại Kinh phần trên) gọi là tuyển trạch Bổn Nguyện (lời nguyện thứ 18). Trọng tâm của câu văn này là "cho đến mười niệm mà chẳng sanh được, thì ta không thành Phật", đây là Bổn Nguyện. "Nãi chí" có nghĩa là cho đến, gần kề, gần đến, nhớ đến lời nguyện, không phải cần đến niệm

nhiều, mà tâm thức kia phải trở lại nhứt niệm mới có thể đến được. Đây chính là lời nguyện của Bồ Tát Pháp Tạng vậy.

9) "Phi quyền phi thật" (Chẳng quyền chẳng thật). (Duy Tín sao) gọi như Pháp Hoa tông; còn tâm thức của Tịnh Độ chơn tông không phải như vậy, trở thành tâm thức của Thánh Đạo gia. Người muốn theo tông nào thì hãy tìm về đấy.

10) "Nhữ nhược bất năng niệm" (Ngươi nếu chẳng hay niệm) (Quán Kinh) gọi đây là những người thuộc tội ngũ nghịch, thập ác, thuyết pháp bất tịnh, làm ngăn cản mọi thiện pháp. Ở tâm không bao giờ niệm đến Di Đà và ở cửa miệng thì chưa bao giờ thốt ra câu Nam Mô A Di Đà Phật. Đây là việc không tương ưng với lời thệ Bổn Nguyện về việc xưng danh. "Ưng xưng Vô Lượng Thọ Phật" (Nên xưng Vô Lượng Thọ Phật). (Quán Kinh) đã tường thuật là nên xưng tán vậy.

11) "Cụ túc thập niệm, xưng Nam Mô Vô Lượng Thọ Phật, xưng Phật danh cố, ư niệm niệm trung trừ bát thập ức kiếp sanh tử chi tội" (Đầy đủ 10 niệm, xưng Nam Mô Vô Lượng Thọ Phật, xưng Phật danh rồi, ở trong mỗi mỗi niệm trừ được 80 ức kiếp về tội của sanh tử). Nói rằng những người có tội ngũ nghịch do thân làm ra tội, tội có trong mười tám thập ức kiếp, nếu niệm Phật A Di Đà được mười niệm thì tội trong mười tám thập ức kiếp đó liền tiêu trừ, kể cả tội ngũ nghịch.

"Thập niệm" gọi là từ miệng mình thốt ra mười lần. Đây chính là Tuyển Trạch Bổn Nguyện (lời nguyện thứ 18).

"Nhược ngã thành Phật, thập phương chúng sanh, xưng ngã danh hiệu, nãi chí thập thinh, nhược bất sanh giả, bất thủ chánh giác" (Nếu ta thành Phật, mười phương chúng sanh, xưng danh hiệu ta, cho đến 10 tiếng, nếu chẳng được sanh, chẳng giữ Chánh Giác). (Lễ tán 711)

Bổn Nguyện của Đức Di Đà là mong mỏi tất cả chúng sanh đều được vãng sanh qua mười niệm ấy. Niệm và âm thanh với một tâm thành kính nơi tâm mình. Niệm thuần thục rồi thì không có âm thanh. Âm thanh ấy đã thuần thục rồi thì không có niệm.

Trọng tâm của câu văn này không phải chỉ để suy nghĩ mà để thực hành thật sâu sắc. Đây chính là sự mong đợi vậy.

Nam mô A Di Đà Phật

Đối với những người như vậy thì chữ nghĩa chẳng cần với tâm thức, là những kẻ ngu si. Với những tâm hồn dễ dãi thì cũng giống như vậy, thỉnh thoảng lại viết với những người không có tâm tin tưởng để không phải dự phòng. Tuy nhiên cũng không phải để chỉ xem, mà người ngu si thì tâm thức ấy không thể thể hiện được.

Khang Nguyên nhị tuế chánh nguyệt nhị thập thất nhựt. Ngu ngốc Thân Loan bát thập ngũ tuế thơ tả.

Khang Nguyên năm thứ 2 (nhằm năm 1257), ngày 27 tháng Giêng, ngu ngốc Thân Loan viết việc này năm Ngài 85 tuổi.

Dịch xong vào ngày 24.07.2023 tại Phương Trượng Đường, Tổ Đình Viên Giác Hannover, Đức Quốc.

DANH HIỆU ĐỨC DI ĐÀ NHƯ LAI

Bắt đầu dịch ngày 25.07.2023 tại chùa Khánh Anh_ Pháp Quốc, nhân ngày khai mạc khóa tu học Phật pháp Âu Châu kỳ thứ 34 và khóa An Cư Kiết Hạ của chư Tăng Ni Âu Châu.

1) Gọi là "Vô Lượng Quang". Trong Quán Kinh có ghi rõ rằng: Vô Lượng Thọ Phật có 84.000 tướng tốt. Mỗi mỗi tướng tốt như vậy có 84.000 tùy hình hảo. Mỗi mỗi hình hảo như vậy có tất cả là 84.000 quang minh. Mỗi một quang minh như vậy tỏa chiếu đến mười phương thế giới. Với chúng sanh niệm Phật thì luôn thủ, không bao giờ bỏ rơi.

Tăng Đô của Huệ Tâm Viện (Nguyên Tín tức là Ngài Pháp Nhiên) cho rằng ánh sáng này thật là thậm thâm (vãng sanh tập, phần giữa), "mỗi mỗi tướng ấy chiếu sáng đến bảy trăm lẻ năm cu ti 600 vạn, chói sáng vô cùng" (ý). Mỗi tướng như vậy tỏa ra những ánh sáng của tâm thức. Từ tướng ấy xuất ra 84.000 ánh sáng chiếu qua lại với nhau. Ánh sáng này có vô số ứng báo khác nhau, vô lượng quang như vậy.

2) Tiếp đến là "Vô Biên Quang". Ánh sáng này chiếu khắp đến vô lượng thế giới, cả đến nơi xa xôi nhất, nên gọi là Vô Biên Quang.

3) Kế tiếp là "Vô Ngại Quang". Đây giống như ánh sáng của mặt trời, mặt trăng. Nếu ở góc bể chân trời nào đó, ánh sáng ấy vẫn chiếu đến. Đây chính là ánh sáng của Đức Di Đà, vật ấy không bị ngăn lại, chiếu sáng đến hết các chúng hữu tình. Đây gọi là Vô Ngại Quang Phật. Chiếu sáng không ngăn ngại đến tâm thức của những phiền não ác nghiệp của chúng hữu tình. Đây gọi là Vô Ngại Quang Phật. Cái đức của Vô Ngại Quang ấy tăng dần lên càng ngày càng dày lên. Giữa thế giới Ta Bà này và thế giới Cực Lạc nói rằng cách xa 10 vạn ức trong 3000 đại thiên thế giới. Cứ mỗi mỗi 3000 đại thiên thế giới đều có núi Thiết Vi bao bọc chung quanh, chiều cao như núi Tu Di. Tiếp đó chung quanh tiểu thiên thế giới ấy được bao bọc xung quanh núi Thiết Vi. Chiều cao đến cả cõi trời thứ sáu. Kế tiếp ở Trung Thiên thế giới vây quanh cũng núi Thiết Vi, chiều cao đến cả cõi sơ thiền của cõi sắc giới. Tiếp theo ở Đại Thiên thế giới cũng được vây quanh núi Thiết Vi, chiều cao đến cõi nhị thiền. Việc này tự nhiên, nếu Vô Ngại Quang Phật không tăng lên ở từng một thế giới. Cả đến hằng 10 vạn ức thế giới, thì quang minh của Vô Ngại Quang Phật chiếu sáng triệt để đến các núi của bất khả tư nghì qua việc niệm Phật để nhiếp thủ những chúng sanh. Việc chiếu sáng ấy chính là Vô Ngại Quang vậy.

4) Tiếp theo là Thanh Tịnh Quang, Pháp Tạng Bồ Tát dùng ánh sáng có được để làm cho những tâm thức tham dục kia không còn nữa và sự tham dục kia có hai loại. Một là dâm tham, hai là tài tham. Cả hai sự tham dục của tâm thức này chiếu đến được. Trừ việc chiếu đến những sự ô uế bất tịnh của chúng hữu tình; ngoại trừ những tội của dâm dục và tài dục. Đây gọi là Thanh Tịnh Quang.

5) Tiếp theo, đó là Hoan Hỷ Quang, chiếu đến được những thiện căn không có sân hận, nên gọi là vô sân; phía sau mặt trái không có và trong tâm thức kia không có sự ghen ghét, nên gọi là vô sân. Tâm này sẽ được chiếu đến, trừ ra những tội sân si, giận hờn của chúng hữu tình và được như vậy, nên gọi là Hoan Hỷ Quang.

6) Tiếp đến gọi là Trí Huệ Quang. Điều này được chiếu sáng đến những căn lành của sự vô si, nên gọi là căn lành vô si. Tất cả hữu tình, trí huệ học được để tâm thức ấy trở thành Vô thượng Bồ đề, có thể vì được nung đốt để tâm thức ấy tin tưởng việc niệm Phật. Sự tin tưởng niệm Phật kia sẽ trở thành trí huệ Phật chung quanh mình. Điều này chính là sự lìa khỏi sự ngu si và gọi đây là Trí Huệ Quang Phật.

7) Tiếp theo là Vô Đối Quang. Ánh sáng của Đức Di Đà không có gì để có thể đối lại được, nên gọi là vô đối.

8) Kế nữa là Vô Diệm Quang, ánh sáng chiếu đến như ánh lửa, như khói của ánh lửa vậy.

9) Tiếp đó là Bất Đoạn Quang, ánh sáng này luôn luôn chiếu sáng không bị chấm dứt.

10) Ánh sáng ấy vô lượng, nên gọi là siêu. Đó chính là quang minh của Đức Di Đà. Ánh sáng ấy giống như nhựt nguyệt, nên gọi là siêu. Siêu ấy chính là của Ngài đã vượt lên nên gọi là Siêu Nhựt Nguyệt Quang. Mười hai ánh sáng ấy càng dày chồng chất lên nhau, rõ ràng là không có chỗ tận cùng như đã viết ở trên.

11) Ánh sáng trí huệ của Phật A Di Đà tỏ rạng nên gọi là Vô Ngại Quang Phật. Vô Ngại Quang nghĩa là những tâm thức của ác nghiệp, phiền não của mười phương tất cả chúng hữu

tình không thể không chiếu đến, nên gọi là vô ngại. Ánh sáng của Phật A Di Đà hiện ra bất khả tư nghì nên cũng còn gọi là quy mệnh tận thập phương Vô Ngại Quang Như Lai. Vô Ngại Quang Phật thường thì ở nơi tâm thức, nên đó cũng là cái đức làm cho đầy đủ trong mười phương tất cả chư Phật. Nếu xưng là Di Đà thì phải có công đức thiện căn kia. Long Thọ Bồ Tát gọi là: "Ngã thuyết bỉ tôn công đức sự, chúng thiện vô biên như hải thủy" (Ta nói việc công đức tôn quý kia, việc lành nhiều như nước biển) (12 lễ). Đây cũng có thể thấy là Bất Khả Tư Nghì Quang Phật. Việc này thể hiện nơi Thế Thân Bồ Tát ở "Vãng sanh luận", gọi là sự chiếu sáng thứ 12 của Phật A Di Đà.

12) "Tịnh Độ Luận" cũng cho biết rằng: nguyện của chư Phật than thở (nguyện thứ 17) là đại hạnh. Đại hạnh ấy được gọi là Vô Ngại Quang Phật. Hạnh này thường nhiếp tất cả các hạnh, đến cực viễn viên mãn, Nên gọi là Đại Hạnh. Hạnh này có thể chiếu phá vô minh của tất ả chúng sanh. Ngay cả đầy đủ phiền não, gần được với Vô Ngại Quang Phật thì không có sai niềm tin ở nơi Vô Lượng Quang Minh độ. Ở nơi Quang Minh độ ấy tự nhiên được vô lượng đức, rộng rãi tròn đầy. Ánh sáng ấy được quảng đại, mọi người được tỏ ngộ.

13) Nan Tư Quang Phật có nghĩa là cái đức chiếu sáng của Đức Di Đà Như Lai nói rằng không ít hơn tâm thức của Đức Thích Ca Như Lai. Tâm thức này được gọi là Nan Tư Quang Phật.

14) Kế tiếp là Vô Xưng Quang, điều này Đức Thế Tôn gọi là "công đức của bất tư nghì Quang Phật này nói không cùng tận". Không dùng đến ngôn ngữ được. Ngoài ra cũng còn gọi là Vô Xứng Quang. Ngài Đàm Loan Hòa Thượng thì ở nơi kệ "Tán A Di Đà Phật" gọi là Nan Tư Quang Phật và Vô Xưng Quang Phật hợp lại mà thành. Nam Mô Bất Khả Tư Nghì

Quang Phật. Bất Khả Tư Nghì Quang Phật này đầy dẫy khắp cả hư không, như Thế Thân Bồ Tát đã đề cập đến...

15) Để thấy là vậy, nếu chỉ là tự lực của hành giả thì không thể được, vì với tâm tự lực kia không thể đạt đến cảnh giới của Bất Khả Tư Nghì Quang Phật được. Chỉ có đến từ tha lực, nên mới có thể gọi là cảnh giới của Bất Khả Tư Nghì Quang Phật được. Nếu có tín giả sanh được về cõi này thì sẽ đầy đủ cái đức của bất khả xưng, bất khả thuyết, bất khả tư nghì. Tâm thức cũng không cần thái độ, tuyệt đối với ngôn ngữ, nên được gọi đây là Bất Khả Tư Nghì Quang Phật.

Nam mô Bất Khả Tư Nghì Quang Phật

(Trích ra từ cảo bản). Văn Ứng nguyên niên Canh Thân niên thập nhị nguyệt nhị nhật, đã viết văn kiện này

(Ngu ngốc Thân Loan viết bản văn này lúc ngài 88 tuổi)

Nhằm Văn Ứng thứ nhất năm 1259 tháng 12 ngày Mùng Hai, lúc Ngài Thân Loan 88 tuổi.

Dịch xong vào ngày 25. 07.2023 tại chùa Khánh Anh Every, Pháp Quốc.

(Phần Huệ Tín Ni Tiêu Tức từ trang 136 đến 150 (bản dịch viết tay) bỏ, không đánh máy, vì nội dung tiếng Nhật xưa, rất khó hiểu).

AN TÂM QUYẾT ĐỊNH SAO

(Bắt đầu dịch vào ngày 29.07.2023 nhân khóa tu học Phật Pháp Âu Châu kỳ thứ 34, tổ chức tại chùa Khánh Anh, Evry Pháp Quốc từ ngày 24.7 đến ngày 2.8.2023)

Không rõ tác giả, ước chừng giữa năm 1270-1338, khoảng thời gian này tác phẩm được hình thành.

Liên Như Thượng Nhơn (người Nhật Bản) tán thán thật nhiều về quyển sách này.

Liên hệ với quyển sách này của tác giả, được chia ra các phần mà còn phân vân.

1) Hành giả của Tịnh Độ Chơn Tông, trước tiên lãnh hội Bổn Nguyện của việc sanh khởi. Hoằng nguyện tuy có 48, nhưng nguyện thứ 18 là ý chính, ngoài ra 47 nguyện kia vì khiến cho tin tưởng vào nguyện này vậy.

2) Nguyện này, tán thán việc vãng sanh (Thiện Đạo đại sư) nói "Nếu ta thành Phật, mười phương chúng sanh xưng danh

hiệu ta, cho đến 10 tiếng, nếu chẳng sanh được thề không giữ ngôi Chánh giác".

3) Ý của câu văn này là "Nếu ta thành tựu hạnh nguyện của 10 phương chúng sanh là cho họ được vãng sanh, ta cũng được thành Phật. Nếu chẳng được vãng sanh, ta chẳng ở ngôi Chánh giác". Cho nên Phật là bậc Chánh giác thì sẽ là chỗ nương tựa cho chúng ta để vãng sanh hay là quyết định chẳng được vãng sanh vậy.

4) Thế mà ở trong 10 phương chúng sanh, chưa có ai được vãng sanh thì sự thành Chánh giác ấy không hợp lý vậy. Mà Đức Phật thì đã thay cho chúng sanh viên mãn hạnh nguyện, nên thành tựu được sự vãng sanh của chúng ta.

5) Viên mãn 10 phương chúng sanh, lúc thành tựu vãng sanh là sự thành tựu cơ pháp cùng một thể. Nam Mô A Di Đà Phật của Chánh giác. Cho nên Đức Phật ngoài Chánh giác kia ra còn làm cho vô số phàm phu vãng sanh.

6) Lúc 10 phương chúng sanh vãng sanh được thành tựu, Phật cũng thành Chánh giác. Nên Chánh giác của Phật cùng với sự vãng sanh của chúng sanh cùng lúc được thành tựu vậy.

7) Từ khi Phật đã thành tựu cơ (duyên) của việc vãng sanh, mà chúng sanh như lý này không giống, có người vãng sanh rồi, lại cũng làm cho người khác vãng sanh, lại cũng sẽ làm cho người vãng sanh.

Do cơ duyên, tuy ba cõi chẳng giống nhau, thế nhưng Đức Di Đà thay cho chúng sanh thành tựu Chánh giác của một niệm ra, chẳng đợi thay đổi từ cơ duyên thêm vào một hào ly nào cả.

8) Dụ như: mặt trời mọc trong sát na, 10 phương u ám đều tỏ rạng, lúc mặt trăng mọc, nước của pháp giới đồng hiện ảnh. Mặt trăng mọc mà ảnh đầy đủ nơi nước, mặt trời mọc lên làm cho sự u ám chẳng thể chẳng sáng sủa. Như vậy phải suy nghĩ rằng khi mặt trời dẫu chưa mọc, chẳng thể nghi là sự tối tăm kia chưa thể chưa sáng.

Nên sự phân biệt việc Phật thành Chánh giác hay chưa thành, chẳng thể nghi là sự vãng sanh của phàm phu có được hay không được.

Thệ với chúng sanh rằng, nếu chẳng vãng sanh thì chẳng thành Phật như Pháp Tạng Tỳ Kheo, đã thành Phật cho đến nay đã 10 kiếp rồi từ Phật thể, thành tựu việc vãng sanh. Chúng ta vụng về đến nay chẳng rõ, mà từ đó bị lưu chuyển vậy.

9) Cho nên Bát Đan tán thán (Thiện Đạo đại sư) nói rằng: "Tàm quý to lớn, Thích Ca Như Lai thật là từ bi như cha mẹ, có nhiều phương tiện làm cho chúng ta phát khởi vô thượng tâm".

Tàm quý, nghĩa là xấu với chư Phật và hổ thẹn với con người. Lại giải thích tàm là nơi chính mình và quý là ở nơi người khác.

10) Việc gì nên nói về sự xấu hổ to lớn.

Di Đà hay chuyên chở thời gian vĩnh kiếp, thay thế cho những kẻ phàm phu chẳng có việc lành, nguyện làm việc khuyến khích. Đức Thích Tôn ngày xưa tự 500 trần số kiếp đã 8000 lần qua lại xuất hiện, muốn làm cho chúng ta rõ biết điều này là bất khả tư nghì, nên thệ nguyện mà đến bây giờ vẫn chưa nghe, cho nên nói là sự xấu hổ to lớn vậy.

11) Nếu như hành giả nương theo căn cơ mà chỗ ta có lớn nhỏ thừa hành, pháp tuy là thâm diệu mà căn cơ thì có chỗ chẳng hợp, lại nói là lực ấy chẳng đủ. Khiến cho phát nguyện về tha lực, khuyến khích nơi Phật thể. Công ấy là giúp đỡ cho người chẳng lành như chúng ta, hoặc có người hủy báng giáo pháp như xiển đề, cùng với việc pháp diệt cả 100 năm, chẳng thành tựu công đức của sự vãng sanh vậy. Nên ân cần báo cho biết cái lý này chẳng tin chẳng hiểu. Do vậy nên nói là sự xấu hổ to lớn vậy.

12) 3.000 đại thiên thế giới không cỏ rác ở nơi đất cát thì Thế Tôn chẳng phải là nơi xả bỏ thân mạng.

Tất cả điều này là muốn làm cho người chẳng tin về tha lực như chúng ta phải phát khởi tín tâm, mà thay thế tu khổ hạnh, là việc khó làm, kết duyên lũy kiếp vậy. Thế mà chẳng rõ biết việc này là bi nguyện to lớn, cho nên nói là sự xấu hổ to lớn vậy.

13) Muốn làm rõ ý này, cho nên giải thích rằng "dùng nhiều phương tiện, làm cho chúng ta phát khởi vô thượng tín tâm". Nói vô thượng tín tâm tức là 3 lòng tin của tha lực vậy.

Lại nói: "Nói ra nhiều phương tiện, giáo môn chẳng phải một", các kinh tùy theo căn cơ mà làm cho lợi lạc vậy. Phàm phu nếu không có chỗ biện biệt, thì khó có được tín tâm tha lực kia. Mà lúc nghe tự lực khó thành, liền có thể tin tha lực là dễ làm. Lúc nghe thánh đạo khó hành lại hay tin Tịnh Độ là dễ hành.

14) Bảo rằng "Từ Đức Phật đã thành tựu một ít, không khó khăn trong việc vãng sanh, chúng ta bị phiền não làm cho cuồng thất, nhận niềm tin bất khả tư nghì của Phật trí. Cho nên 3 cõi chúng sanh quay về chỗ niệm, lại quay về một

niệm chánh giác. Mười phương hữu tình, xưng niệm chí tâm, lại quay về chánh giác một niệm liền một lần xưng, một lần niệm, dừng nơi (căn) cơ vậy.

15) Danh thể chẳng hai, mà hoằng nguyện thì có hành, cho nên danh hiệu tức là chánh giác của toàn thể. Chánh giác là thể nên mười phương chúng sanh vãng sanh là thể. Vãng sanh là thể nên nguyện hạnh của chúng ta chẳng thể không đầy đủ.

16) Cho nên Huyền Nghĩa phân rằng:

"Làm cho trong Quán Kinh, 10 tiếng xưng Phật, tức có 10 nguyện, 10 hạnh đầy đủ.

Sao gọi là đầy đủ? Nói Nam Mô vậy. Tức là quy mệnh, lại là phát nguyện cái ý nghĩa của sự hồi hướng.

Nói A Di Đà Phật tức là hành nầy, tất được vãng sanh"

17) Ở nơi hạ phẩm hạ sanh là xưng niệm mà mất chánh niệm, đầy đủ nguyện hạnh, nên biết rằng chẳng phải nguyện hạnh của (căn) cơ. Đúng ra là Pháp Tạng Bồ Tát đã 5 kiếp thay thế chuyên chở nguyện hạnh này, để thành tựu phàm phu, nên có nguyện hạnh ấy.

18) Lãnh hội sự giải thích A Di Đà Phật thay thế phàm phu thành tựu ý nghĩa của nguyện hạnh. Lại nói đến tín tâm vậy.

A Di Đà Phật dùng hạnh của phàm phu để niệm danh hiệu, cho nên hiện nơi khẩu nghiệp mà nói lên Nam Mô A Di Đà Phật. Cho nên lãnh hội giải thích, lại chẳng dừng lại nơi (căn) cơ. Lãnh giải tức là cái thể của việc trở về với Phật nguyện.

Danh hiệu lại chẳng dừng nơi (căn) cơ, xưng ấy tức là đốn quy (trở về nhanh) với hoằng nguyện.

Cho nên Tịnh Độ pháp môn, chẳng ra ngoài sự tường tế (tỉ mỉ) sự lãnh giải của lời nguyện thứ 18 vậy.

19) Giải thích (Thiện Đạo đại sư Quán Kinh sớ) nói rằng: "Như kinh Vô Lượng Thọ trong đó có 48 lời nguyện, chỉ rõ rằng chuyên niệm A Di Đà danh hiệu thì được vãng sanh".

Lại giải thích rằng, "Ở trong kinh, câu văn định, tán ấy chỉ mục tiêu chuyên niệm A Di Đà danh hiệu thì được sanh. Ba kinh chỉ làm rõ lời nguyện này vậy".

20) Nói là lãnh giải lời nguyện thứ 18, tức là lãnh giải danh hiệu vậy.

Lãnh giải danh hiệu tức là lãnh giải Phật A Di Đà thay cho chúng sanh thành tựu nguyện hạnh, mà ở trước nơi (căn) cơ thành tựu của việc tức khắc vãng sanh, mà 10 phương chúng sanh được vãng sanh là cái thể của chánh giác vậy.

21) Cho nên người niệm Phật nếu nghe danh hiệu, đương tác thị niệm rằng (Nên thệ nguyện rằng): "ý! Ta sẽ thành tựu được việc sớm vãng sanh rồi. Thệ nguyện rằng: nếu chẳng thành tựu sự vãng sanh của chúng sanh trong 10 phương thì chẳng ở ngôi chánh giác như Pháp Tạng Bồ Tát, thành chánh giác là tên của quả vậy"

Lại nữa, lễ bái tôn tượng của Phật A Di Đà nên nghĩ thế này: "ý! Ta sẽ sớm thành tựu việc vãng sanh, thệ nguyện rằng 10 phương chúng sanh nếu chẳng sanh được thì chẳng giữ ngôi Chánh giác như Pháp Tạng Tỳ Kheo Bồ Tát dũ lòng nghĩ đến. Đó là sự tôn kính hình tượng của việc thành Chánh giác vậy".

Lại nữa, khi nghe đến tên Cực Lạc, liền nghĩ rằng.; "ý! Ta sẽ sớm thành tựu được việc vãng sanh. Thệ nguyện rằng: nếu chúng sanh chẳng được sanh, thì sẽ chẳng giữ ngôi Chánh giác như Pháp Tạng Tỳ Kheo. Sự thành chánh giác mà thành tựu, chính là Cực Lạc vậy".

Nói cơ ở đây là đối Phật pháp, thế pháp. Hai loại này không có căn lành. Tuy biết rằng làm ác là cơ. Từ Phật thể, thành tựu hằng hà sa số công đức do vì làm như chúng ta ngu si, ác kiến mà chúng sanh được vui, nên gọi là Cực. Nói là cực Lạc vậy.

22) Tuy nhiên tin tưởng vào Bổn Nguyện, xưng niệm danh hiệu, là vì tha phương công đức của các vị Phật, ở nơi danh hiệu, không thể công phu, tức là chẳng theo đó mà vãng sanh. Sự chơn thật có thể do sự thương xót vậy.

23) Nếu phát khởi rằng: "Phật đã thành tựu tướng vãng sanh của chúng ta, nói rằng: Nam mô A Di Đà Phật" với tín tâm. Phật thể tức là việc làm cho chúng ta vãng sanh, một tiếng ở một nơi, sẽ quyết định sự vãng sanh vậy.

Về lãnh giải, khi nghe danh hiệu Phật A Di Đà, liền rõ biết là sự vãng sanh của ta, ta là vãng sanh. Tức Phật là Chánh giác vậy. Đức Phật A Di Đà đã thành tựu chánh giác, hoặc chưa thành chánh giác, tuy còn khả nghi, chẳng khả nghi ta về việc vãng sanh đã thành tựu hoặc chưa thành tựu. Nếu có một chúng sanh nào chưa được vãng sanh thì Phật liền quyết định chẳng thành Chánh giác.

24) Rõ biết nơi này, tức thời nghĩa là lãnh giải nguyện thứ 18 vậy.

25) Người chơn thật muốn sanh về Tịnh Độ, chúng sanh ấy tự thân, phải nên phát nguyện thực hành đầy đủ, bấy giờ làm

cho nguyện hạnh kia đầy đủ nơi Bồ Tát, hoặc quả, thành tại nơi thân của chúng ta, là siêu khác thế gian, xuất thế gian lý nhơn quả. Cho nên Hòa Thượng (Thiện Đạo Đại Sư) tán thán việc này nói là: "biệt dị chi hoằng nguyện" (Riêng của hoằng nguyện khác) vậy.

26) Thay thế chúng sanh thành tựu nguyện hạnh, thường đầu tiên chưa vì chúng sanh, mà cùng với người lành. Nếu một chúng sanh có chỗ bất cập thì lời nguyện đại bi ấy tức là chưa được đầy đủ. Mỗi một chúng sanh căn cơ thành tựu lúc thực hành hạnh nguyện, đầu tiên Phật thành Chánh Giác, phàm phu sẽ được vãng sanh vậy.

27) Thệ nguyện như điều này bất khả tư nghì của danh hiệu, nói rằng: "Nếu có người chẳng nghe, chẳng ở ngôi Chánh Giác."

Chúng ta đã nghe đến danh hiệu của A Di Đà Phật rồi, có thể biết việc vãng sanh của chúng ta dĩ nhiên sẽ thành tựu.

Nói nghe ở đây là chẳng lẫn lộn mà nghe; nghe Bổn Nguyện tha lực của bất khả tư nghì, không có nghi ngờ, nghĩa là sự nghe đó. Được nghe danh hiệu, lại từ Bổn Nguyện, thành tựu mà nghe, một lòng hướng đến tha lực vậy. Từ đó mới thành tựu sự vãng sanh của phàm phu. Nếu chẳng nghe nguyện nầy thành tựu của danh hiệu, an chí rằng nguyện nầy đã thành tựu rồi sao!

28) Cho nên nghe danh hiệu, bái Phật tượng, chẳng nghe mà làm vì ta thành tựu sự vãng sanh vì danh hiệu; chẳng nhớ nghĩ làm sự thệ nguyện, chẳng thể độ tận chúng ta; nên chẳng thể thành Phật như lời Pháp Tạng thệ nguyện, chẳng phải là hư ngụy, mà thành Chánh giác là tôn tượng; tức nghe như chẳng nghe, thấy như chẳng thấy vậy.

29) Kinh Bình Đẳng Giác nói rằng: "Nghe nói về pháp môn Tịnh Độ, hoan hỷ vui mừng. Lông thân muốn dựng đứng" nghĩa là chẳng phải sự vui mừng chợt đến.

"Ta tuy muốn thực hành việc ra khỏi đầy đủ mà không có tâm đạo, lại chẳng có trí tuệ, khiếm khuyết nơi rõ bằng mắt của người đi bằng chân, tuy lặn hụp nơi ba đường ác hỏa khanh của thân, thế mà nay nguyện hạnh tất cả đều từ Phật thể thành tựu, mà thành tựu cơ pháp một thể là Chánh giác." Tạo sự suy nghĩ như vậy; nên sự vui mừng ấy lớn lao là muốn nhảy nhót vậy.

Đại kinh cũng nói rằng: "Lúc bấy giờ nghe một niệm" cùng với "nghe danh hoan hỷ tán" tức là đồng với ý này vậy.

Chẳng sai khiến đi chỗ khác, thấy nghe liền rõ đây là ta vãng sanh được thành tựu rồi bởi danh hiệu. Đây là ta vãng sanh thành rồi của tôn hình vậy. Nghĩa là khi nghe danh hiệu, thấy Phật tượng. Lãnh giải với lý nầy có nghĩa là tin tưởng rõ biết Bổn Nguyện vậy.

30) Nói về niệm Phật Tam Muội, người có tín tâm quyết định; nên nghĩ rằng: "Tự thân cũng như thế. Nam Mô A Di Đà Phật. Tự tâm cũng như vậy. Nam Mô A Di Đà Phật."

31) Thân người do tứ đại hòa hợp mà thành, Tiểu Thừa nói rằng do cực vi mà thành.

Toái thân cho đến thật nhỏ có thể thấy, báo Phật công đức, không chỗ nào là chẳng nhiễm; nên cơ pháp nhất thể của thân lại là Nam Mô A Di Đà Phật.

32) Ở nơi tâm, phiền não, tùy phiền não đầy đủ, sát na sát na sanh diệt. Xé phá tâm nầy ra để xem sát na thì Di Đà của

nguyện hạnh chẳng có chỗ nào chẳng lan đến vậy. Cơ pháp nhất thể, mà tâm lại là: Nam Mô A Di Đà Phật.

33) Trong tâm Đại Bi của Đức Di Đà, đầy đủ nơi ấy thường chẳng không có một chúng sanh nào, lại là cơ pháp nhất thể. Nam Mô A Di Đà Phật. Trong tâm mê mờ của chúng ta, đầy cả pháp giới, mà công đức của thân Phật thì là cơ pháp nhất thể. Nam Mô A Di Đà Phật.

34) Y chánh nhị báo ở Tịnh Độ cũng lại như vậy.

Người nương vào báo ấy như lá trên cây quý, lại chẳng thể không có làm việc ác như chúng ta; đây cũng là cơ pháp nhất thể. Nam Mô A Di Đà Phật. Người nương vào chánh báo từ chân mày đến tướng bạch hào, cho đến thiên luân tướng ở dưới bàn chân, tất cả đều tròn đầy, thường không có chúng sanh nào nguyện hạnh của tôn tướng đó. Cho nên lại cũng là cơ pháp nhất thể. Nam Mô A Di Đà Phật.

35) Sắc tâm 2 pháp của chúng ta và 3 nghiệp 4 oai nghi, cộng đức của báo Phật không chỗ nào chẳng đến, cho nên Nam Mô là cơ, A Di Đà Phật là bên cạnh gần đó chẳng xa lìa. Niệm niệm tất cả đều là Nam Mô A Di Đà Phật.

Thế mà, hơi thở ra, hơi thở vào thì không có thời khắc nào là lìa công đức Phật; cho nên tất cả là cái thể của Nam Mô A Di Đà Phật vậy.

36) Tôn giả Phược Nhựt La Xương Địa thường hay quán về nước, nên tâm kia bị lực ấy kéo đi, mà thân thì lại biến thành nước trong ao kia.

Nên biết rằng: Nếu nhiễm pháp này thì sắc tâm hai pháp lại trở thành pháp nầy vậy.

37) Lãnh giải niệm Phật Tam Muội, tâm thân lại trở lại thành. Nam Mô A Di Đà Phật.

Việc lãnh giải tập nầy lúc hiện nơi khẩu nghiệp, xưng niệm Nam Mô A Di Đà Phật, thì đây là đến chơn đến mỹ của hoằng nguyện niệm Phật vậy.

38) Nói niệm Phật là chẳng hạn nơi miệng xưng Nam Mô A Di Đà Phật. Công đức của A Di Đà Phật từ sát na của mười kiếp Chánh giác; tức đã thành vào nơi cơ của Nam Mô Quy Mệnh. Như thế đây là sự phát khởi của tín tâm. Nghĩa là niệm Phật vậy.

Lãnh giải ý nầy, hiện nơi khẩu nghiệp, nói: Nam Mô A Di Đà Phật.

39) Người có tâm Phật này dùng đại từ đại bi làm gốc, dùng độ ngu độn chúng sanh làm việc đầu tiên; nên xưng niệm danh thể chẳng hai của Chánh giác. Phật thể lại đến nơi danh; gọi đầy đủ thể đức vậy. Tuy ít ý thức niềm tin bình thường của người, xưng niệm lại được vãng sanh vậy.

Mà ở nơi phàm phu hạ căn, chậm chạp bình thường tín tâm lại chẳng thể được. Lúc nghe mở bày lý này thì mới bắt đầu phát khởi tín tâm vậy.

40) Tuy niệm Phật, chẳng thể vãng sanh. Đàm Loan lại giải thích rằng: "vì chẳng cùng danh nghĩa tương ưng vậy."

41) Nói cùng danh nghĩa chẳng tương ưng là việc nhớ nghĩ đến công đức lực của Nam Mô A Di Đà Phật, thì chúng ta mới được vãng sanh mà xưng niệm vậy.

Lãnh giải của tín tâm hiện ra nơi ngôn ngữ; cho nên lấy thiện giải Nam Mô A Di Đà Phật. Sáu chữ làm tam tâm vậy.

Cho nên việc nhớ nghĩ đến công đức của Phật, tất chí thành vào thân ta, mà miệng xưng Nam Mô A Di Đà Phật; tức là tam tâm đầy đủ của việc niệm Phật vậy.

42) Với người niệm Phật tự lực sẽ đến với Phật đang ở phương tây, dùng chính tự thân của mình, rõ ràng là phàm phu, có lúc lại nghĩ Phật là tha lực mà xưng danh hiệu; nên Phật cùng chúng sanh rời xa.

Lúc đạo tâm khởi lên sự vãng sanh lại gần với sự giác (ngộ); tâm niệm Phật lại chẳng mỏi mệt. Lúc đạo tâm lại lãnh đạm thì sự vãng sanh lại thật là chẳng định vậy.

Tâm của người phàm phu, phát khởi đạo tâm lại cũng thưa thớt; cho nên thường vì vãng sanh bất định của thân, chờ đợi khi lâm chung, không quyết định ở tâm vậy. Miệng tuy lúc nào cũng xưng danh hiệu; nhưng thật là khó có thể nương tựa cho việc vãng sanh vậy.

43) Giống như người gác cổng lúc được gặp tham bái chủ nhân; cho nên phải nghĩ tưởng làm sao có thể thích hợp Phật ý mà đuổi theo nơi Phật, muốn vãng sanh về chỗ tối tăm theo ân đức; như sự suy nghĩ pháp này là sự an tâm của cơ cùng với lòng đại bi của Phật, mỗi mỗi riêng biệt, xa rời. Đây thường cùng Phật, thân ấy rành thông suốt vậy.

Như điều nầy phân chia nhanh chóng, vãng sanh là việc thật, là bất định vậy.

44) Nói niệm Phật Tam Muội là báo đáp đại bi nguyện hạnh của Đức Phật A Di Đà. Từ xa xưa đã vào nơi mê mờ của

chúng sanh ở trong tâm tưởng ấy, mà chẳng rõ biết, làm cho tin tưởng rõ biết, rồi từ Phật đến thành tựu cơ pháp nhất thể. Nam Mô A Di Đà Phật của chánh giác vậy.

Nguyện hạnh tất cả đều từ Phật thể đến thành tựu; cho nên nói là lễ bái từ tay, xưng danh từ miệng, tâm ấy là niềm tin. Tất cả đều là tha lực vậy.

45) Cho nên hiện cơ pháp nhất thể là niệm Phật Tam Muội. Ở nơi quán thứ tám nói rằng: "Chư Phật Như Lai là pháp giới thân, vào nơi tất cả tâm tưởng của chúng sanh."

Ngài Thiện Đạo giải thích điều này nói rằng: "Đó là pháp giới, là chỗ cảnh giới hóa hiện; tức là cảnh giới của chúng sanh vậy."

46) Chẳng nói định, tán của chúng sanh. Chẳng luận về đạo tâm của chúng sanh, lấy pháp giới của chúng sanh làm chỗ hóa hiện. Nói pháp giới là chỗ cảnh giới hóa hiện ra. Giải thích là cảnh giới của chúng sanh vậy.

Nói chánh do tâm đến, nên thân lại cũng tùy theo sự đến đó, Di Đà thân tâm của công đức, vào đầy nơi thân tâm của chúng sanh; cho nên nói vào trong tâm tưởng của tất cả chúng sanh. Dùng niềm tin để nói việc này. Niệm Phật chúng sanh vậy.

47) Lại ở nơi chơn thân quán giải thích rằng: "Niệm Phật chúng sanh của ba nghiệp cùng với ba nghiệp của A Di Đà Như Lai, chưa hề rời bỏ."

48) Phật là nhơn Chánh giác của chúng sanh để vãng sanh mà thành tựu. Nhơn vãng sanh của chúng sanh là Chánh giác

của Phật mà thành tựu vậy. Ba nghiệp của chúng sanh cùng với ba nghiệp của Phật, toàn cùng một thể.

49) Ngoài Chánh giác của Phật ra, chẳng có chúng sanh nào vãng sanh.

Nghe rõ biết hoặc nguyện hoặc hạnh. Tất cả từ Phật thể đến thành tựu, mà nói là niệm Phật chúng sanh.

Dùng tín tâm nầy hiển nơi khẩu nghiệp, nói: Nam Mô A Di Đà Phật.

50) Cho nên đã thành vì niệm Phật hạnh; tức là tưởng như thế nào, muốn lìa nơi Phật, lại chẳng thể rời, mở ra sự không cùng vậy.

51) Từ Phật mà mới thành tựu được cơ pháp nhất thể vậy. Nam Mô A Di Đà Phật của Chánh giác; cho nên tuy là vô trí, vô thức, hạ hạ phẩm của việc thất niệm xưng danh, lại được vãng sanh; chẳng gọi lúc bắt đầu là được vãng sanh. Đó là xưng hiệu bổn lai vì Cực Lạc của cơ thành tựu của sự vãng sanh vậy.

52) Lại nữa ở Đại Kinh nói: "Tam Bảo diệt tận của chúng sanh, Tam Bảo của danh tự, chớ như chẳng rõ về cơ, xưng nhất niệm lại được vãng sanh; lại lúc chẳng xưng là được vãng sanh từ xưa (đầu). Đây là từ Phật thể thành tựu hành nguyện ở chỗ huân tu vậy. Hiển hiện nơi một tiếng xưng Phật nơi ấy. Thành tựu vãng sanh là một đại sự vậy."

53) Như lãnh giải này thì chúng ta tuy ngày nay, bây giờ được theo đó vãng sanh. Chẳng phải là tâm ta hiền minh, hay xưng niệm Phật, hay tin vào tha lực tâm công. Đây là sự dõng mãnh tinh tấn tu hành của Phật về công đức, ở nơi từng sát

na trong mười kiếp Chánh giác. Rồi thành tựu nơi chúng ta chỗ mà hiển thị dẫn nhập vào vậy.

54) Công đức của giác thể. Tuy cùng lúc thành tựu nơi trên thân của mười phương chúng sanh, mà có sự hiển hiện nơi người của ngày trước, lại cũng hiển hiện nơi người của ngày hôm nay, rồi làm cho cả ba đời về việc vãng sanh, tuy nhiên chẳng giống nhau. Hoằng nguyện chánh nhơn của sự hiển hiện dẫn nhập nên nguyện hạnh của Phật là bên ngoài; chẳng cần tại cơ, thêm riêng vào cho một tín tâm cùng với một sự thực hành vậy.

55) Nói kẻ niệm Phật là niệm ở lý này. Nói hành giả hoan hỉ với điều nầy mà cung kính xưng lễ niệm.

Cho nên Phật là Chánh giác cùng với sự thực hành của chúng sanh, một thể chẳng lìa vậy.

Nói gần gũi thường thông suốt; nói người gần ấy thường hay xa.

Nên rõ biết nơi ở trong nhất thể; luận hay niệm ở chỗ niệm ấy.

56) Vãng Sanh luận nói rằng: "Như Lai làm thanh tịnh các hoa, Chánh giác hoa hóa sanh." Dùng việc được tha lực của người có tín tâm lớn; nên nói là tịnh hoa chúng vậy. Việc nầy đồng với Chánh giác hoa hóa sanh.

57) Nói Chánh giác hoa là dùng sự vãng sanh của chúng sanh làm vật đánh đổi, lời thệ nguyện nếu chẳng sanh, chẳng ở ngôi Chánh giác là của Pháp Tạng Bồ Tát, thành tựu 10 phương chúng sanh lúc nguyện hành, thành tựu cơ pháp

nhất thể Chánh giác của tâm từ bi. Chỗ hiển hiện là tâm liên hoa; nói Chánh giác hoa cũng như thế.

58) Dùng việc này ở nơi quán thứ 17 vì để trừ pháp khổ não, dùng hạ hạ phẩm để nói vì đến đón chúng sanh ngũ nghịch về liên hoa vậy.

59) Dùng Phật tâm thệ nguyện dụ làm hoa sen. Nhơn ấy chẳng bị phàm phu đầy phiền não làm vẩn đục nơi nhiễm ô của giác thể vậy.

60) Nói như thế nào? Từ tâm Phật mà sanh ra hoa sen vậy.

61) Đàm Loan giải thích: "Đồng nhất niệm Phật, vô biệt đạo cố; viễn thông tứ hải giai huynh đệ giả"; nghĩa là: cùng nhau niệm Phật, chẳng khác đường lại xa rời thông suốt, bốn biển đều là huynh đệ vậy.

62) Cơ của nơi thiện ác. Chín phẩm có chỗ tuy khác nhau; nhưng tất cả đều nương tựa vào nguyện hạnh của tha lực. Đồng quy về Chánh giác mà thể thì chẳng khác vậy. Nói là đồng nhất niệm Phật, chẳng khác con đường.

63) Lại ở trước nói về người vãng sanh. Lại quy về tha lực của nguyện hạnh mà vãng sanh. Sau đó thì nói về sự vãng sanh, nhưng lại nói quay về Chánh giác, lấy nhất niệm mà vãng sanh.

Đến được giữa lòng hoa sen thì nói tứ hải đều là anh em.

64) "Thấy Phật thân, lại thấy Phật tâm. Nói Phật tâm ấy là lòng đại từ bi vậy." Phật tâm mẫn niệm chúng ta, vào ngay cốt tủy mà nhiễm trước. Dụ như: lửa khởi lên rồi, theo đó dính

nơi thân, muốn xa lìa mà chẳng thể được. Nhiếp thủ tâm quang chiếu đến chúng ta từ thân xuyên qua tủy.

Tâm ấy cho đến tâm của ba độc, lại chẳng thể không nhiễm nơi công đức Phật.

65) Cơ pháp bổn lai nhất thể chi xứ (Căn bản pháp trước sau ở nơi một thể). Nói: Nam Mô A Di Đà Phật vậy, rồi phát khởi tín tâm nầy. Dụ như tại miệng thì xưng Phật, lúc xưng lúc nghỉ, lại có thể thường niệm Phật của chúng sanh vậy.

66) Ở nơi ba duyên, miệng và thân thường hay giải thích về ý nầy.

Tin Phật ba nghiệp có công đức. Ba nghiệp của chúng sanh cùng với Phật trí của Như Lai đồng nhất thể, mà Phật thì thời gian dài đã tu công đức, thường hiển hiện nơi thân, khẩu, ý của chúng sanh.

67) Lại ở thời nhà Đường, truyện Đại Sĩ là việc thâm ngộ Đại Thừa, lại là một vị Thánh thông đạt ngoại điển.

Ở đây nói rằng: "Mỗi sáng cùng dậy với Phật, đêm đêm ôm Phật mà ngủ."

Điều nầy tuy chỉ cho Thánh Đạo thông đồ pháp môn, mà chơn như lý Phật nên nói là Phật.

Nếu từ tu được đến gặp với ý, thì một sợi lông cũng chẳng sai.

Tâm bị nhiếp thủ, ánh sáng chiếu giúp nơi hành giả, lại cũng như vậy.

"Sáng sáng giữ báo Phật công đức mà dậy, đêm đêm cùng Phật Di Đà trí mà nằm."

68) Công đức của Phật thông suốt mà xa xôi; nơi cơ sẽ như thế nào?

Chơn như pháp tánh, lý tuy gần; nơi cơ mà chẳng ngộ thì chỗ lực ấy bất cập.

69) Chẳng cần nơi lực của ta, lại chẳng cần ta ngộ, lâu giữ tha lực, nguyện hạnh tại thân, mà bị chẳng do đâu, tâm chấp trói buộc, trở lại lưu chuyển nơi quê xưa. Chơn thật có thể là việc buồn khổ.

70) Thích Tôn lại thương xót như thế nào? Đến lui Ta Bà 8000 lần công đức. Di Đà lại thương xót như thế nào? Khó hóa, hay hóa (độ) chẳng phải không hiệu nghiệm sao?

71) Nếu tuy chỉ có một người, được tin điều nầy là nguyện hành bất tư nghì, thành thật là báo Phật ân vậy.

Cho nên nơi An Lạc tập nói rằng: "Đã có tha lực có thể lên, chẳng được tự chia ra phần, rồi chạy khỏi nhà lửa." Như vậy thật ở lời nầy.

Dùng sự sửa đổi tự lực vì mê chấp, mà chuyển đổi niềm tin nơi tha lực. Giải thích rằng: "Nỗ lực phản mê trở về nhà cũ."

Lại giải thích rằng: "Quy khứ lai, ma hương chẳng thể dừng." (Trở lại đến đi, ma hương chẳng thể dừng)

72) Lại nói về pháp sự tán: "Cực Lạc vô vi Niết Bàn giới, tùy duyên tạp thiện khủng nan sanh" (Cõi Cực Lạc Vô Vi Niết Bàn, tùy duyên tạp thiện sợ khó sanh); cho nên khiến

Như Lai tuyển chọn pháp yếu, dạy niệm Di Đà chuyên lại càng chuyên."

73) Ý của câu văn nầy là: Cực Lạc là vô vi, vô lậu cảnh giới, lấy hữu vi và hữu lậu của kẻ tạp thiện, sợ khó vãng sanh.

Nói tuy là quy về vô vi, vô lậu mà niệm Phật Tam Muội, liền vì được vãng sanh vô vi vô lậu, thường trú nơi báo độ vậy.

74) Đầu tiên nói về người tùy duyên tạp thiện là chỉ cho người hành tự lực.

Đối với Phật pháp vô chơn thật mà lý giải lại chẳng phát khởi được tín tâm.

Nếu nơi ta thân là luật sư, liền nói giới là ở đời vì sự tôn kính.

Hoặc đời nầy là sự cầu nguyện thì tác chơn ngôn chú ngữ, kết duyên lại chẳng phải hư. Cho nên dùng chơn ngôn mà tôn kính làm thể, hay vì bị tiện nghi chỗ noi theo.

Tất cả tùy duyên nơi chỗ tu hạnh lành. Nói tùy duyên tạp thiện mà bị ngờ vứt bỏ.

Như việc nầy phân ra rõ ràng, giống như tuy là thực hành việc niệm Phật, tự lực của người niệm Phật, cùng với nơi tùy duyên tạp thiện sao?

75) Nơi tầm thường, người mà ở chỗ niệm Phật thường dùng tâm quán niệm Tịnh Độ, y chánh nhị báo, lúc miệng xưng danh hiệu, mới có niệm Phật, lúc chẳng xưng chẳng niệm, nghĩa là không niệm Phật.

Như đây phân chia rõ ràng về người niệm Phật thì thật khó nói không vì thường trụ mà niệm Phật, lúc xưng liền xuất, chẳng xưng tức mất đi. Đúng là chuyển biến vô thường mà niệm Phật vậy.

76) Vô vi là không có chỗ làm vậy.

Nơi Tiểu Thừa nói tam vô vi ở trong đây nơi hư không vô vi; giống như hư không, không mất, lại chẳng bắt đầu hiện ra. Đây là cái lý của thiên nhiên vậy.

Ở nơi Đại Thừa dùng chơn như pháp tánh cùng thường trụ, cái lý không biến đổi, nên nói là vô vi.

77) Ở nơi lời tựa của Môn Thích nói: "Pháp thân thường trụ, so với hư không". Lại là hiển (bày) nước kia thường trụ nơi lợi ích. Cho nên Cực Lạc nói: Nước ấy vô vi thường trụ. Chẳng nương vào phàm phu mà tạo ra, hoặc mất, hoặc ra khỏi.

78) Niệm Phật Tam Muội lại cũng là như vậy, chẳng nương nơi chúng sanh để xưng niệm mà đến đi. Quên mất tức là mất pháp ấy. Nên phải hiểu rõ lãnh giải lý nầy vậy.

79) Phàm nói niệm Phật là nhớ nghĩ niệm Phật vậy.

Nhớ nghĩ niệm Phật lấy đại nguyện nghiệp lực, chỗ công đức thành tựu, nghiền dứt sự trói buộc sanh tử của chúng sanh. Làm cho sự sanh ấy chẳng thoái chuyển nơi cái lý của Chơn Thật Báo Độ, mà trở về với tâm thừa Bổn Nguyện. Ba nghiệp của chúng sanh đều nương tựa bên trên nơi Phật thể. Chánh giác là chứng nơi Phật quả.

Cho nên nay nói rằng niệm Phật Tam Muội là chúng ta tuy xưng lễ niệm cùng với chẳng phải tự chính mình làm; nên rõ biết lãnh giải là: "Chỉ hành hạnh A Di Đà Phật."

80) Nói về Bổn Nguyện. Bổn Nguyện của năm kiếp tư duy.

Nói nghiệp lực là sự chuyên chở nhiều kiếp lâu dài của hành nghiệp cho đến mười kiếp Chánh giác về sau là vạn đức của Phật quả vậy.

Nguyện hạnh nầy là công đức, lệch vì vị lai ác thế vô trí mà chúng ta thay thế tán trợ siêng năng thực hành. Muốn đoạn tận mười phương chúng sanh; mỗi một thân trên là sự trói buộc của sanh tử, dẫn vào Báo Độ bất thoái. Lúc nguyện hạnh nầy viên mãn, thành tựu cơ pháp nhất thể là Chánh giác vậy.

81) Niệm về thể của Chánh giác nầy. Nói là niệm Phật Tam Muội; cho nên liền chẳng thể dừng nơi cơ của tam nghiệp.

82) Tầm thường do nơi cơ làm, nên tu hành đoạn lìa sanh tử trói buộc, lại mong vào Báo Độ là nguyện hạnh.

Mà làm cho đạo lý của siêu tu nhơn cảm quả, là biệt dị của hoằng nguyện. Chỉ thể niệm Phật, dùng đại nguyện nghiệp lực, thành tựu chúng sanh vãng sanh mà hoằng ân tạp đắc (rộng ơn tạp được) để trở về. Ba nghiệp của chúng sanh thành chỗ hay lên (thừa); được chuyên chở về trên. Di Đà nguyện lực thành vi sở thừa (chỗ lên). Việc thành ấy làm cho chúng ta có thể dùng sự vãng sanh báo Phật độ là thừa vật vậy.

Cho nên trở về là tâm thừa Bổn Nguyện. Nói ba nghiệp đều nương tựa bên trên nơi Phật thể vậy.

83) Nguyện Hạnh của Phật, lại chẳng phải là việc khác. Một hướng là sự vãng sanh của chúng ta mà nguyện hạnh là thể, thì Phật quả Chánh giác là bên ngoài, chẳng luận vãng sanh là sự thực hành. Tuy nghe lý nầy; nên lấy Phật làm Chánh giác như công có vật mà trí vậy. Tưởng như thế nào việc phát đạo tâm, lại tịnh việc nầy, mà theo thời điểm vãng sanh. Thật là buồn về việc chấp tâm làm tự lực.

Chánh giác của Phật là thành tựu chúng sanh vãng sanh làm thể. Phật thể tức là nguyện hành của việc vãng sanh.

Việc hành nầy chẳng phải là nương vào chúng sanh thực hành việc niệm hay chẳng niệm. Cho nên Phật quả ở bên ngoài, bất luận vãng sanh làm chỗ thực hành vậy.

84) Dùng lãnh giải nầy, tâm chánh giác; nói là ba tâm; lại nói là tín tâm.

Cơ pháp nầy một thể của Chánh giác; gọi thể chẳng phải hai; ở miệng thì xưng lời. Nam mô A Di Đà Phật.

85) Cho nên tâm tín lại trở về Chánh giác của một niệm; miệng xưng lại quy về Chánh giác của một niệm.

Giống như tuy xưng cả ngàn tiếng, lại chẳng thể xuất ra Chánh giác của một niệm.

Lại nữa, tuy lúc che dấu não giải đãi, chẳng xưng chẳng niệm mà qua ngày đêm, nếu tha lực của tín tâm đã lên nơi Bổn Nguyện, Phật thể tức là thời gian lâu dài thực hành việc tu tập, liền vì chẳng tuyệt, chẳng gián đoạn của hành thể, cho nên lãnh giải danh hiệu tức là vì thường ở vậy.

Nói "A Di Đà Phật tức là hành nầy"; tức là ý nầy vậy.

86) Lại nay chỗ nói về niệm Phật Tam Muội. Ở nơi chúng ta tuy hành xưng lễ niệm, lại chẳng hành tự kỷ của hành. Đây tuy hành A Di Đà Phật của hành.

Trở về với tâm thừa Bổn Nguyện, mà ba nghiệp đều lên bên trên Phật thể. Thân lại chẳng lìa thân Phật, tâm lại chẳng lìa Phật tâm.

Nghĩa tuy ở ta miệng niệm, lại là xưng cơ pháp nhất thể của Chánh giác hoằng ân khó được. Tuy lễ lại đây là lễ tha lực của từ ân đầy ở thân ta hoan hỷ mà lễ vậy.

Chúng ta tuy xưng lễ niệm, chẳng phải là tích cơ của công hành. Tuy là hành A Di Đà Phật là sự thực hành của phàm phu sở thành.

87) Phật thể vô vi vô lậu, nương chánh vô vi vô lậu.

Đó gọi là thể bất nhị. Danh hiệu lại vô vi vô lậu vậy.

88) Cho nên trở lại thành tựu niệm Phật Tam Muội, nói khiến cho quan yếu là "chuyên lại chuyên."

Chuyên gồm 2 chữ đôi; trước là bỏ tạp hạnh mà giữ chánh hành. Đây là một lần chuyên.

Sau đó thì ngăn giúp nghiệp mà trở về chánh định nghiệp. Lại đây là cái chuyên khác. Lại nữa ở phía đầu chuyên ấy là nhất hành, sau đó là chuyên của nhất tâm.

Dùng nhất hành nhất tâm; nói là chuyên lại chuyên là vậy.

89) Chánh Định nghiệp chi thể chẳng phải là cơ của ba nghiệp, phân chia rõ ràng của niệm Phật, chẳng đợi thời

tiết xa gần, chẳng quản đi, đứng, ngồi, nằm. Nhiếp thủ bất xả là Phật thể; tức là phàm phu vãng sanh của Chánh Định nghiệp vậy.

Danh thể chẳng hai, danh hiệu lại là Chánh Định Nghiệp.

Lấy sự hoàn thành của cơ pháp nhất thể nầy. Nam Mô A Di Đà Phật; nói là niệm Phật Tam Muội.

90) Cho nên chẳng nương vào cơ thì niệm chẳng niệm. Từ Phật là vô ngại trí, thành tựu cơ nhất thể vậy. Danh hiệu tức là vô vi vô lậu. Cho nên hiểu ý nầy nói "Cực Lạc vô vi."

91) Nói niệm Phật Tam Muội, chẳng dùng cơ mà niệm làm gốc, nên lấy việc niệm Phật làm Đại Bi, nhiếp thủ chúng sanh làm gốc.

92) Phật là công đức bổn lai, tại nơi chúng sanh, thành tựu cơ pháp nhất thể; nói phát khởi trở về tâm, lại chẳng phải bắt đầu trở về, là sự thành tựu nơi cơ pháp nhất thể của công đức, phàm ra khỏi chúng sanh là ý nghiệp vậy.

Tuy xưng Nam Mô A Di Đà Phật, lại chẳng phải là nguyên nhơn xưng mà gần nơi Phật thể, là cơ pháp nhất thể chánh giác của công đức, hiển hiện nơi khẩu nghiệp của chúng sanh.

Tín ấy là quay về nơi Phật thể. Xưng tức là quy về nơi Phật thể vậy.

93) Một: Tự lực tha lực, dụ như mặt trời.

Nghĩ rằng dùng tự lực để muốn vãng sanh, giống như đêm tối dùng mắt của ta mà muốn thấy được vật, liền chẳng thể đạt được. Nhận được ánh sáng mặt trời ở nơi mắt, chiếu sáng cho chỗ thấy; ấy là cảnh duyên. Đây chính là nhờ vào lực của mặt trời. Tuy có nhơn là mặt trời chiếu sáng; nhưng người đui mù thì chẳng thể thấy được. Tuy có mở mắt ra là duyên, nhưng ở đêm tối lại cũng chẳng thể thấy.

Như mặt trời cùng với con mắt, nhờ nhơn duyên hòa hợp mà thấy được vật.

Tại quy mệnh của nhất niệm, thọ giữ Bổn Nguyện là công đức, làm sao có thể theo sự vãng sanh là một việc lớn.

Trở về nơi tâm như mắt, nhiếp thủ ánh sáng như mặt trời.

Nam Mô là quy mệnh. Điều nầy như là con mắt. A Di Đà Phật tức là tha lực hoằng nguyện của pháp thể. Đây như là nhựt luân vậy.

Do đây mà nắm giữ công đức của Bổn Nguyện. Đây là túc duyên của cơ, làm chỗ quy mệnh Nam Mô, mà xưng A Di Đà Phật trong sáu chữ, công đức của vạn thiện vạn hạnh hằng sa. Thành tựu nơi chỉ xưng một tiếng.

Cho nên ngoài điều nầy thì chẳng thể, riêng cần câu đức thiện căn vậy.

94) Một: Bốn loại việc vãng sanh.

Nói bốn loại vãng sanh: Một là Chánh niệm vãng sanh.

Kinh A Di Đà nói: Tâm chẳng điên đảo, tức liền được vãng sanh vậy.

95) Hai là: Cuồng loạn vãng sanh.

Quán kinh hạ phẩm nói: Thập ác, phá giới, ngũ nghịch, lúc lâm chung bắt đầu cuồng loạn, nắm giữ hư không, thân chảy mồ hôi trắng, chỉ thấy địa ngục, lửa dữ hiện ra, gặp thiện tri thức, nếu một tiếng, nếu một niệm, nếu mười tiếng, theo đó được vãng sanh.

96) Ba là: Vô ký vãng sanh. Đây là việc thấy nơi quần nghi luận.

97) Người nầy lúc chưa thành vô ký thì che lấp nhiếp thủ quang minh chiếu đến, chỉ chính tâm mình phát lên sự quay về. Từ việc thọ nhận sự sống chết do thân dùng đến, làm chỗ hay thọ nhận của nghiệp nhân duyên. Chỉ thành vô ký, mà vãng sanh thì che lấp tha lực của Phật trí nơi ra khỏi để sự vãng sanh không nghi ngờ.

Dụ như chỉ tại lúc ngủ, ánh sáng của trăng nương vào đó để chiếu sáng.

Ở nơi tâm vô ký, việc đón nhận ánh sáng ấy lại chẳng được tuyệt đối, dùng lực của ánh sáng ấy, chỉ ở tại tâm vô ký, lại được vãng sanh vậy.

98) Người chẳng rõ biết nhơn quả, nghi nan ý nghĩa, Phật lực làm sao đối lại với thiểu thiểu vô ký ấy lại còn dốc lòng thành với điều nầy sao? Lại nghĩa là: khi thành vô ký rõ ràng rồi, tuyệt nhiên chẳng thể vãng sanh được. Đây chẳng rõ việc Thánh giáo. Mê mờ nơi lý của nhơn quả; nghi hoặc Phật trí bất tư nghì vậy.

99) Bốn là: Ý niệm vãng sanh.

Đây là thấy nơi kinh pháp cổ, tuy chẳng khỏi nơi âm thinh, dùng tâm nhớ nghĩ mà vãng sanh.

Bốn loại vãng sanh nầy là tài liệu giảng dạy của Hắc Cốc Thánh Nhơn vậy.

100) Thế thường chẳng rõ biết lý nầy, nói lúc lâm chung chẳng niệm Phật lại thành vô ký, tức chẳng được vãng sanh. Nói xưng danh hiệu liền được vãng sanh, tuy có nghĩa nầy, nhưng người xưa lược bớt chỗ thô đi.

101) Như năm trăm trưởng giả tử lúc lâm chung tuy xưng danh hiệu Phật; nhưng chẳng được vãng sanh. Lâm chung tuy có âm thanh xuất ra; nếu chẳng phát tâm trở về tín tâm, có thể sanh vào cõi Trời, người. Sự thấy nầy ở nơi Thủ Hộ Quốc Giới Kinh.

Như vậy chỉ có duy nhất bốn người phía trước, phát ra tín tâm quy mệnh. Tất cả đều được vãng sanh.

102) Nơi Thiên Thân Bồ Tát vãng sanh luận viết rằng: "Quy mệnh tận mười phương, Vô Ngại Quang Như Lai." Tuy là nhiễm pháp, có thể thiển dụ được lãnh giải vậy.

Dụ như viết về Đức Quan Âm, tuy thọ ánh sáng tại mắt của Quan Âm, nhưng lúc nhỏ thì chẳng biết; đến khi có được sự hiểu biết thì đây chính là ánh sáng tự lực của mắt mình.

Tín thiện rõ biết về vòng mặt trời và người ấy nói rằng: Nếu đúng là ánh sáng của mắt tôi thì tại đêm tối có thể thấy vật, tức đúng là lực của mắt tôi. Cái nhơn mà ở xa lại bổn lai của ánh sáng mặt trời như ánh sáng của mắt ta, liền thành ánh sáng của Quan Âm.

Nghĩa của sự trở về lại như thế nầy. Chẳng rõ biết lúc nào là thọ mệnh, tuy lại là thọ mệnh của A Di Đà Phật. Do lúc ngu ngơ khi còn nhỏ; tức chẳng biết, chút ít có tri thức, hay dùng tự lực lúc tưởng thọ mệnh của ta, nghe thiện tri thức chỉ bảo, quy bổn lai thọ mệnh Vô Lượng Thọ Giác; tức tin sanh mệnh ta là Vô Lượng Thọ.

Như quy mệnh nầy khi giải thích là được Chánh niệm vậy.

103) Với người đã được Chánh niệm thì dụ như vì thêm sự trói buộc, sau khi trở về, tuy thành vô ký, do đó chẳng được vãng sanh.

Ở nơi Quần Nghi Luận nói: Vô ký tâm đắc vãng sanh che mờ ánh sáng nhiếp thủ tâm nơi chiếu ấy. Tâm vô ký nầy liền dừng lại, mà dùng tâm vui mừng để vãng sanh.

Lại ở Quán Kinh phần hạ ba phẩm nói lúc chưa trở về tướng địa ngục hiện ra, tuy bị cuồng loạn, nhận được sự khuyến khích của Thiện tri thức, dùng sự trở về cho nên được vãng sanh.

Lại nữa với người bình sanh trở về thì lúc còn sống tức che đậy sự lợi ích của ánh sáng nhiếp thủ; cho nên tâm lâm chung lại chẳng điên đảo mà vãng sanh. Đây gọi là Chánh Niệm Vãng Sanh vậy.

Lại nói sau khi tín tâm quy mệnh phát khởi, giống như chẳng phát ra âm thanh mà mất, có thể vãng sanh, thấy nơi Pháp Cổ Kinh. Lời nói nầy là ý niệm vãng sanh.

Cho nên tổng quát mà nói: Nếu tha lực của tín tâm quyết định bất tư nghì thì việc vãng sanh chẳng nghi ngờ gì cả.

105) Quán Phật Tam Muội Kinh nói: Có trưởng giả có một người con gái về việc phân chia của cải sau cùng, phân ra vàng Diêm Phù Đàn, bọc lại thành vật ô uế chôn nơi bùn nhơ.

Quốc vương bảo quần thần muốn đi tìm, chỉ đi bộ nơi đất bùn, chẳng biết, chẳng về.

Sau này người con gái ấy đem ra bán, so với trước liền giàu có.

Với ví dụ này, nói quốc vương là dụ cho tâm vương của thân ta.

Nói của quý ấy là dụ cho việc lành.

Nói quần thần dụ cho lục tặc, bị lục trần đoạt mất các việc lành, không có cách nào để phát hiện, dù cho sự không đủ duyên để ra khỏi.

Giữ lại để lấy ra vật quý giá, giàu có tự tại dụ cho sự nương vào Niệm Phật Tam Muội tín tâm quyết định, cho nên được vãng sanh an lạc.

Bao ở nơi ô uế, vật chôn nơi bùn nhơ dụ cho ngũ trược phàm phu, uế ác chính là người nữ, lấy làm chánh cơ vậy.

106) Đốt lửa mồi củi. Một thể chẳng lìa. Củi dụ cho tâm của hành giả; lửa dụ cho ánh sáng của Đức Di Đà nhiếp thủ bất xả. Che tầm ánh sáng chiếu hộ, nên lìa tâm ta lại chẳng có tâm Phật, lìa tâm Phật lại chẳng có tâm ta. Điều này nên gọi là: Nam Mô A Di Đà Phật.

Dịch xong vào lúc 18 giờ ngày 31 tháng 7 năm 2023 tại Thiền Thất của cố Hòa Thượng Thích Minh Tâm, khai sơn Khánh Anh nhị tự tại Bagneux và Evry, Pháp Quốc, nhân Khóa Tu Học Phật Pháp Âu Châu kỳ 34 được tổ chức tại đây, từ ngày 24 tháng 7 đến ngày 2 tháng 8 năm 2023.

MỘT NIỆM NHIỀU NIỆM VĂN Ý

Đại Chánh Tân Tu Đại Tạng Kinh

Kinh văn số 2657

Bắt đầu dịch vào ngày 2 tháng 8 năm 2023 tại Thiền Thất của cố Hòa Thượng Thích Minh Tâm, Evry, Pháp Quốc.

Ý văn căn bản của "một niệm."

(1) Một niệm có nghĩa là việc nhớ nghĩ về cái một đó. Ví dụ như văn ý của "hằng nguyện nhất thiết" (hay nguyện tất cả).

"Hằng nguyện nhứt thiết lâm chung thời, thắng duyên thắng cảnh, tất hiện tiền" (Hay nguyện tất cả lúc lâm chung, thắng duyên thắng cảnh liền hiện tiền). (Lễ Tán 667). Nghĩa là: chữ hằng ấy gọi là "thường" hay và "nguyện" nghĩa là nguyện cầu. Bây giờ tâm thức ấy hay nghĩ đến việc cầu nguyện. Thỉnh thoảng cũng gọi là hay nghĩ đến. Bây giờ gọi là thường. Thường này không có nghĩa là thường, mà thường ấy gọi là việc thường hay, không để cho tâm thức ấy rảnh rang, không có thì giờ để cho tâm mình rảnh rỗi nên gọi là thường.

"Nhất niệm lâm chung thời" (Nhất niệm lúc lâm chung); có nghĩa là những chúng sanh nơi thế giới Cực Lạc, sinh mệnh bình thản lúc lâm chung.

"Thắng duyên thắng cảnh" nghĩa là thuận theo với ánh quang minh, hướng đến mùi hương khác lạ, tiến dần đến với những thiện tri thức.

"Tất hiện tiền" (Tức hiện ra trước); có nghĩa là hiện ra trước mặt mọi người, thể hiện ngay trước mặt.

Văn ý của Bổn Nguyện thành tựu văn.

(2) "Vô Lượng Thọ Kinh" (phần dưới) ở trong lại cũng có nói rằng: "Chư hữu chúng sanh, văn kỳ danh hiệu, tín tâm hoan hỷ, cập chí nhất niệm, chí tâm hồi hướng, nguyện sanh bỉ quốc, tức đắc vãng sanh, trụ bất thối chuyển" (Các chúng sanh nghe danh hiệu nầy, tín tâm hoan hỷ, cho đến một niệm, chí tâm hồi hướng, nguyện sanh nước kia, liền được vãng sanh, ở Bất Thối Chuyển).

"Chư hữu chúng sanh" tức là gồm tất cả chúng sanh trong mười phương.

"Văn kỳ danh hiệu" (Nghe danh hiệu nầy); nghĩa là danh hiệu của Bổn Nguyện, khi nghe thì hoan hỷ. Nghe đây nghĩa là nghe đến Bổn Nguyện mà chẳng có tâm nghi ngờ. Như vậy gọi là nghe. Lại nữa việc nghe này thể hiện tín tâm.

"Tín tâm hoan hỷ nãi chí nhất niệm" (Tín tâm hoan hỷ cho đến một niệm); nghĩa là "tín tâm" đó nghe biết được từ Đức Như Lai và không có tâm nghi ngờ.

"Hoan hỷ" gọi là vui với thân nầy, mừng với kết quả và "hỷ" có nghĩa là tâm thức hân hoan, không có chỗ lo lắng, chồng lên sự vui vẻ.

"Nãi chí" (Cho đến); có nghĩa là cho đến khi lâu dài. "Nhứt niệm" có nghĩa là ở trong niềm tin ấy chỉ một lòng thể hiện ra.

"Chí tâm hồi hướng" nghĩa là "chí tâm" ấy có nghĩa là lời nói chơn thật. Sự chân thật này chính là tâm thức của Đức A Di Đà Như Lai.

"Hồi hướng" đó là hướng đến danh hiệu của Bổn Nguyện trong mười phương chúng sanh.

"Nguyện sanh bỉ quốc" (Nguyện sanh nước kia); nghĩa chữ "nguyện sanh" cầu nguyện cho chúng sanh được sanh về báo độ của Bổn Nguyện.

"Bỉ quốc" (nước kia), là ở nước kia. Đó chính là nước Cực Lạc vậy.

"Tức đắc vãng sanh" (Liền được vãng sanh); nghĩa chữ "tức" là ngay lập tức, liền đó, không có khoảng cách thời gian hay ngày tháng. Lại nữa chữ "tức" có nghĩa là đến nơi mà đã được quyết định.

"Đắc" có nghĩa là được. Nếu có tín tâm chân thật. Lại nữa đó chính là tâm thức của Vô Ngại Quang Phật, nhiếp thủ bất xả. Chữ nhiếp này có nghĩa là rõ biết việc giữ gìn kỹ càng đó. Khi sự tỏ ngộ rồi thì ngay lúc ấy không kể ngày giờ đã được quyết định, nên sự vãng sanh sẽ được.

Văn ý của nguyện thứ 11.

(3) Dĩ nhiên sự thệ nguyện ấy tất nhiên là điều sự diệt độ (theo lời nguyện thứ 11) ở phần trên của Đại Kinh đã nói rõ.

"Thiết ngã đắc Phật quốc trung nhơn thiên, bất trụ chánh tụ, tất chí diệt độ giả, bất thủ Chánh giác" (Giả sử ta được(thành)Phật , trong nước trời người, chẳng ở Chánh Tụ, cho đến diệt độ ấy, chẳng giữ Chánh Giác),như lời đã phát nguyện. Lại nữa ở nơi kinh (Như Lai Hội, phần trên) cũng đã ghi rằng: "Nhược ngã thành Phật, quốc trung hữu tình, nhược bất quyết định, thành Đẳng chánh giác, chứng Đại Niết Bàn giả, bất thủ Bồ Đề" (Nếu ta thành Phật, trong nước hữu tình, nếu chẳng quyết định, thành Đẳng chánh giác,chứng đại Niết Bàn ấy, chẳng giữ Bồ Đề), lời nguyện như thế.

Sự thành tựu này, Đức Thích Ca Như Lai đã nói rằng: "Kỳ hữu chúng sanh, sanh bỉ quốc giả, giai tất trụ ư, Chánh định chi tụ, sở dĩ giả hà, bỉ Phật quốc trung, vô chư Tà tụ, cập Bất định tụ" (Lại có chúng sanh, sanh nơi nước kia, đều được trụ ở , Chánh Định của Tụ, Vì sao như vậy? Trong nước Phật đó, không có tà tụ cùng bất định trụ). (Đại Kinh, phần dưới) đã ghi như vậy.

Trọng tâm của những câu văn này là: "Giả sử khi ta thành Phật, người, trời trong nước ta, chẳng ở ngôi đình tụ, thì chẳng diệt độ, thệ nguyện chẳng thành Phật."

Tiếp đến là: "Giả sử khi ta thành Phật, những hữu tình trong nước của ta, nếu chẳng quyết định để trở thành Chánh giác, thì sẽ không chứng, không thành Phật." Lời thệ nguyện như vậy.

Việc tương tế hơn qua lời thề nguyện của Pháp Tạng Bồ Tát, Đức Thích Ca Như Lai đã vì chúng ta ở trong đời ác ngũ trược mà thuyết giảng những câu văn như vậy. "Những chúng sanh này, khi được sinh ra ở nước kia, mọi người đều ở ngôi Chánh Định Tụ. Vì sao vậy? Vì ở trong nước ấy, không có Tà tụ cũng như không có cả Bất định tụ.

Khi nhìn về những lời thệ nguyện của hai Ngài rằng: "Lại được vãng sanh như đã thuật lại rằng sự quyết định ở ngôi vị Chánh Định Tụ có nghĩa là "trụ nơi ấy. "Nếu không ở được ngôi vị ấy thì bản thân Ngài không chứng được Vô Thượng Đại Niết Bàn. Nói cách khác là "Thành Đẳng chánh giác," hay cũng còn gọi là "A Bệ Bạt Trí" hay có nơi cũng nói là "A Duy Việt Trí" "thách thức thời nhập tất định" (Dị Hành Phẩm, 16) đã tường thuật.

"Thấy như Di Lặc," ý của câu văn.

(4) Điều này trở thành Kim Cang Tâm của sự chơn thật tín nhạo về tha lực hoành siêu. Chắc chắn sự niệm Phật của con người nơi Đại Kinh phần dưới đã nói về "Thứ như Di Lặc" (Kế như Di Lặc). Ngài Di Lặc trở thành vị Bồ Tát của tâm Kim cang này. Điều ấy là tất nhiên.

Việc này sẽ trở thành nan hành đạo của người thực hành thánh đạo tự lực. Phải hoành và siêu. Việc này phải cần có chiếc thuyền đại nguyện nghiệp lực của Đức Phật mới có thể lên được. Biển sanh tử to lớn ấy phải hoành siêu và đến cận kề bên bờ của chơn thật báo độ được.

"Thứ như Di Lặc" (Gần như Di Lặc), có nghĩa chữ thứ ở đây là gần, sắp đến, cận kề. Ngài Di Lặc sẽ chứng Đại Niết Bàn. Đây là việc của Ngài Di Lặc vậy. Những người có tín tâm niệm Phật là muốn cận kề Đại Niết Bàn. Tiếp đến có nghĩa là sau Đức Phật Thích Ca 56 ức 7000 vạn năm nữa thì ngôi vị Diệu Giác ấy mới thành. Chữ như đây có nghĩa là việc này như thế. Người có tha lực tín nhạo. Ở trong đời này sẽ lên ở ngôi vị Bất

Thoái, chắc chắn sẽ đến được Đại Bát Niết Bàn, là việc của Ngài Di Lặc vậy.

"Khắc niệm nguyện sanh" (Liền niệm nguyện sanh)câu văn và ý văn.

(5) "Tịnh Độ luận" (luận chú phần dưới 119) đã ghi: "Kinh ngôn: "Nhược nhơn đản văn bỉ quốc độ thanh tịnh an lạc, khắc niệm nguyện sanh, diệc đắc vãng sanh, tức nhập Chánh Định Tụ" (Nếu người hằng nghe (đến)quốc độ kia thanh tịnh an lạc, liền niệm nguyện sanh, lại được vãng sanh, liền nhập Chánh Định Tụ). Đây chính là tên gọi quốc độ làm Phật sự. An khả tư nghì."

Trọng tâm của câu văn này là: "Nếu người nào nghe đến cõi an lạcTịnh Độ kia, liền niệm và nguyện sanh về, liền tức khắc sẽ được sanh, vào nơi ngôi vị Chánh Định Tụ." Thì chính là khi nghe đến tên của nước kia về những Phật sự thì tỏ ngộ. Thật là tư nghì và nguyện sanh về cõi an lạc Tịnh Độ của cái đức, bất khả xưng, bất khả thuyết, bất khả tư nghì vậy. Với sự tin tưởng ấy với người có niềm tin, sẽ được như vậy.

Ý của câu văn: "Tiện đồng Di Lặc" (Liền cùng Di Lặc)

(6) Lại nữa Vương Nhất Hưu có nói trong: "Long Thư Tịnh Độ Văn, phần ý" về "Niệm Phật chúng sanh tiện đồng Di Lặc" (Chúng sanh niệm Phật,liền giống Di Lặc), (ý) đã tường thuật rằng: "Niệm Phật chúng sanh" ấy là người trở thành tín tâm Kim Cang vậy. Chữ "tiện" này có nghĩa là liền, tiện lợi, yên ổn. Đây chỉ cho phương tiện của tín tâm, cũng có nghĩa là người tìm về ở ngôi vị Chánh Định Tụ. Chữ "đồng" có nghĩa là giống hệt nhau; nghĩa là người niệm Phật ấy sẽ đạt đến Vô Thượng Niết Bàn, giống như Đức Di Lặc vậy.

Văn ý của Phân Đà Lợi hoa. Phân Đà Lợi hoa = hoa sen trắng

(7) Lại nữa ở nơi "kinh" (Quán Kinh) có ghi rằng: "Nhược niệm Phật giả, đương tri thử nhơn, thị nhơn trung Phân Đà Lợi hoa." (Nếu người niệm Phật, rõ biết người nầy, là người ở giữa hoa Phân Đà Lợi (Hoa sen).

"Niệm Phật giả" ở đây nhằm chỉ cho những người niệm Phật.

"Đương tri thử nhơn thị nhơn trung Phân Đà Lợi Hoa" nghĩa là người này ở trong hoa Phân Đà Lợi. Đây chính là sự đón nhận của Như Lai, chỉ cho người niệm Phật sẽ vào nơi hoa Phân Đà Lợi (Hoa Sen).

Hoa này "ở trong loài người là thượng thượng hoa, là hảo hoa, là diệu hảo hoa, là hy hữu hoa, là tối thắng hoa" (Tán Thị Nghĩa, ý) đã ca ngợi như vậy. Hòa Thượng Quang Minh Tự (Thiện Đạo) giải thích nơi "Tán Thiện Nghĩa" là người niệm Phật được tán dương là những người thượng thượng nhơn, hảo nhơn, diệu hảo nhơn, hy hữu nhơn, tối thắng nhơn.

Ý của câu văn "nhiếp thủ bất xả"

(8) Lại nữa ở nơi sự lợi ích của Hiện Sanh Hộ Niệm đã tường thuật rằng: "Đãn hữu chuyên niệm A Di Đà Phật chúng sanh, bỉ Phật tâm quang, thường chiếu thị nhơn, nhiếp thủ bất xả, tổng bất luận chiếu thủ, dư tạp nghiệp hành giả, thử diệc thị hiện sanh hộ niệm tăng thượng duyên" (Chúng sanh hằng chuyên niệm A Di Đà Phật, ánh sáng Phật tâm kia thường chiếu đến người nầy, nhiếp hộ chẳng buông. Nói chung bất luận đều chiếu giữ, trừ kẻ tạp nghiệp hạnh. Đây lại là hiện sanh hộ niệm Tăng Thượng Duyên), (Quán Niệm Pháp Môn 618).

Trọng tâm của câu văn này về "đản hữu chuyên niệm, A Di Đà Phật chúng sanh" (Chúng sanh hằng hay chuyên niệm A Di Đà Phật); nghĩa là người luôn tin tưởng chuyên niệm A Di Đà Phật. "Bỉ Phật tâm quang" mà chữ "bỉ" là hoa; còn "Phật tâm quang" đó chính là tâm thức của Vô Ngại Quang Phật.

"Thường chiếu thị nhơn" (Thường chiếu người nầy); nghĩa là chữ "thường" ấy là hay, là thường không có giờ rảnh rỗi. "Chiếu" ấy tỏa ra đến những tâm thức, không có gián đoạn đến những người có chơn thật tín tâm vậy.

Phật tâm ấy luôn được chiếu sáng không gián đoạn và Đức Phật A Di Đà chính là ánh sáng không gián đoạn ấy.

"Thị nhơn" (người nầy) mà chữ "thị" này đối lại với chữ phi. Đây chính là người của chơn thật tín lạc; người không có sự hư giả nghi hoặc. Phi nhơn có nghĩa là chẳng phải người, không biểu hiện của con người, mà chính là người này.

"Nhiếp thủ bất xả" (Giữ lấy chẳng buông); chữ "nhiếp" ở đây có nghĩa là cầm nắm lấy. "Hộ" đây có nghĩa là "giữ gìn,"luôn luôn quan tâm giúp đỡ, chẳng sơ hở với người có tín tâm. Sự gìn giữ ấy chính là không làm tổn hại như những dị học, dị kiến và cũng chẳng có biệt giải, biệt hạnh. Chẳng phải Thiên Ma Ba Tuần; hay cả như ác quỷ, ác thần cũng ngăn cản lại.

"Bất xả" có nghĩa là người có tín tâm đã được trí huệ Phật quang soi chiếu. Ở trong tâm quang ấy không bao giờ xả bỏ cả; nên đã được nêu lên như thế.

"Tổng bất luận chiếu nhiếp dư tạp nghiệp hành giả" (Tổng quát chẳng luận chiếu nhiếp, trừ hành giả tạp nghiệp); nghĩa là: chữ "tổng" ấy chỉ cho tất cả. "Bất luận" có nghĩa là chẳng kể là gì. "Chiếu nhiếp" (Chiếu giữ) có nghĩa là chiếu sáng và nhiếp lấy. "Dư tạp nghiệp" (Trừ tạp nghiệp) tức là sẽ trở thành nhiều thiện nghiệp, tu tạp hạnh, gồm cả tạp hạnh nữa. Tất cả mọi thứ đều không bỏ sót. Đây chính là Bổn Nguyện của hành giả vậy. Đây cũng chính là sự lợi ích của sự nhiếp thủ.

Ở trong đời này không những "thử diệt thị hiện sanh hộ niệm" (Đây lại là hiện sanh hộ niệm); nghĩa là ở trong đời này được mang đến ánh sáng cho người có tín tâm với nhân duyên lớn qua Bổn Nguyện nghiệp lực vậy, cũng trở thành Tăng Thượng Duyên. Người đó có tâm an ổn như trong Kinh (Hoa Nghiêm kinh), phẩm Nhập pháp giới - ý văn như vậy) đã nói rằng: "Chư Phật chẳng luận là người nào" Ý của câu văn.

"Ngã diệc tại bỉ" (Ta lại ở kia) ý của câu văn.

(9) Nguyên Tín Hòa Thượng của Thủ Lăng Nghiêm viện dạy rằng: "Ngã diệc tại bỉ nhiếp thủ chi trung, phiền não chướng, nhãn tuy bất năng kiến, đại bi vô quyện, thường chiếu ngã thân" (Ta lại ở kia,trong sự nắm giữ, phiền não chướng tuy mắt chẳng thấy, lòng từ không mỏi, thường chiếu thân ta), (vãng sanh luận tập, phần giữa, 956). Trọng tâm của câu văn này là: "Ta có khả năng trong sự nhiếp thủ ấy, ngay cả các phiền não, dầu cho chẳng thấy được; nhưng vì tấm lòng đại bi chẳng phân biệt, thường là chiếu khắp thân ta."

Đại kinh, văn ý phụ thuộc.

(10) "Kỳ hữu đắc văn, bỉ Phật danh hiệu" (Đây có được nghe danh hiệu Phật kia), (đại kinh, phần dưới) nghĩa là sự tin tưởng vào danh hiệu Bổn Nguyện, Đức Thích Tôn đã nói: "hoan hỷ, dũng dược nãi chí nhứt niệm" (Vui mừng nhảy múa, cho đến nhứt niệm); gọi là "hoan hỷ" là chuyện vui mừng, không có gì lo lắng nơi tâm cả.

"Dũng" (nhảy) nầy có nghĩa là từ trên trời xuống và "dược" (múa) nghĩa là từ dưới đất lên, khi vui mừng đã thể hiện ra điều nầy, biểu hiện sự khánh lạc.

Khánh có nghĩa là việc vui mừng, lạc có nghĩa là sự an ổn nơi tâm thức. Đây là việc sẽ ở ngôi của Chánh Định Tụ vậy. "Nãi chí" nghĩa là nhiều lần xưng danh thể hiện sự quyết định.

"Nhứt niệm" trở thành công đức. Nhứt niệm ấy trong vạn đức, tiếp tục trở thành việc lành.

"Đương tri thử nhơn" (Nên biết người nầy) nghĩa là sự biểu hiện về tín tâm của người nầy. "Vi đắc đại lợi" (Vì được lợi lớn); nghĩa là sẽ tỏ ngộ nơi Vô Thượng Niết Bàn. Cho nên gọi đó là: "tắc thị cụ túc vô thượng công đức (Tức là đầy đủ vô thượng công đức).

Chữ "tắc" nầy có nghĩa lại nữa, tức là ở nơi một niệm ấy tin tưởng về Bổn Nguyện của Như Lai, nên chắc chắn sẽ được công đức vô thượng, sẽ có được sự lợi ích to lớn, tự nhiên hiện ra để rõ biết pháp tắc. Pháp tắc ấy đầu tiên với hành giả không được đo lường; nguyên là từ sự lợi ích của bất khả tư nghì. Đó là sự tự nhiên biểu hiện qua pháp tắc vậy. Người có nhứt niệm tín tâm là người sẽ trở thành tự nhiên của pháp tắc ấy.

Nguyện thứ 11, thành tựu văn, văn ý của việc trung thích.

(11) "Kinh" (Đại Kinh, phần dưới) ở nơi: "Vô chư Tà tụ cập Bất định tụ" (Không các tà tụ, cùng bất định tụ). Nghĩa chữ "vô" ấy là không; "chư" đây nghĩa là số nhiều. "Tà tụ" gọi là tạp hạnh tạp tu đối với những người vạn thiện chi hạnh, là sự cần thiết đối với việc ở nơi báo độ. Chữ "cập" có nghĩa là cùng với. "Bất Định Tụ" là sự niệm Phật của tự lực. Những người mà

còn nghi hoặc thì sự niệm Phật ấy không về nơi báo độ được. Người Chánh Định Tụ sẽ được sanh về nơi chơn thật báo độ.

Ở nơi câu văn này, điều này là chứng văn của nhất niệm, không thể suy nghĩ được. Điều này cũng không thể diễn tả được.

"Đa niệm." Tiêu chí của văn ý.

(12) Sự hỗ tương của đa niệm.

Văn ý của "nãi chí thập niệm" (Cho đến 10 niệm).

Ở nơi câu văn của Bổn Nguyện là lời thệ nguyện "nãi chí thập niệm". Ở nơi đó sự thệ nguyện đối với 10 niệm, không phải giới hạn ở một niệm, mà thệ nguyện sự cho đến ấy; cũng chẳng phải cần xưng danh cho đến nhiều lần. Sự thệ nguyện này chính là sự biểu hiện của việc dị vãng dị hành vậy.

Văn ý của kinh A Di Đà

(13) "Kinh A Di Đà" (ý) như: "Nhứt nhật nãi chí thất nhật, chí tâm niệm danh hiệu" (Một ngày cho đến 7 ngày, chí tâm niệm danh hiệu), đây là lời của Đức Thích Ca Như Lai nói. Trong kinh này gọi là vô vấn tự thuyết. Kinh này là kinh không do ai hỏi mà Đức Như Lai tự nói ra. Đấy chính là sự biểu hiện bổn hoài về việc xuất thế của Đức Thế Tôn về vô vấn tự thuyết. Đây là Bổn Nguyện của A Di Đà tuyển trạch, là sự chứng thành của mười phương chư Phật, sự hoài vọng của chư Phật xuất thế, là sự hộ niệm của hằng hà sa Như Lai, chư Phật ta thán (lời nguyện thứ 17).

Ý của câu văn lời nguyện thứ 17.

(14) Sự thệ nguyện của chư Phật xưng danh (nguyện thứ 17). Theo Đại kinh phần trên đã cho biết: "Thiết ngã đắc Phật, thập phương thế giới, vô lượng chư Phật, bất tất tư ta, xưng ngã danh giả, bất thủ Chánh giác" (Giả sử ta được(thành) Phật, mười phương thế giới, vô lượng chư Phật, chẳng hề than thở,xưng danh hiệu ta, chẳng giữ Chánh Giác). Trọng tâm của lời bi nguyện này là "giả sử khi ta thành Phật, 10 phương thế giới vô lượng chư Phật, nếu không ca ngợi tán thán tên ta, thì ta thệ nguyện chẳng thành Phật." "Tư ta" có nghĩa là sự tán dương của Phật vậy.

"Tán Thiện Nghi" ý nghĩa của câu văn giải thích về tựu hạnh lập tín.

(15) "Nhứt tâm chuyên niệm" (Tán Thiện Nghi, 464).

Ở đây "nhứt tâm" chính là tín tâm của Kim Cang vậy. "Chuyên niệm" có nghĩa là chỉ một hướng tu tập; một hướng chuyên làm việc lành, không thể thiếu sự niệm Phật. Sự chuyên tu ấy là tất cả những Bổn Nguyện lấy làm trọng tâm để hành trì. Tu ấy là sự mong muốn sự quyết định nơi tâm mình, không có gì trở ngại, chỉ chuyên chú; chỉ một mà thôi. Một lòng, cả chuyện lành, không phải chú tâm đến vị Phật khác.

"Hành, trụ, tọa, ngọa bất vấn thời tiết cửu cận" (Đi, đứng, ngồi, nằm chẳng hỏi thời tiết xa gần); nghĩa là: "hành" là đi; "trụ" là đứng; "tọa" là ngồi và "ngọa" là nằm.

"Bất vấn" có nghĩa là chẳng cần phải hỏi. "Thời" đây chính là lúc như 12 giờ chẳng hạn. "Tiết" đây chính là lúc, tháng mười hai trong bốn mùa. Chữ "cửu" Có nghĩa là lâu dài và "cận" là gần gũi. Thời gian này chẳng kể cùng thời gian của sự bất tịnh. Với việc này không cần phải hỏi nữa. Nên gọi đó là: "thị danh chánh định chi nghiệp thuận bỉ Phật nguyện cố" (Là tên Chánh Định của nghiệp, thuận theo nguyện của Phật kia vậy). Đây chính là sự tin tưởng hoàn nguyện vào nghiệp nhơn của báo độ và nghiệp quyết định của Chánh định vậy. Đây chính là câu văn của những lời nguyện của Phật.

Câu văn của Dị học, biệt giải.

(16) Ở đây liên hệ đến nhứt niệm đa niệm. Đó là dị học và biệt giải. Dị học có nghĩa là thánh đạo đối với ngoại đạo; chỉ sự tu hành, sự niệm Phật, tuyển chọn ngày giờ tốt, bao gồm cả việc xem tướng số. Đây chính là ngoại đạo. Những việc này đối với con người, chỉ là sự tự lực.

Biệt giải nghĩa là việc niệm Phật vừa tìm đến tha lực. Biệt có nghĩa là chỉ có một, không hề là hai. Giải có nghĩa là trình bày, giải thích. Nói đặc biệt là vừa niệm Phật và muốn giác ngộ qua sự tự lực; nên đây gọi là biệt giải vậy. Cũng còn gọi là trợ nghiệp. Đây chính là sự tìm kiếm của tự lực, mà tự lực thì kể cả thân ta và tâm ta, kể cả năng lực và những căn lành nơi ta cùng với mọi người.

Ý của câu văn "Trực vi Di Đà" (Đúng vì Di Đà)

(17) "Thượng tận nhất hình" (Trên cuối nhứt hình),(Pháp Hoa Tán, phần dưới 575). Gọi là "thượng" nghĩa là ở trên, tiến đến, leo lên cao hơn; có nghĩa là sinh mệnh ấy cao hơn. Chữ "tận" có nghĩa là cuối cùng. "Hình" này là hình thức, sự biểu hiện. Đó là việc sinh mệnh niệm Phật cho đến tận cùng vậy.

"Thập niệm, tam niệm, ngũ niệm hướng đến việc này" có nghĩa là sự thể hiện qua sự niệm Phật nhiều lần.

"Trực vi Di Đà Hoằng Thệ Trọng" (Đúng vì Di Đà thệ nguyện rộng sâu); có nghĩa là chữ "trực" ấy tức là đúng; gọi là đúng với lời nói của Như Lai. Nghĩa là nói đúng với bổn ý ra đời của chư Phật. "Vi" có nghĩa là vì, mang lại, làm nên, kia, cái này, gặp, là vì. "Trọng" có nghĩa là chồng lên nhau, nặng, thêm. Danh hiệu của sự thệ nguyện. Đây là việc mang đến sự tỉnh thức khi phát tâm niệm Phật.

"Đại Kinh." Ý của câu văn bài tựa về phát khởi

(18) Lại ở nơi "Đại Kinh" phần trên có ghi rằng: "Như Lai sở dĩ, hưng xuất ư thế, dục chửng quần manh, huệ dĩ chơn thật chi lợi" (Cho nên Như Lai, cùng ra đời nầy, muốn cứu vớt quần manh, huệ dùng làm chân thật của sự lợi ích).

Trọng tâm của câu văn này là "Như Lai" tức là chư Phật. "Sở dĩ" nghĩa là cho nên. "Hưng xuất ư thế" (Cùng ra đời nầy); nghĩa là chư Phật xuất thế nơi đời này. "Dục" là mong muốn. "Chửng" nghĩa là cứu vớt. "Quần manh" là những chúng sanh mê mờ. "Huệ" có nghĩa là đi vào. "Chơn thật chi lợi" chính là sự thệ nguyện của Đức Di Đà.

Lại nữa khi chư Phật ra đời, nói về nguyện lực của Đức Di Đà, nhằm mong muốn cứu vớt chúng sanh. Đó chính là bổn hoài vậy, là sự lợi ích chơn thật.

Lại nữa điều này khi chư Phật xuất thế nói điều chơn chánh. Trong 84.000 pháp môn thì trong đó, phương tiện của Tịnh Độ là việc lành. Đây chính là yếu môn, mà cũng là giả môn vậy.

Gọi là yếu môn, giả môn như trong "Vô Lượng Thọ Phật Quán Kinh" ở bộ 1 nói là định thiện, tán thiện. Định thiện trở thành quán thứ 13. Tán thiện là tam phước cửu phẩm trở thành các việc thiện. Tất cả những điều này là yếu môn của Tịnh Độ phương tiện. Cũng còn gọi là giả môn. Yếu môn này từ giả môn chúng sanh. Đó là Bổn Nguyện nhất thừa viên dung vô ngại chơn thật công đức đại bảo hải, tiến đến và nhập vào. Cũng là thiện nghiệp của tự lực, là cửa ngõ của phương tiện.

Bây giờ nhất thừa ấy trở thành Bổn Nguyện, viên dung đầy đủ, tất cả những công đức thiện căn, tâm thức tự tại vô ngại. Phiền não ác nghiệp không còn nữa, tiêu trừ, trở thành danh hiệu chơn thật công đức vậy. Việc này trở thành diệu lý của nhứt thật chơn như, đầy đủ như của quý chứa nhiều trong biển cả.

Nhứt thật chơn như cũng trở thành Vô Thượng Đại Niết Bàn; Niết Bàn ấy cũng chính là pháp tánh; pháp tánh ấy gọi là Như Lai hay Bảo Hải. Chúng sanh an ổn, không sai trái, tìm đến con đường chân chánh như hòa tan vào trong nước của biển lớn vậy.

Sự thể hiện của nhứt như Bảo hải này chính là sự thệ nguyện của Pháp Tạng Bồ Tát, sự gần gũi vô ngại, vượt qua để trở thành A Di Đà Phật. Chính là báo thân Như Lai vậy.

Điều này trở thành Tận Thập Phương Vô Ngại Quang và Như Lai này chính là Nam Mô Bất Khả Tư Nghì Quang Phật.

Đức Như Lai này chính là phương tiện pháp thân, gọi là phương tiện, thể hiện ra hình tướng để cho chúng sanh thấy; lại cũng chính là Đức A Di Đà Phật. Như Lai này trở thành ánh sáng; ánh sáng ấy chính là trí tuệ. Trí tuệ này chiếu sáng theo hình tướng; trí tuệ ấy một lần nữa, hình tướng ấy nếu không có, là Bất Tư Nghì Quang Phật. Đức Như Lai này chính là thập phương vi trần thế giới, Vô Biên Phật Quang. Lại cũng chính là Thế Thân Bồ Tát (Thiên Thân) tiếp tục đến tận mười phương Vô Ngại Quang Như Lai.

Ý của câu văn "bất hư tác trụ trì công đức."

(19) "Tịnh Độ Luận" (31) có ghi rằng: "Quán Phật Bổn Nguyện lực, ngộ vô không quá giả, năng lệnh tốc mãn túc, công đức đại Bảo hải" (Xem Phật Bổn Nguyện lực, gặp vô không quá ấy,hay làm xa đầy đủ, công đức đại bảo hải).

Trọng tâm của câu văn này là "quán về Bổn Nguyện lực của Phật, gặp không vẫn là không, hay làm cho mau đầy đủ công đức lớn như biển lớn kia." Chữ quán ở đây chính là trọng tâm của nguyện lực vậy.

Chữ "ngộ" có nghĩa là gặp, gặp với niềm tin của Bổn Nguyện lực. Chữ "vô" có nghĩa là không và chữ "không" ấy là không gì cả. Chữ "quá" là trôi qua; chữ "giả" gọi là kẻ hay là người. Không người mà cũng chẳng phải ta là tín tâm ấy. Lại cũng không còn trở lại sự sanh tử nữa.

Chữ năng ở đây có nghĩa là hay; "lệnh" có nghĩa là làm cho; "tốc" này có nghĩa là mau chóng, nhanh nhẹn; chữ "mãn" có nghĩa là đầy đủ; chữ "túc" có nghĩa là đủ và công đức ấy chính là danh hiệu.

"Đại bảo hải" chính là biển cả đầy dẫy công đức căn lành. Người tin vào công đức này, chính tâm thức ấy sẽ nhanh nhẹn hòa tan vào đó. Lại nữa người có Kim Cang tâm thì không cần biết đến sự tìm cầu. Nơi thân ấy đã đầy đủ của quý báu to lớn công đức giống như một biển lớn vậy.

"Trí sử phàm phu" (Phàm phu suy cho cùng) ý của câu văn này.

(20) "Trí sử phàm phu niệm tức sanh" (Hết sức khiến cho phàm phu niệm liền sanh). (Pháp Sự Tán, phần dưới, 575). Nghĩa chữ ,"trí" này là suy cho cùng, hết sức, lấy đó làm căn bản để tìm về thật báo độ. "Sử" có nghĩa là khiến cho, bảo ban những kẻ "phàm phu" tức là chúng ta nên tin tưởng an vui với Bổn Nguyện lực. Chữ "niệm" có nghĩa là nhớ nghĩ với niềm tin của đức Như Lai giống nhau. Chữ "tức" ấy nghĩa là liền, tức khắc, không kể ngày giờ và quyết định vào ngôi vị Chánh Định Tụ; nên gọi là "tức sanh". "Sanh" đó là sanh ra và điều này gọi là "niệm tức sanh."

Lại nữa chữ "tức" này có nghĩa là phát triển sự mong đợi để thân này được an vị. Nếu so sánh với thế tục thì vua của một nước gọi là tức vị. Vị đây chính là ngôi vị. Đây là ngôi vị Đông Cung và chắc chắn sẽ được ngôi vị làm vua. Ngôi vị của Chánh Định Tụ chính là ngôi vị Đông Cung vậy. Nhà vua lên ngôi gọi là tức vị. Đây sánh với Vô Thượng Niết Bàn. Niềm tin của con người trở thành Chánh Định Tụ. Chắc chắn thề nguyện cho đến khi diệt độ. Đây gọi là "trí" có nghĩa là cuối cùng thì đạt đến Niết Bàn an lạc.

"Phàm phu" nghĩa là thân tâm chúng ta luôn bị trói buộc bởi vô minh phiền não, sự mong muốn thì không cùng, giận hờn, tức tối, ghen ghét... tâm ấy chứa đầy tội lỗi, cho đến khi lâm chung cũng chưa đầy đủ một niệm trở lại với mình, không tìm lại được và nước, lửa của hai con sông lại hiện ra, đối với chúng ta và mọi người chung quanh. Con đường bạch đạo của nguyện lực một phần, hai phần khó khăn biết bao, phải nhờ đến Vô Ngại Quang Phật, với ánh sáng ấy sẽ chiếu rọi vào tâm thức của chúng ta để cho chúng ta tỏ ngộ. Nếu chắc chắn được về cõi An Lạc thì giống như đức Di Đà Như Lai, sẽ được hóa sanh vào hoa chánh giác, tỏ ngộ nơi Đại Bát Niết Bàn. Đây chính là "trí sử phàm phu niệm tức sanh." Nhị hà đó chính là "Một phần hai phần"; một năm, hai năm...

chư Phật ra đời nói điều chân thật. Sự đợi chờ với bản hoài ấy qua việc Như Lai thành đạo. Phàm phu như chúng ta nếu niệm đến Bổn Nguyện của Đức Di Đà thì liền được sanh là điều căn bản.

"Lễ tán" ý nghĩa câu văn giải thích về thâm tín.

(21) "Lệnh tín tri Di Đà Bổn Hoằng Thệ Nguyện, cập xưng danh hiệu" (Làm cho tin rõ Di Đà Bổn Hoằng thệ nguyện, cùng xưng danh hiệu). (Lễ Tán 654) gọi là sự tự tin biết gần gũi nơi Đức Như Lai.

"Tín" đó chính là Kim Cang tâm; "tri" đây là sự rõ biết con đường phiền não ác nghiệp của chúng sanh. Lại nữa "tri" đây cũng có nghĩa là quan sát; nơi tâm thức cần sự chiếu rọi, làm cho tâm thức ấy rõ biết.

"Cập xưng danh hiệu" (Cùng xưng danh hiệu); "cập" (cùng với) ấy là cùng với, tâm thức kia. "Xưng" này là trì hay tụng để gọi tên (đức Di Đà) để có thể vào được chỗ quyết định; nên gọi là xưng danh. Mười niệm, một niệm; nếu chẳng nghi ngờ nơi một niệm ấy thì tâm thức kia sẽ được sanh về thật báo độ. Lại nữa "A Di Đà Phật" của "bảy ngày hay một ngày gọi lên danh hiệu" ấy.

Tổng Kết Văn Ý.

(22) Đây chính là chứng văn của đa niệm. Khi nhớ tưởng đến thì đây cũng chính là nhất niệm đa niệm đã được biểu hiện, giới thiệu đến là sự học hỏi của Tịnh Độ Chơn Tông, để trở thành sự niệm Phật vãng sanh. Hầu như chẳng phải là nhất niệm vãng sanh, đa niệm vãng sanh, mà đây chính là thông tin cho biết vậy.

Nam Mô A Di Đà Phật.

Văn ý của lời bạt.

Đối với những người trong đời không rõ biết chữ nào hết thì trở thành ngu si, tâm hồn mỏng manh. Cũng giống việc như vậy, thay vào đó là viết thành câu văn. Với nhiều người không biết chữ thì chẳng quan tâm đọc đến. Tuy nhiên càng không đọc thì sẽ chẳng hiểu biết gì cả, sẽ trở thành ngu muội; nên tâm thức trở nên dễ dãi, an ổn.

Khang Nguyên năm thứ 2 (1257) ngày 17.2 năm Đinh Tỵ. Ngu Ngốc Thân Loan viết năm 85 tuổi.

Dịch xong phần này vào lúc 17 giờ ngày 3 tháng 8 năm 2023 tại Thiền phòng của cố Hòa Thượng Thích Minh Tâm, Chùa Khánh Anh Evry, Pháp Quốc.

NHẤT NIỆM ĐA NIỆM PHÂN BIỆT SỰ LONG KHOAN THƯỢNG NHƠN

Dịch ngày 7 tháng 8 năm 2023 tại Phương Trượng đường Tổ đình Viên Giác Hannover, Đức quốc.

Tựu chung về việc thực hành niệm Phật có tranh luận đến "nhất niệm đa niệm." Gần đây thì nghe nhiều, việc này đã trở nên sự kiện lớn vậy, nên phải cẩn thận.

Lập một niệm nghi ngờ đa niệm; lập đa niệm hủy bán nhất niệm. Tất cả đều để chỉ cho Bổn Nguyện, quên đi lời dạy của Ngài Thiện Đạo.

Đa niệm tức là nhất niệm tích chứa mà thành vậy. Vì sao thế?

Nên nghĩ đến đời người: ngày ngày, rồi ngày hôm nay đều có hạn; giờ giờ tức nay lại đến điểm cuối vậy.

Sinh ra trong cảnh giới vô thường, lấy thù địch giả tạo làm nơi để ở, như thấy gió trước ngọn đèn, như sương mai trên đầu ngọn cỏ; hơi thở dừng thì mạng này mất, chẳng kể hiền ngu, chẳng trừ ai cả.

Do vậy nên phải suy nghĩ "nếu hiện tại mắt nhắm, hơi thở dứt, nguyện được Di Đà Bổn Nguyện cứu giúp, đến rước về nơi Cực LạcTịnh Độ" mà xưng niệm Nam Mô A Di Đà Phật bằng "một niệm vô thượng công đức" ngưỡng cầu "một niệm quảng đại lợi ích" vậy.

Nếu mà đời sống được kéo dài thì một niệm này tức thành hai niệm, ba niệm. Một niệm này như là sự tích lũy; tức thành 1 giờ, 2 giờ; tức thành 1 ngày, 2 ngày; 1 tháng; tức thành 1 năm, 2 năm; tức thành 10 năm, 20 năm, 80 năm, tiếp tục kéo dài sống lâu vậy, liền rõ biết được như thế nào mà sự sống còn tồn tại cho đến hôm nay rồi.

Cũng nên nghĩ cái lý rằng: "lại có hiện tại tức là đời này là hết; nương vào phép tắc của việc tất nhiên đó, cho nên Ngài Thiện Đạo đại sư khiến cho người phát nguyện rằng:

Hằng nguyện cho tất cả lúc lâm chung thắng duyên thắng cảnh liền hiện ra.

Khuyến tấn niệm niệm chẳng quên, niệm niệm chẳng lười, cho đến lúc vãng sanh; nên niệm Phật là lý do vậy. Do vậy không lìa nhất niệm của đa niệm, lại cũng chẳng lìa đa niệm của nhất niệm.

Nếu mà phán định "lệch sai nên đa niệm" mà "Vô Lượng Thọ kinh" phần giữa hoặc nói: "Các chúng sanh nghe danh hiệu này tín tâm hoan hỷ cho đến nhất niệm, chí tâm hồi hướng, nguyện sanh nước kia, liền được vãng sanh, trụ bất thối chuyển."

Hoặc giải thích rằng:

"Cho đến một niệm, niệm nơi Phật kia, lại được vãng sanh."

Hoặc dạy rằng: Có nghe được điều này, danh hiệu của Phật kia, hoan hỷ vui mừng cho đến nhất niệm. Nên biết người này gặp được lợi lớn; tức là đầy đủ vô thượng công đức.

Thiện Đạo Hòa Thượng lại nương vào ý của kinh lại phán rằng: hoan hỷ cho đến nhất niệm, tất cả đều được sanh về kia.

Lại phán định rằng:

10 tiếng, 1 tiếng, 1 niệm... (nhất) định được vãng sanh. Tức chẳng y cứ cách dùng lý này mà thành sự chống đối của Tịnh Độ giáo vậy. Nói tuy là như thế, mà chẳng thể sai lầm nhất niệm vãng sanh, dùng "đa niệm làm chỗ lầm lẫn." Nếu vậy tức là "Bổn Nguyện văn" cho đến 10 niệm lại vô dụng chăng? Mà "A Di Đà kinh" thì bảo rằng: xưng danh từ một cho đến 7 ngày, lại thành lộng ngôn sao!

Nương vào những kinh văn này, Thiện Đạo Hòa Thượng đã phán định rằng:

Nhất niệm chuyên niệm danh hiệu Di Đà trong lúc đi đứng ngồi nằm, chẳng kể thời tiết xa gần; niệm niệm chẳng lìa. Đây gọi là nghiệp của Chánh Định, thuận theo nguyện của Phật kia vậy.

Hoặc dạy rằng:

Thề ở cuối đời này, chẳng có thoái chuyển, duy vì Tịnh Độ làm thời kỳ.

Hoặc khuyên rằng:

Nên không có thời gian, tu trường kỳ. Như vậy mà có thể lầm lẫn sao!

Vào cửa Tịnh Độ mà phá hoại lời giáo huấn ân cần của Ngài Thiện Đạo; tức là điều này làm ngược lại vậy. Người này xa rời nơi dị học biệt giải, vĩnh viễn trầm luân nơi tam đồ, không có thời gian ra khỏi. Việc này chẳng buồn sao.

Nương vào điều này hoặc nói:

Trên đến một hình thức cho đến 10 niệm, 3 niệm, 5 niệm, Phật đến nghinh tiếp, thẳng đến lời thệ nguyện sâu rộng của A Di Đà làm cho phàm phu niệm; tức liền sanh.

Hoặc khuyến bảo:

Làm cho tin tưởng rõ biết Bổn hoằng thệ nguyện của A Di Đà, cùng xưng danh hiệu, dưới cho đến 10 tiếng, một tiếng, định được vãng sanh; cho đến một niệm, chẳng có tâm nghi.

Hoặc làm sáng tỏ:

Nếu 7 ngày cho đến một ngày, dưới đến 10 tiếng, cho đến một tiếng, một niệm... tất được vãng sanh.

Những câu văn này minh xác sự chỉ dạy "nhất niệm, đa niệm, đều chẳng thể chán ghét việc xấu ác; tuy người đó bắt đầu tin vào Bổn Nguyện của Di Đà, cho đến lúc lâm chung, vãng sanh là thời kỳ do niệm Phật. Cho nên tất nhiên chẳng thể chấp trước sự sai trái vậy. Tuy nói chẳng tận ý, lấy điều này có thể rõ.

Phàm cố chấp nhất niệm, hoặc người giữ vững đa niệm, lúc lâm chung tất xấu, đều là mặt trái của Bổn Nguyện vậy. Chọn ra nhiều có thể rõ biết.

Đây chính là "đa niệm tức một niệm; một niệm tức đa niệm" ấy là cái lý; tất cả chẳng nên loạn động vậy.

Nam mô A Di Đà Phật.

DUY TÍN SAO

Đại Chánh Tân Tu Đại Tạng Kinh. Kinh văn số 2675.
Thánh Giác Thượng Nhơn.

I/ Thánh Tịnh nhị môn

1) Tiêu đề tổng quát

Phàm suy nghĩ việc lìa sanh tử, đến con đường của Phật; có 2 con đường

A) "Thánh Đạo Môn"

B) "Tịnh Độ Môn"

Bắt đầu dịch vào ngày 8 tháng 8, năm 2023 tại Phương Trượng Đường Tổ Đình Viên Giác, Hannover, Đức Quốc.

A) Thánh Đạo Môn

Thánh Đạo Môn là: tại nơi thế giới Ta Bà này, lập hạnh tích công, gắng sức ở đời này nắm được việc chứng đạo.

Cho nên: thực hành chơn ngôn là việc trước tiên, suy nghĩ đến thân nầy chứng được ngôi vị Đại giác, siêng năng các loại của Pháp Hoa, nguyện đời này có được 6 căn để chứng.

Tuy rõ biết ý chính về lời dạy, nhưng đến thời mạt pháp cùng với đời ô trược, trong cùng đời mà chứng được thì trong ức ức người, khó có được một người.

Do đây mà đời nay có người tu pháp môn này muốn liền chứng được ở thân này, liền khởi lên tâm thối chí; hoặc đợi đến thời kỳ hạ sanh của Từ Tôn. Ước chừng 56 ức 7000 vạn năm nữa; hoặc xa đợi sau này Phật ra đời, cảm được nhiều kiếp sanh ra lưu chuyển trong đám mây sinh tử; hoặc khẩn nguyện Linh Sơn, Linh Địa Bổ Đà Lạc; hoặc lại cầu khẩn trời, quả báo nhỏ của nhân gian, kết duyên chỉ có thể tôn kính, xa chứng giống như hư không này.

Sở nguyện dụ như ở trong 3 cõi.

Sở vọng lại là luân hồi chi báo.

Vì sao sự khổ lại can dự vào những hành nghiệp giải đãi, mà vọng nầy là tiểu báo sao?

Thật là cái nhân quá khứ xa vời, lý sâu xa của việc chứng ấy là hy hữu vậy.

B) Tịnh Độ Môn.

1. Cơ giáo tương ưng, hai loại vãng sanh Tịnh Độ Môn là: hồi hướng những hành nghiệp của đời này, nguyện cho đời sau vãng sanh về Tịnh Độ; nơi Tịnh Độ thực hành đầy đủ Bồ Tát hạnh, để thành Phật vậy.

Môn này khế hợp với căn cơ của thời mạt pháp, thật là tuyệt diệu vậy.

Ở trong môn này lại chia ra làm 2 loại: một là Chư hành vãng sanh; hai là Niệm Phật vãng sanh.

a) Chư hành vãng sanh

Hoặc hiếu thuận với cha mẹ; hoặc phụng sự Sư trưởng; hoặc giữ 5 giới, 8 giới; hoặc thực hành bố thí, nhẫn nhục, cho đến hồi hướng tam mật[6], nhất thừa chi hạnh, cầu nguyện vãng sanh về Tịnh Độ.

Những điều như thế này chẳng thể chẳng vãng sanh. Tất cả hành đều là việc thực hành của Tịnh Độ vậy.

Nhưng mà điều này là sự thực hành của chính mình để cầu vãng sanh về Tịnh Độ. Gọi đây là "Tự lực vãng sanh", nếu hành nghiệp sơ suất; tức khó được vãng sanh, không thể cần đến Bổn Nguyện của A Di Đà Phật thì ánh sáng của sự nhiếp thủ chẳng chiếu đến nơi ấy vậy.

b) Niệm Phật vãng sanh

Niệm Phật vãng sanh là: xưng danh hiệu của Đức Phật A Di Đà, mà nguyện vãng sanh vậy.

---

[6] thân mật, khẩu mật, và ý mật điều tương ưng với nhau.

Nguyện này chính là Bổn Nguyện của vị Phật kia. Gọi tên là: "Chánh Định nghiệp"; nhờ vào nguyện lực tiếp dẫn kia của Đức Di Đà; nên gọi là "tha lực vãng sanh."

Phàm xưng danh hiệu, nếu nói "vì sao phải khế hợp với Bổn Nguyện của vị Phật kia?" Việc này phát khởi là do nhân duyên ngày xưa ở nơi Đức A Di Đà Như Lai lúc chưa thành Phật, tên là Tỳ Kheo Pháp Tạng; thuở ấy có vị Phật hiệu là Thế Tự Tại Vương.

Tỳ kheo Pháp Tạng đã phát tâm Bồ đề, cho biết về quốc độ thanh tịnh, vì muốn lợi ích chúng sanh nên đối trước Phật thưa rằng: "Con nay phát tâm Bồ đề muốn kiến lập quốc độ thanh tịnh, nguyện Phật vì con hãy chỉ chỗ rộng rãi trang nghiêm vô lượng diệu hạnh của nước Phật kia."

Lúc bấy giờ đức Thế Tự Tại Vương Phật liền vì đó rộng nói 210 ức thanh tịnh Phật quốc độ, sự lành dữ của trời người, thô diệu của các quốc độ; nên theo tâm nguyện này, tức hiện ra cùng.

Tỳ Kheo Pháp Tạng nghe thấy điều này mà bỏ qua việc ác lấy việc thiện, xả bỏ việc thô, nguyện với việc diệu.

Ví như có 3 đường ác của các nước; tức xa lìa chẳng giữ lấy. Thế giới nào không có 3 đường ác, mới nguyện giữ lấy. Ngoài lời nguyện ấy ra; nên có thể rõ biết điều này. Cho nên từ trong 210 ức Tịnh Độ của chư Phật, tuyển ra thù thắng này và kiến lập nên thế giới Cực Lạc.

Giống như cành liễu nở hoa anh đào. Hai việc thấy cây liễu đều cùng sự thấy liên hệ thanh tịnh.

Người chọn lựa là chẳng phải chỉ một đời của sự tư duy cho đến trải qua 5 kiếp của thời gian tư duy.

Nguyện thiết lập quốc độ vi diệu trang nghiêm như thế lại càng tư duy thêm: "Kiến thiết quốc độ, vì dẫn đạo chúng sanh; quốc độ tuy diệu, nếu chúng sanh khó sanh thì liền dùng đến ý thú của đại bi đại nguyện.

Do đây mà lúc biệt nhơn của việc quyết định vãng sanh Cực Lạc là tất cả các hạnh, tất nhiên hầu hết chẳng dễ. Nếu giữ hiếu dưỡng với cha mẹ; tức chẳng hiếu với người khó sanh; nếu dùng sự đọc tụng Đại Thừa thì liền đó người không mong cầu chẳng rõ biết câu văn. Nếu định bố thí, trì giới lấy làm nhơn; tức keo kiệt tham lam, bị rò rỉ phía trước việc phá giới. Nếu dùng sự nhẫn nhục, tinh tấn làm nghiệp thì người ấy liền sân si, giải đãi là những loại bị xả bỏ.

Ngoài tất cả các hạnh, lại là tất cả đều như vậy. Nguyên nhân này là làm cho tất cả thiện ác của phàm phu được bình đẳng vãng sanh, cùng chung phát nguyện, tuy dùng xưng niệm A Di Đà 3 chữ danh hiệu là biệt nhơn của sự vãng sanh.

Thời gian 5 kiếp, sau đó tư duy điều này sâu xa, đầu tiên dùng nguyện thứ 17 để phát nguyện, là nguyện "chư Phật xưng tán tên tôi." Nguyện này nên sâu được ý này.

Muốn dùng danh hiệu để phổ độ chúng sanh, nên thệ nguyện rằng "xưng dương danh hiệu" vậy.

Thế nhưng ý của đức Phật chẳng phải vì danh dự, khiến cho chư Phật xưng dương, có phải vì việc gì quan trọng chăng?

Đáp:

Như Lai tôn hiệu thậm phân minh
Mười phương thế giới đều lưu hành
Thường hay xưng danh đều được vãng
Quan Âm Thế Chí tự lai nghinh.

Điều này là ý đó vậy!

Thứ đến, phát lên lời nguyện thứ 18 "niệm Phật vãng sanh" nói rằng "dẫn đạo 10 niệm cho người" thành thật thay!

Suy nghĩ từng ly thì lời nguyện này thật là sâu xa rộng lớn vậy.

Danh hiệu gồm có 6 chữ, tuy là vui riêng, mang đến sự dễ dãi phía trước; xưng này chẳng đơn giản khi đi, đứng, ngồi, nằm. Làm việc này không nghi ngờ thời gian nơi chốn của các duyên; chẳng phân biệt tại gia hay xuất gia; hoặc nam, hoặc nữ, già trẻ hay người lành dữ. Người nào thấu rõ được điều này!

Phật kia trung nhơn lập thệ rộng
Nghe danh niệm ta đều đến đón
Chẳng quản nghèo nàn hay giàu có
Cũng chẳng người thấp hoặc tài cao
Chẳng phải đa văn giữ tịnh giới
Chẳng phải phá giới tội căn sâu
Hay dùng hồi tâm niệm Phật nhiều
Có thể làm ngói sỏi biến thành vàng.
(Ngũ hội pháp sự tán)

Ý này lành thay!

Đây nghĩa là "niệm Phật vãng sanh"

2. So sánh 2 loại vãng sanh

Long Thọ Bồ Tát nói trong "Thập Trụ Tỳ Bà Sa Luận" (Phẩm Dị Hành) rằng:

Người hành đạo là người có nan hành đạo và có dị hành đạo.

Nan hành đạo là người giống như đi chạy bộ trên con đường; còn dị hành đạo chỉ tin nhơn duyên với Phật để vãng sanh về Tịnh Độ.

Nan hành đạo là Thánh Đạo Môn, dị hành đạo là Tịnh Độ Môn vậy.

Nghĩa là: nhập Tịnh Độ Môn. Người tu các hạnh để vãng sanh. Như ở biển lên thuyền chẳng được thuận gió, bỏ sức chèo chống, ngược sóng mà lên, song qua khỏi giữa sóng gió.

II/ Chuyên tạp nhị tu

1) Tiêu đề tổng quát

Thứ đến tựu chung sự niệm Phật này là cửa ngõ vãng sanh, phân làm chuyên tu, tạp tu hai hạnh.

a) Chuyên tu

Chuyên tu là tùy nơi tâm phát nguyện sanh về Cực Lạc, sau đó tin tưởng phát khởi quy thuận với Bổn Nguyện, chỉ hành niệm Phật nhất hạnh, tơ hào chẳng hành tạp dư vậy, chẳng trì chú này kia; chẳng niệm ngoài Phật Bồ Tát khác. Chỉ xưng danh hiệu Di Đà, một mặt niệm, chỉ một Phật Di Đà. Đây gọi là "chuyên niệm."

b) Tạp tu

Tạp tu nghĩa là tuy niệm Phật là chánh, lại thực hành cùng việc khác, kiêm luôn việc hành nữa.

c) Hai việc tu này được mất

Ở trong hai việc này lấy chuyên tu làm hơn. Đây gọi là đã xong rồi lời nguyện thiên về Cực Lạc, ngoài việc niệm đến giáo chủ cõi kia ra, vì sao lại là việc tạp tha vậy?

Mạng người như điện sáng sương mai, thân này như cây chuối nổi trôi, cần dùng một đời khuyên tu, xa lìa năm cõi vốn là nhà. Há có thể kiêm thêm những sự thực hành khác sao!

Chư Phật Bồ Tát kết duyên với ta, vả lại thời gian theo tâm sớm cúng dường. Kinh điển lớn nhỏ nghĩa lý; vả lại chờ đợi buổi tối của bách pháp minh môn.

Nguyện một cõi, niệm một Phật. Ngoài điều này chẳng thể có được sự dụng công vậy.

Chỉ vào cửa ngõ niệm Phật, dụ như người kiêm việc thực hành, tìm nơi ý này, mỗi sự chấp trước về Bổn nghiệp, nên khó xả vậy.

Hoặc mang một thừa, người thực hành tam mật, mỗi mỗi đều hồi hướng về việc thực hành này, chẳng thay đổi chí nguyện của việc nguyện sanh Cực Lạc, kiêm thêm việc niệm Phật để tu việc nầy, không phải quá lắm vậy.

Chẳng thẳng đến khuyến khích thuận theo Bổn Nguyện niệm Phật dị hành (dễ làm), thường giản biệt Bổn Nguyện mà kiêm luôn những việc thực hành khác là không lý do vậy.

Nương vào điều này Thiện Đạo Hòa Thượng nói rằng: "bỏ chuyên, tu tạp, trong 1000 người, chẳng có một người được sanh. Nếu người chuyên tu trăm người liền trăm người sanh; ngàn người liền sanh ngàn người."

Lại nói rằng:

Cực Lạc vô vi Niết Bàn giới
Tùy duyên tạp thiện sợ khó sanh
Cho nên như lai tuyển yếu pháp
Dạy niệm Di Đà chuyên lại chuyên
Ngờ theo duyên mà làm tạp thiện
Chấp bổn nghiệp kia làm ý vậy.

Giống như cung sĩ thì làm quan, thân cận vua chúa mà gửi thân vào; nên một lòng tận tụy trung tiết, như thế mới được gần gũi đức vua. Nếu lại có ý xa rời người; tức là người này gặp vua mong được ban thưởng; nên biết trực tiếp phụng sự, tốt xấu rõ ràng; hai tâm cùng một tâm, thiên địa thay đổi.

Tựu chung việc này hoặc có người nghi hỏi rằng: "Dụ như có người, lập niệm Phật thực hành, mỗi ngày xưng niệm một vạn lần rồi hết ngày lại đi chơi, ban đêm thì ngủ nghỉ. Lại có một người cùng niệm một vạn biến, sau đó tụng kinh, niệm nhiều tiếng Phật, bên nào hơn đây?

(Pháp Hoa) gọi câu văn là vãng An Lạc. Đọc điều này, chẳng cùng với sự đi chơi vậy.

Dược Sư lại còn có tám Bồ Tát dẫn đạo, niệm đến việc này há giống không có mắt sao! Rồi đọc nghĩa kia của chuyên tu, ngờ vực nghĩa nầy là tạp tu, chưa được ý này chăng?

Nay đè việc này xuống; dụ như dùng chuyên tu làm việc chính.

Điều này là: Bổn lai đều là phàm phu của cõi trược, gặp việc nhiều chướng vậy. A Di Đà Phật soi xét việc này, dạy cho con đường dễ thực hành.

Cuối ngày của kẻ vui chơi là kẻ tăng thêm sự tán loạn vậy. Chung quy khi đêm về ngủ nghỉ là người tăng thêm việc ngủ nghỉ vậy. Đây đều là chỗ làm của sự phiền não, khó dứt, khó nép. Nếu người dừng sự vui chơi, liền nên niệm Phật. Nếu người say ngủ nghỉ, nên suy tư đến Bổn Nguyện, chẳng lìa hạnh chuyên tu. Niệm một vạn biến, sau đó trì niệm kinh khác, Phật khác; chỗ nghe tuy xảo, mà người niệm Phật, ai hạn định cho một vạn biến?

Nếu siêng năng là cơ duyên, cuối ngày xưng danh, chấp niệm thù thắng, liền nên xưng Di Đà danh hiệu; hướng đến bổn tôn, liền nên ngưỡng vọng đến hình tượng Di Đà; nên trực tiếp chờ đợi Di Đà đến đón, tại sao lại chờ đợi 8 vị Bồ Tát để chỉ đường làm gì nữa? Nên chuyên nương tựa vào Bổn Nguyện làm dẫn đạo, chẳng phiền tích chứa một thừa công năng.

Hành giả căn tánh có thượng, trung, hạ. Thượng căn là cả đêm lẫn ngày đều xưng niệm Di Đà, hà cớ niệm Phật khác sao!

Nên suy nghĩ sâu xa, chẳng thể khinh suất hoài nghi vậy!

d) Niệm Phật vãng sanh có 3 tâm

1) Tiêu đề tổng quát

Lại nói niệm Phật nên đầy đủ 3 tâm. Nên xưng danh hiệu, ai là người chẳng đầy đủ lấy công phu một niệm, 10 niệm?

Thế mà việc vãng sanh cực hy hữu. Điều này tức là cái nhân chẳng đầy đủ 3 tâm vậy. "Quán Vô Lượng Thọ kinh" nói: "Đầy đủ 3 tâm, tất sanh nước kia."

Ngài Thiện Đạo giải thích rằng: "Đầy đủ 3 tâm này, tất sanh vào nước kia vậy; nếu thiếu một tâm, tức chẳng được sanh." Ở trong 3 tâm ấy nếu thiếu một tâm, chẳng thể vãng sanh.

Người trong đời này xưng niệm Di Đà danh hiệu tuy có nhiều người nhưng chẳng được vãng sanh, vì chẳng đầy đủ 3 tâm này vậy phải nên biết.

2) Tâm chí thành

Ba tâm này gồm: một là tâm chí thành. Đây chính là tâm chơn thật vậy.

Phàm kẻ nhập đạo trước tiên nên phát tâm chơn thật, nếu tâm này không chơn thật thì đường này khó tiến. Ngày xưa Đức Phật A Di Đà lập hạnh Bồ Tát, kiến lập cảnh giới Tịnh Độ, liền phát tâm chân thật vậy.

Nhơn đây muốn sanh nước kia lại nên phát nguyện tâm chân thật. Tâm chơn thật nầy nên xả bỏ tâm chẳng chơn thật mà hiện ra tâm chơn thật.

Nếu điều này, tâm kia không có lòng nguyện sâu xa về cõi Tịnh Độ thì gặp người mà nói nhơn do nguyện sâu thì trong tâm tham trước sâu dày nay sanh là danh lợi. Ngoại tướng hiển hiện thái độ yếm thế. Bên ngoài thể hiện có tâm lành với tướng tôn quý; nhưng bên trong thì lại chẳng lành, tâm ấy lại buông lung. Đây gọi là tâm hư giả. Tướng ấy lìa khỏi tâm chân thật, sự bay bổng ấy tất thành tâm chân thật. Nên rõ biết!

Người ác giải thích nghĩa này, vạn sự chẳng thể có ý dốc lòng, mà trở nên hư giả. Ở nơi thân nên kiêng sợ, nên xấu hổ về việc này. Lại chỉ cho người rõ biết. Ngược lại giới thiệu sự lười biếng buông lung chẳng tàm, chẳng quý.

Nay nói "tâm chơn thật" là cầu về Tịnh Độ, xa lìa uế độ; nên phải có chơn thật tâm vậy. Chẳng phải thế tức hiển bày cái xấu hổ ra vậy.

Nhơn sự tùy duyên, nên sâu châm chước. Ngài Thiện Đạo giải thích rằng: "Chẳng được bên ngoài hiện ra tướng hiền thiện tinh tấn mà bên trong lại hư giả."

3) Thâm tâm

Hai là thâm tâm; tức là tín tâm vậy.

Trước tiên nên rõ biết tín tâm là tướng.

Nói tín tâm nghĩa là người có thâm tín, nói mà không có sự nghi ngờ vậy.

Giống như có người tâm địa đoan chánh, quá ư lành sâu, vì ta dạy bảo, gần gũi chỗ thấy sự việc mà chỉ cho: "Nơi này có núi; chỗ kia có sông," nương tựa sâu xa việc này, tin điều này rồi dạy cho sau đó. Lại có người nói rằng: "Ở đó không sao, không có núi lại chẳng có sông" mà ta thì không dao động, do đó tất cả đều là hư vọng vậy; nên người ấy mới nói sự việc như thế. Từ đó về sau liền có 100 hay 1000 người nói nữa.

Thật ra chẳng thể dùng được. Đầu tiên của sự nương nhờ thâm sâu là chỗ nghe thấy. Điều này nghĩa là "tín tâm".

Nay tin nơi Đức Thích Ca nói, tin vào lời thệ nguyện của Ngài Di Đà, không có 2 tâm, lại nên như thế.

Nay chung cuộc thì tín tâm này lại có 2 loại.

a1) một là tin "thân ta do tội ác sanh tử phàm phu, nhiều kiếp đến nay, thường hay bị chìm đắm và lưu chuyển, chưa có nhơn duyên ra khỏi."

b1) hai là quyết định tin sâu: "A Di Đà Phật với 48 lời nguyện, nhiếp thọ chúng sanh, chẳng nghi chẳng lo, nương vào nguyện lực kia, nhất định được vãng sanh."

Người đời thường nói: "Không thể không tin lời nguyện của Phật, mà so lường thân ta, tội chướng chứa nhiều, tâm lành ít khởi, tâm thường tán loạn, khó được nhất tâm, thân luôn giải đãi, chẳng hay tinh tấn, Phật nguyện tuy sâu, làm sao đón thân này được?"

Điểm này gần với hiền (thánh), chẳng khởi kiêu mạn, không có tâm cống cao, mà còn hoài nghi lực bất tư nghì của Di Đà là tội lỗi.

Đây là chẳng rõ Đức Di Đà ít có so lường của sự nhiều ít, mà dùng làm tội nghiệp của thân, khó có thể cứu độ được sao?

Duy người phạm vào tội ngũ nghịch, dụ như hay tích chứa công phu 10 niệm, trong khoảng sát na, được theo đó vãng sanh, hà huống tội chẳng phải ngũ nghịch. Công ấy đã hơn 10 niệm chăng?

Tội sâu mà nương nơi Cực Lạc thì: "bất quản phá giới tội căn sâu" (Chẳng quản phá giới gốc tội sâu): hay việc lành ít mà niệm Di Đà thì nói rằng: "3 niệm, 5 niệm, Phật sẽ đến rước."

Tuyệt không mà hèn hạ với thân này, bận rộn yếu đuối với tâm này, nên nghi ngờ Phật trí bất tư nghì.

Dụ như có người ở tại dưới thấp muốn lên bờ cao, chẳng thể leo lên bờ, có một người mạnh khỏe hơn ở trên bờ cao đó, thòng dây xuống dưới, khiến cho người ấy giữ lại rồi nói: "Ta giúp người lên trên bờ này". Nếu nghi ngờ sức lực của người chỉ dẫn kia, sợ hãi sợi dây không chắc, chùn tay lại chẳng nắm lấy dây thì chẳng thể lên trên bờ kia được.

Nói cách khác, thòng tay để lấy, tức thì liền được lên bờ.

Nghi về năng lực của Đức Phật, người ấy không nương tựa vào nguyện lực giống như co tay chẳng nắm lấy dây thừng thì khó có thể đến được bờ giác ngộ.

Chỉ có tín tâm kia là bàn tay và sự cầm nắm ấy là sợi dây của lời thệ nguyện.

Phật lực không cùng tận vậy. Tội chướng sâu dày mà thân chẳng nặng. Phật trí vô biên; nên với những người tán loạn lười biếng cũng không bỏ sót.

Tín tâm lấy làm chính yếu. Ngoài điều này ra không quan tâm gì cả. Tín tâm là sự quyết định vậy. Ba tâm sự đầy đủ: tin tưởng đón nhận Bổn Nguyện thì người đó là thật, không phải là tâm hư giả. Chờ đợi người này ở Tịnh Độ, chẳng nghi ngờ gì, có sự nhớ nghĩ để hồi hướng.

Cho nên ba tâm ấy giống và khác nhau. Tất cả đều đầy đủ nơi tín tâm vậy.

4) Hồi hướng phát nguyện tâm

c1) Ba là "Hồi hướng phát nguyện tâm". Trong câu chữ này có thể rõ biết nghĩa ấy, chẳng phải tường thuật lại; hiện ra thiện căn của 3 nghiệp, nguyện sanh Cực Lạc vậy.

e) Giải thích về 10 niệm

Thứ đến: Bổn Nguyện văn nói rằng: cho đến 10 niệm, nếu chẳng sanh được, chẳng giữ ngôi Chánh giác.

Bây giờ tựu chung về 10 niệm này, hoặc có người nghi ngờ hỏi: "Theo Pháp Hoa thì nói là (một niệm tùy hỷ) thâm đạt chẳng phải quyền chẳng phải thật là lý; nay nói 10 niệm. Làm sao rõ biết việc này là 10 tiếng của danh hiệu?"

Giải thích điều nghi này: (theo Quán Vô Lượng Thọ kinh) phần giữa nói về tướng của người sanh về hạ phẩm hạ sanh rằng: "Tạo ngũ nghịch thập ác, hoàn toàn chẳng lành, cho đến khi lâm chung mới bắt đầu nương vào thiện tri thức qua sự khuyến khích, mới xưng 10 lần danh hiệu, liền sanh Tịnh Độ." Điều này chẳng phải do sự tịnh quán thâm niệm, duy chỉ do miệng niệm danh hiệu vậy.

Nói rằng: "Người nếu chẳng thể niệm". Lời nguyện này chẳng thể suy nghĩ sâu xa làm yếu chỉ. Nói: "Nên xưng Vô Lượng Thọ Phật." Sự khuyến khích này chỉ sâu xưng Phật hiệu vậy.

Nói: "Đầy đủ 10 niệm, xưng Nam Mô A Di Đà Phật; xưng Phật danh nên ở nơi niệm niệm ấy trừ được 84 ức kiếp tội của việc sanh tử." Nói: "10 niệm" nghĩa là chỉ xưng danh 10 lần vậy. Văn của Bổn Nguyện, chuẩn cho điều này có thể rõ biết. Hòa Thượng Thiện Đạo tâm ngộ yếu chỉ này.

Nếu ta thành Phật, 10 phương chúng sanh, xưng danh hiệu ta, ít nhất 10 tiếng, nếu chẳng được sanh, chẳng thành Chánh giác.

Nói 10 niệm nghĩa là hiển bày ý nghĩa cho việc niệm nơi miệng vậy.

f) Giải đáp những nghi vấn.

1. Lâm chung và việc niệm Phật bình thường.

a) Hoặc có người hỏi rằng: "Lực của việc niệm Phật lúc lâm chung, công đức sâu dày, 10 niệm mà tiêu được tội ngũ nghịch thì nhờ vào năng lực ấy khi lâm chung niệm Phật vậy. Còn sự niệm Phật với người bình thường thì khó có được lực này?"

Trả lời điều này: Việc niệm Phật lúc lâm chung, công đức thù thắng, thường chỉ nên rõ biết ý này.

Lúc lâm mệnh chung, trăm ngàn khổ sở tập trung nơi thân, chánh niệm dễ loạn, lúc ấy niệm Phật, làm sao có được công đức thù thắng kia?

Tựu trung ý này là: bệnh nặng, mạng mất, thân có lúc bị nguy cơ lúc ấy tín tâm tự nhiên dễ khởi lên vậy.

Gần gũi thấy người thế gian phong tục tập quán, lúc thân này bình an mạnh khỏe, thầy thuốc, thầy địa lý, tất cả đều chẳng tin. Thế mà khi bệnh, nếu nặng thì "tin vào phương pháp trị liệu này, có thể làm cho bệnh hết liền. Liền nghĩ rằng bệnh kia thật có thể hết mà miệng lại có vị đắng, thân lại càng bệnh để trị liệu. Nếu nói: "Hãy làm lễ này, có thể làm cho mạng sống kéo dài." Lại chẳng đau tiếc thật vật, lại tận lực cúng tế cầu nguyện.

Điều này nghĩa là tâm thâm sâu tiếc rẻ, thân mạng này vậy; nên khi nghe "mạng kéo dài" liền có ý tin sâu.

Niệm Phật khi lâm chung cũng vậy. Việc này rất đúng; nên có thể rõ biết.

Mạng sống truy đuổi từng sát na, biết chẳng thể tồn tại lâu hơn; tức đời sau cái khổ hiện ra; hoặc thấy xe lửa hiện ra; hoặc quỷ tốt che mắt, liền nghĩ như vậy làm sao có thể miễn trừ việc khổ này, xa rời điều lo sợ này?

Hãy nương vào lời chỉ bảo của thiện tri thức nghe 10 niệm vãng sanh, tín tâm sâu nặng lại phát lên không sao nhãng; ý không nghi ngờ về việc này vậy.

Giống như nghe "thọ mạng có thể kéo dài" mà tin nơi thầy thuốc hay thầy địa lý.

Nếu có tâm này tuy những giây phút sau cùng. Tín tâm sẽ quyết định; tức là một lần xưng, một lần niệm là công đức. Tất cả đều cùng niệm Phật lúc lâm chung.

2) Nguyện lực Di Đà và tội nghiệp của đời trước.

b) Người đời lại nói: "Tuy suy nghĩ muốn được nương tựa nơi nguyện lực của A Di Đà; nhưng mà đời trước tội nghiệp khó rõ. Như thế làm sao có thể vãng sanh dễ dàng vậy?

Nghiệp chướng có nhiều loại. Nói về thuận hậu nghiệp thì tuy chưa thọ sự tạo tác, mà nghiệp này chuyển sanh thì đời sau, đời sau nữa tất nhiên sẽ dẫn đến quả báo này.

Nhơn việc này, bây giờ tuy sanh làm người mà thân thì đầy đủ con đường ác, nghiệp ấy khó rõ. Nếu nghiệp kia mạnh mẽ thì sẽ dẫn cho sanh vào ác thú; sự vãng sanh về Tịnh Độ, khó chăng?"

Điều nghi này đương nhiên. Do bởi lưới nghi khó cắt, tự mình sinh ra vọng kiến.

Phàm nghiệp tạo giống như cái cân, sức nặng đầu tiên là sự huyên náo không yên. Nếu thân ta đầy đủ nơi cõi ác, nghiệp lực mạnh liền chẳng sanh làm người. Đầu tiên phải đọa vào ác thú vậy. Nên biết rằng việc sanh được nơi cõi người; tức tuy là thân này đầy đủ nghiệp của cõi ác, mà người mang nghiệp này; tuy yếu kém mà ở nơi nhân đạo có 5 giới. Nếu mà thường chẳng phá 5 giới, làm sao có thể phá được công đức của 10 niệm sao? Ngũ giới đó là hữu lậu nghiệp; 10 giới ấy là vô lậu công đức vậy.

Ngũ giới là không có sự cứu giúp của Phật nguyện. Kẻ niệm Phật được chỗ chỉ dẫn của Di Đà Bổn Nguyện vậy.

Niệm Phật công đức dụ như việc lành của Thập Thiện, lại cao hơn cả ba cõi của tất cả thiện căn; hà huống là 5 giới căn lành ít sao?

Đã không chướng ngại nghiệp ác của ngũ giới, thì liền chẳng có sự chướng ngại của việc vãng sanh.

3) Niệm Phật cùng với nghiệp đời trước.

c) Lại có người nói: "Ngũ nghịch tội nhơn, nương vào 10 niệm vãng sanh là do đời trước làm điều lành vậy. Chúng ta khó rõ về nghiệp đời trước, làm sao có thể vãng sanh được?"

Điều này ngờ vực ở nơi si ám; nên trở thành sự nghi ngờ này.

Việc này nghĩa là do nghiệp lành đời trước sâu dày; nên đời này lại tu thiện căn, sợ nghiệp ác; nghiệp lành đời trước ít; nên đời này ít ác nghiệp; chẳng tạo thiện căn; túc nghiệp của thiện ác; nên tình huống đời này chẳng thể biết được rõ ràng.

Thế nhưng (tạo ngũ nghịch thập ác ở trong một đời) chẳng có tâm lành, làm sao có thể rõ biết là nghiệp đời trước ít vậy?

Chúng ta tội nghiệp tuy nặng, chẳng tạo ngũ nghịch. Thiện căn tùy ít nhưng tin sâu Bổn Nguyện. Ngược lại là 10 niệm thường nương vào nghiệp lành đời trước, hà huống là hết mình xưng niệm, há chẳng nương vào nghiệp lành đời trước sao? Vì sao vậy?

Ngược lại của 10 niệm: nghĩa là trồng căn lành sâu dày ở đời trước; chúng ta một đời xưng niệm, có thế, nghĩa là thiện nghiệp đời trước mỏng chăng?

Nói "trí nhỏ hại Bồ đề" thật đây là loại ấy sao!

4) Niệm Phật cùng với nhất niệm tín tâm.

d) Người tin tưởng việc niệm Phật nói: "Con đường vãng sanh Tịnh Độ lấy tín tâm làm đầu. Tín tâm quyết định, vị tất dùng niệm Phật làm chỗ quan yếu. "Kinh" đã nói: "cho đến một niệm"; cho nên một niệm là đủ; người tích lũy nhiều lần, phản lại việc chẳng tin nơi lời nguyện của Phật vậy. Người ở nơi chẳng tin là sự giễu cợt lớn của sự sâu dày kia."

Trước tiên với người chuyên tu niệm Phật mà xả bỏ những sự tu hành của Đại Thừa; thứ đến lập nghĩa của nhất niệm, mà tự dừng ở việc thực hành niệm Phật. Thật ra đây là cảnh giới của ma được lợi, chúng sanh cuồng mạt ở đời vậy.

Hai thuyết này cộng lại sự được mất. Nói "nghiệp của sự vãng sanh, một niệm là đủ." Lý này thật như vậy; nói "tích lũy nhiều lần, chẳng tin kẻ ấy vậy." Lời nói này lệch quá.

Lấy nghĩa "nhất niệm làm ít" , mà suy nghĩ "chẳng tích lũy nhiều lần, liền lìa sự vãng sanh" thật có thể nói chẳng tin vậy."

"Nghiệp của sự vãng sanh, một niệm là đủ; thế nhưng cùng với sự hư quá này ngày đêm, thà đừng tích tụ công việc này, chẳng cần điều quan yếu sau?"

Như vậy sự tư duy mà gọi là xưng đó, tuy cuối ngày mới xưng, cuối đêm mới xưng, hơn khỏi cả công đức, trọn hiển nghiệp nhơn quyết định. Thiện Đạo hòa thượng bảo: "kiệt lực thường xưng niệm" người chẳng dùng điều này để làm sự chẳng tin.

Kẻ diễu cợt thiên lệch thật chẳng thể vậy.

Nói "nhất niệm" ở đây là theo kinh văn, kẻ không tin điều này thì chẳng tin lời Phật vậy.

Cho nên tín "nhất niệm quyết định" hãy nên một đời chưa lười niệm Phật, điều này ở đây là chánh nghĩa vậy.

g) Lời kết.

Niệm Phật nghĩa chính tuy nhiều, lược thuật như vậy.

Người thấy điều này, định cho thêm sự diễu cợt cười nhạo!

Tuy nhiên tin sự hủy báng cùng đấy làm nhơn, tất cả sẽ sanh về Tịnh Độ.

Vì chí nguyện ở đời này trong mộng hợp nhau, hãy kết duyên với đời sau để chứng trước.

Ta nếu là người sau, sẽ nhận người làm hướng dẫn. Ta nếu là người trước thì là người dẫn đạo.

Đời đời làm bạn lành, giúp nhau tu hành theo con đường Phật, đời đời làm tri thức với nhau, cùng nhau xa lìa sự mê chấp.

Bổn Sư Thích Ca tôn, bi mẫn Di Đà Phật.

Bên trái Quan Thế Âm, bên phải Đại Thế Chí.

Thanh tịnh Đại hải chúng, pháp giới Tam Bảo hải.

Chứng minh nhất tâm niệm, ai mẫn cộng thính hứa.

Thánh Giác thánh nhơn (1167-1235) trước tác, thuật lại yếu nghĩa của việc niệm Phật vãng sanh.

Sau khi Pháp Nhiên thượng nhơn (Honen Shonin) vãng sanh, nhất niệm đa niệm có nhiều dị ý nghĩa lớn mạnh. Cho đến việc Thầy lục lại nghĩa thật để bài trừ những nhà thiên chấp; nên biên thành sách này.

Đây là "sao" tức là của Thánh Giác pháp sư, Ngài soạn năm Ngài 55 tuổi. Thường hay theo Ngài Pháp Nhiên thượng nhân ở chỗ truyền thừa yếu nghĩa của việc chuyên tu niệm Phật, làm cho thêm rõ.

Nội dung này những điều quan yếu có thể nói: đầu tiên so sánh Thánh Đạo Môn cùng với Tịnh Độ Môn, dùng sự thuyết minh Tịnh Độ Môn cùng với việc này tương ứng với thời cơ của pháp môn, cải đổi ở nơi Tịnh Độ Môn, bỏ các hành, giữ lấy niệm Phật; lại chung trong sự niệm Phật, ngờ giảm bớt việc tạp tu, lấy chuyên tu làm hơn. Thứ đến lại nói rõ với những hành giả niệm Phật, phải đủ 3 tâm. Cuối cùng đưa ra ví dụ niệm Phật vãng sanh có 4 loại nghi nan mà giải thích thêm cho rõ ràng.

Dịch xong phần này vào lúc 16 giờ ngày 9 tháng 8 năm 2023 Tại Phương Trượng Đường Tổ Đình Viên Giác, Hannover, Đức Quốc.

PHỤ LỤC:

TỊNH ĐỘ TÔNG NHẬT BẢN - Chương I

Nguyên tác: Kakehashi Jitsuen

Việt dịch: Thích Như Điển

I. Những Trước Tác Chính Yếu

I.1 Tịnh Độ Thật "Giáo Hạnh Chứng Văn Loại" [7]

Tác phẩm "*Ngự Bổn Điển*" còn gọi là "*Giáo Hành Chứng Văn Loại*" cũng gọi là "*Giáo Hành Tín Chứng*". Năm Nguyên Nhân nguyên niên[8] Ngài được 52 tuổi bắt đầu biên soạn tác phẩm nầy. Điều chắc chắn tác phẩm được biên soạn ở tại Kanto vì sau khi Ngài trở về, dù tuổi đã 63 nhưng Ngài nhuận văn lại thật gọn gàng lưu loát, có lẽ đến năm Ngài 74, 75 tuổi, tác phẩm nầy hoàn thành một cách tuyệt hảo. Ngay cả, mãi về sau vẫn còn gọt dũa lại những chỗ khác cho tinh tế hơn

[7] Gồm 6 quyển

[8] Năm 1224

và kéo dài cho đến năm 80 tuổi. Thế nhưng, ngày nay duy nhất chỉ còn lại có một bản, chính tay Ngài chép thờ tại chùa Đông Bổn Nguyện[9]. Đúng ra, nữa đời còn lại của mình, Thân Loan tư duy thật kỹ về Niềm Tín và Hạnh Nguyện biên soạn tác phẩm nầy. Nói như thế không ngoa chút nào!

Trong đó, giáo nghĩa của Tịnh Độ Chơn Tông trình bày bốn pháp hồi hướng bằng hai loại văn; một loại văn đặc biệt và một thể loại bình giảng để làm rõ nghĩa thêm. Hơn nữa, trong đó, bổn nguyện và cứu độ cuả Phật A Di Đà được biểu hiện qua giáo lý hồi hướng. Có hai loại hình thức hồi hướng đó là: Vãng Tướng hồi hướng và Hoàn Tướng hồi hướng.

Vãng Tướng nghĩa là để được thoát ra cảnh giới mê muội vãng sanh về Tịnh Độ, tất cả chúng ta phải hành bốn pháp Giáo, Hạnh, Tín, Chứng. Còn Hoàn Tướng nghĩa là một khi khởi tâm đại bi, liễu đạt trí tuệ, giác ngộ viên mãn, dù đang Tịnh Độ, thấy sự khổ não của con người, phát nguyện trở lại cứu độ chúng sanh. Có thể nói rằng đó là kết quả huân tập đầy đủ lòng từ sau khi chứng quả. Vì vậy, dù vãng tướng của chúng ta hay hoàn tướng của Bồ Tát ở cõi Tịnh Độ cũng xuất phát từ nguyện lực của Đức Phật A Di Đà mà thị hiện lên. Việc căn bản nhất là chúng ta phải hồi hướng đến bổn nguyện lực của Như Lai qua hai tướng được chia ra rõ ràng.

Như "Giáo Hạnh Chứng Văn Loại" cho biết, bổn nguyện của Đức Phật A Di Đà là khuyến tấn chúng sanh mau giác ngộ ra khỏi sanh tử mê lầm. Trước tiên, đức Thế Tôn giảng bổn nguyện của Phật A Di Đà đối với chúng sanh trong mười phương ở trong kinh "*Đại Thừa Vô Lượng Thọ*" về sau "*Giáo Văn Loại*" bình giảng giáo lý ấy rõ hơn và hướng dẫn pháp

[9] Higashi Hongaji

môn niệm danh hiệu "Nam Mô A Di Đà Phật" và thực hành một cách chân thật về việc nầy. Tiếp theo "Hành Văn Loại" bình giải thêm và lý giải rằng kẻ phàm phu chỉ niệm Phật nơi miệng, nhưng những kẻ ấy dù không thực hành vẫn được Đức Phật A Di Đà tiếp dẫn hóa độ. Điều nầy minh chứng hạnh nguyện cao cả và ý nghĩa của Như Lai.

Không nghi ngờ gì nữa về hạnh nguyện của Như Lai, cho nên có tín thọ chân thật mới có được lợi lạc. "Tín Văn Loại" cũng có dạy rằng tín tâm từ Như Lai mà phát sinh cho nên phải có tâm hồi hướng về bản thể, Phật tâm, Đại Bồ Đề Tâm. Hơn nữa đây cũng chính là nhơn giác ngộ và điều nầy hiển bày giáo lý Tịnh Độ qua: Tín, Tâm, Chứng và Nhơn. Đồng thời ai đặt niềm tin vào bổn nguyện mà niệm Phật mỗi khi ngồi xuống, liền được ánh sáng quang minh của Đức Phật A Di Đà đến tiếp dẫn, liên tục hộ trì, sẽ được thành Phật từ thân thể phàm phu nầy và làm bạn với các bực Thánh. Vị trí ấy gọi là "Chánh Định Tụ". Ai đạt được "Chánh Định Tụ" sau khi mạng chung trong đời nầy, liền được Đức Phật A Di Đà tiếp dẫn về cảnh giới giác ngộ, được vãng sanh về cõi Tịnh Độ chơn thật (báo độ), rốt ráo thành Phật gọi là vãng tướng chứng quả. Những bậc Thánh hoàn toàn giác ngộ ấy thấy những kẻ phàm phu còn mê mờ như chúng ta liền khởi tâm đại bi để cứu độ gọi là hoàn tướng chứng quả. Điều nầy được ghi rõ trong "Chứng Văn Loại".

Hơn nữa cả hai vãng tướng và hoàn tướng đều phát xuất từ tâm Như Lai chân thật và trở về với thế giới Tịnh Độ ghi rõ trong tác phẩm "Chơn Phật Độ Văn Loại". Giáo lý Phật đà rất chân thật rõ ràng nhưng khi truyền trao qua nhiều thế hệ; không sao tránh khỏi là chỗ dựa của các ngoại đạo tà giáo. Cũng vì ngoại đạo tà giáo ấy cho nên các bậc Tổ Đức mới giảng dạy lý chân thật và dùng những phương tiện có tính cách giáo dục để hóa độ bằng "Thánh Đạo Môn, Yếu

Môn và Chơn Môn". Ý nghĩa đó chính là quyển "Hoá Thân Độ Văn Loại".

Tác phẩm "Giáo Hạnh Chứng Văn Loại" gồm có Giáo, Hạnh, Tín, Chứng, Chơn Phật Độ, Phương Tiện Hóa Thân Độ gồm 6 quyển phân tích rất rõ ràng về quan điểm Phật giáo và Ngoại đạo tà giáo để hiển bày Thánh Điển. Phương tiện để hướng dẫn con người bỏ tà về chánh quả là việc làm vô tiền khoáng hậu cho nên sự lập giáo của Tịnh Độ Chơn Tông là xây dựng nền tảng căn bản cho Thánh Điển.

Tác phẩm "Hành Văn Loại" và tác phẩm cuối cùng "Chứng Tín Niệm Phật Kệ" có 60 hàng gồm 120 bài kệ. Nửa phần trước là Thế Tôn tán dương "Kinh Đại Thừa Vô Lượng Thọ" và giáo pháp căn bản thiết yếu. Nửa phần sau là bổn nguyện Đức Phật A Di Đà được minh chứng qua ba nước có ảnh hưởng truyền thống: Ấn Độ, Trung Quốc, Nhựt Bổn[10] và bảy vị Tổ: Long Thọ, Thế Thân, Đàm Loan, Đạo Xước, Thiện Đạo, Nguyên Tín, Nguyên Không giảng giải và liễu ngộ pháp môn Tịnh Độ.

Tác phẩm "Giáo Hạnh Chứng Văn Loại" tóm lược tất cả giáo lý Tịnh Độ Chơn Tông, những điều cương yếu và những bài thơ tán thán, ca tụng về giáo nghĩa Tịnh Độ thâm sâu.

I.2 Tịnh Độ Văn Loại Tụ Sao (1 quyển)

Tác phẩm "Giáo Hạnh Chứng Văn Loại" gọi là "Quảng Văn Loại" có 6 quyển, còn tác phẩm "Tịnh Độ Văn Loại Tụ Sao" nầy chỉ có một quyển mà thôi, cho nên gọi là "Lược Văn Loại" nhưng lại là tác phẩm quan trọng. Thật ra nội dung cũng

[10] Dịch giả: thiếu Việt Nam và Đại Hàn

giống như tác phẩm "Chơn Phật Độ Văn Loại" và "Hóa Thân Độ Văn Loại" được tóm lược nhiều phần lại. Tuy nhiên những câu văn được dẫn chứng trong đây lại là những câu văn hay và rất quan trọng. Bổn nguyện hồi hướng với hai tướng: vãng tướng và hoàn tướng được trình bày đơn giản nhưng rõ ràng vẫn nội dung là Giáo, Hạnh, Tín, Chứng. Tác phẩm "Chánh Tín Niệm Phật Kệ" giống như với "Niệm Phật Chánh Tín Kệ" đã tường thuật ở trên.

Tác phẩm "Tín Văn Loại" có 31 câu hỏi đáp giống như những đoạn hỏi đáp đã được trình bày.

Tín tâm của bổn nguyện là sự phát nguyện bằng ba trạng thái tâm Chí tâm, Tín nhạo và Dục sanh (tâm chí thành, tâm thích thú và tâm ưa muốn). Nếu không nghi ngờ nơi bổn nguyện, mà tín thọ một lòng để trở về với ba trạng thái tâm tức là nhứt tâm. Đó chính là pháp nghĩa, có những điểm rõ ràng giống nội dung của "Giáo Hạnh Chứng Văn Loại".

Tác phẩm nầy được hình thành trước hoặc sau để bình giải về "Giáo Hạnh Chứng Văn Loại". Thật ra, cần có một thời gian khá dài để viết về "Giáo Hạnh Chứng Văn Loại" sau đó thêm bớt, trau chuốt để đi đến chỗ được hoàn hảo. Còn tác phẩm nầy chỉ lược thuật về đại cương mà thôi.

I.3 Ngu Ngốc Sao (2 quyển)

Tác phẩm đầu xác định rõ vị trí của Phật Giáo là Chơn Tông và cũng giải thích việc dạy riêng ấy gọi là "nhị song tứ trọng". Đây là sự phân chia thành bốn loại: Thụ Siêu (giải thoát thẳng đứng); Thụ Xuất (ra khỏi thẳng đứng); Hoành Siêu (siêu thoát hàng ngang) và Hoành Xuất (ra khỏi hàng ngang). Những ai dùng tự lực để tỏ ngộ, hoàn thành mục đích của Thánh Đạo, thành Phật ngay bằng thân nầy giống như mở cánh cửa giác ngộ được gọi là tu pháp môn Thụ Siêu (giải thoát ngay). Còn phải trải qua nhiều kiếp tu hành và sau đó mới trở thành bậc Thánh, gọi là tu pháp môn Thụ Xuất (ra khỏi ngay). Thực tế Thụ Siêu là pháp môn, theo lý luận, có khả năng chóng thành Phật. Nhưng trên thực tế phải trải qua hằng nhiều kiếp tu hành mới được.

Vãng sanh về cõi Tịnh Độ của Đức Phật A Di Đà và mục tiêu thành Phật là pháp môn Tịnh Độ. Nhưng ở trong ấy chỉ có lòng tin về bổn nguyện tha lực để được vãng sanh về báo độ chơn thật. Ngồi đó và trở thành Phật mau chóng gọi là pháp môn Hoành Siêu (siêu thoát ngang). Có con đường thành Phật và có phương tiện hoá độ nhưng không được vãng sanh nếu không có tha lực. Tự lực chính là pháp môn Hoành Xuất (ra khỏi ngang). Trong bốn loại Phật đạo nầy, Tịnh Độ Chơn Tông chính là pháp môn Hoành Siêu. Đây chính là ước nguyện thành Phật đối với những kẻ phàm phu còn nhiều phiền não và cũng là việc tối cao duy nhất của Phật giáo. Đó cũng là một sự luận chứng cho việc giải thoát.

Tác phẩm sau dẫn dụ về "*Quán kinh Sớ*" và "*Tam Tâm Thích*" của Thiện Đạo. Ở đó giải thích một cách rõ ràng rằng người ta có thể khảo sát về Tín tâm và hành nghiệp của Tịnh Độ Chơn Tông một cách tinh tế rõ ràng.

Thật sự, tác phẩm nầy được viết vào năm nào không rõ. Vì khi nghe giảng, các đệ tử không ghi chú rõ ràng ngày tháng.

I.4 Nhập Xuất Nhị Môn Kệ

Trong tác phẩm "Tịnh Độ Luận", Thế Thân giảng về lễ bái, tán thán, phát nguyện, quán sát và hồi hướng. Thân Loan biên soạn về các pháp tự lợi và lợi tha của Ngũ Niệm Môn để được năm công đức: Cận Môn, Đại Hội Chúng Môn, Trạch Môn,

Ốc Môn và Viên Lâm Du Hý Địa Môn bằng thơ kệ để tán thán 74 hạnh chủ yếu. Ngũ Niệm Môn là giải rõ con đường Bồ Tát đạo, nguyện sanh về Tịnh Độ tự lợi và lợi tha, thế nhưng với Thân Loan, đây chỉ là "nguyện lực thành tựu về Ngũ Niệm". Khi Bồ Tát Pháp Tạng thành tựu pháp tu niệm danh hiệu "*Nam mô A Di Đà Phật*" chúng ta cũng được tự lợi và lợi tha với các đức hạnh ấy. Ngũ Niệm Môn và Ngũ Công Đức Môn là hai cửa nhập (tự lợi), xuất (lợi tha) gọi là nhị môn. Đức tính ấy được tán thán qua những câu kệ trong "*Nhập Xuất Nhị Môn Kệ*". Thế nhưng không phải chỉ có vậy mà còn kèm theo giải thích lời dạy của Thế Thân và giải nghĩa của Đàm Loan, Đạo Xước và Thiện Đạo, những người kế thừa về sau tiếp tục giải thích để tán dương công đức nầy. Thật sự không rõ tác phẩm được tường thuật và trước tác vào năm nào nhưng có thể đoán chắc rằng vào năm Thân Loan vào tuổi 83.

I.5 Tam Thiếp Hòa Tán[11]

Hòa tán có nghĩa là hòa ngữ (tiếng nói thuộc về dân tộc Nhật Bản) là những lời thơ ca tán dương công đức Chư Phật. Đặc biệt vào giữa thời kỳ Bình An (Heian) đến thời Kiêm Thương (Kamakura) lưu hành 75 loại, gồm 4 câu một khổ. Kim Dạng (Imango) là những khổ thơ dùng để tán dương công đức chư Phật, trong đó Hòa Tán của Thân Loan là một.

Hơn nữa, Hòa Tán của Thân Loan gọi là "Lời Ca Tụng Dịu Dàng". Ngày xưa hầu hết kinh điển đều viết bằng Hán Văn. Chư vị Tổ Sư bình giải thích ra lối văn nhẹ nhàng dễ hiểu. Sự thật, Hòa tán của Thân Loan chắc chắn cũng phải nương vào văn phong của những câu kinh được giải thích ấy.

[11] Chữ thiếp có nghĩa là lấy lụa để viết chữ vào lụa. Vì ngày xưa chưa có giấy

Hòa Tán của Thân Loan hơn 500 khổ thơ, trong đó có "Tịnh Độ Hòa Tán", "Cao Tăng Hòa Tán", "Chánh Tượng Mạt Hòa Tán" và đặc biệt có "Tam Thiếp Hòa Tán". Trong tu tập hằng ngày, hàng đệ tử của Chơn Tông đều dùng đến những loại nầy. Ngoài ra, còn có gần 200 khổ thơ Hòa Tán khác dùng để ca ngợi về công đức của Thánh Đức Thái Tử. "*Tịnh Độ Hòa Tán*" rất hay, "*Tán A Di Đà Phật Kệ*" của Đàm Loan cũng gọi là "*Tán A Di Đà Phật Kệ Hòa Tán*". Ba bộ kinh Tịnh Độ được soạn thành hòa tán; đó là "*Đại Kinh Tán*", "*Quán Kinh Tán*" và "*A Di Đà Kinh Tán*". Những Kinh Điển tán thán Đức Phật A Di Đà như "*Chư Kinh Hòa Tán, Hiện Thế Lợi Ích Hòa Tán*", "*Thế Chí Hòa Tán*" *v.v...*, đều được tóm gọn lại trong những lời ca tụng ấy. "*Cao Tăng Truyện*" chính là những pháp nghi của Tịnh Độ Chơn Tông được truyền qua từ Ấn Độ, Trung Quốc, Nhật Bản bởi các vị tổ sư như Long Thọ, Thế Thân, Đàm Loan, Đạo Xước, Thiện Đạo, Nguyên Tín, Nguyên Không với nội dung tán dương công đức chư Tổ. Ngoài ra, phần sau của "*Chánh Tín Niệm Phật Kệ*" tán dương ca ngợi rộng rãi bằng lối hòa tán nầy.

"*Chánh, Tượng*", "*Mạt Hòa Tán*" khi đức Thế Tôn còn tại thế chia Phật Pháp ra làm ba thời kỳ đó là: Chánh pháp, Tượng pháp và Mạt pháp. Thời kỳ nầy là thời kỳ Mạt pháp rất hiếm có người tu được chứng quả. Sống trong thời kỳ nầy, chúng ta là những kẻ phàm phu chỉ được cứu độ qua bổn nguyện của Đức Phật A Di Đà mà thôi. Bổn nguyện cứu độ ấy là niềm vui được thân nầy. Vì cảm niệm ân đức cao dày và lòng từ bi vô hạn của Như Lai; tôn kính ân đức chư vị Tổ Sư Tịnh Độ, Ngài đã sáng tác hòa tán để ngưỡng vọng và tán dương.

Nếu còn nghi ngờ về bổn nguyện, có "*Giới Nghi Tán*" [12]. Tác phẩm có 11 khổ tán thán và ngưỡng vọng Thánh Đức Thái Tử gọi là "*Hoàng Thái Tử Thánh Đức Phụng Tán*". Tất cả điều ngu muội của tự thân và suy đồi của các giới trong Phật Giáo được biểu hiện một cách bi thảm trong "*Ngu Ngốc Bi Thán Thuật Hoài*". Trong bản Hòa Tán về Thánh Đức Thái Tử còn thấy sót lại, còn thêm vào "*Thiện Quang Tự Hòa Tán*" nữa. Tất cả những hòa tán bên trên được gọi là "*Chánh Tượng Pháp Hòa Tán*". Ngoài ra, vào năm Văn Minh [13] thứ 5 Liên Như cho khắc bảng hòa tán "*Văn Minh Bản*" và cuối cùng là "*Tự Nhiên Pháp Nhĩ*" những lời dạy được gọp chung vào thành hai loại hòa tán.

Trong "*Tam Thiếp Hòa Tán*" gồm "*Tịnh Độ Hòa Tán*" và "*Cao Tăng Hòa Tán*" là những tác phẩm viết nháp lúc Thân Loan 76 tuổi; nhưng bản "*Chánh Tượng Mạt Hòa Tán*" được hình thành vào năm Ngài 85 tuổi theo thứ tự thời gian.

I.6 Ba Kinh Tịnh Độ Vãng Sanh Văn Loại (1 quyển)

Tác phẩm cũng còn gọi là "*Ba Kinh Vãng Sanh Văn Loại*" có hai bản lược giảng rộng. Bản giảng rộng có bản đính chánh, tăng thêm của phần giản lược bớt. Còn Ba Kinh Vãng Sanh gồm có: Đại Kinh Vãng Sanh, Quán Kinh Vãng Sanh và A Di Đà Kinh Vãng Sanh. Đại Kinh Vãng Sanh chính là làm hiển bày pháp nghi của sự chân thật. Quán Kinh Vãng Sanh và A Di Đà Kinh Vãng Sanh là hai bản kinh hiển thị những pháp môn phương tiện.

[12] Giới nghĩa là giải thích cặn kẻ về những điều nghi ngờ

[13] Nhằm năm 1473

"*Đại Kinh*" chính là "*Đại Vô Lượng Thọ Kinh*". Đây gọi là Kinh Chân Thật, vì lẽ Đức Thích Tôn giải thích rõ ràng lời thệ nguyện thứ 18 cứu độ chúng sanh, đặc biệt trong đó có bổn nguyện chân thật của Đức Phật A Di Đà. Kinh chân thật nầy thuộc về Giáo, nội dung vượt lên khỏi tư duy của con người, một khi đã tin và niệm danh hiệu Phật A Di Đà tức thời được thành Phật, chắc chắn đạt được ngôi vị Chánh Định Tụ, cuối cùng vãng sanh Tịnh Độ chơn thật và sẽ hoàn thành giác ngộ như Đức Phật A Di Đà. Cũng gọi là Nan Tư Nghì Vãng Sanh, bởi vì vượt lên trên trí hiểu biết bình thường và sự suy nghĩ bình thường của con người. Thế cho nên gọi là Đại Kinh Vãng Sanh. Nói rõ hơn, đây chính là hai tướng hồi hướng thuộc bổn nguyện lực gồm vãng tướng hồi hướng và hoàn tướng hồi hướng. Nội dung của vãng tướng hồi hướng là Hạnh, Tín, Chứng như đã được giải thích đơn giản rõ ràng rồi.

Quán Kinh chính là bộ kinh gồm hai phương diện của "Ẩn Ảnh" và "Hiển Thuyết" giống như Đại Kinh về pháp nghi chân thật. "Ẩn" có nghĩa là ẩn hình không nói ra. Còn "Hiển" có nghĩa là phơi bày rõ ràng. Khi tâm yên ổn quán niệm về Như Lai thì gọi là định thiện. Khi tâm tán loạn cần phải dừng những việc xấu ác lại để được thiện chính là hiển bày nguyên nhơn vãng sanh của tán loạn thiện. Đức Thích Ca Như Lai giải thích rất rõ điều nầy nơi lời nguyện thứ 19, có tính cách giáo dục cho những ai chưa thuần thục và chấp trước vào tự lực của mình. Cả những hành giả tu hành về tán loạn thiện và định thiện bằng sự tự lực khi lâm chung vẫn được chư Bồ Tát đến nghinh tiếp và nương tựa phương tiện hóa độ của Phật mà vãng sanh. Phương tiện hóa độ vãng sanh nầy cũng có thể nói là vãng sanh dưới gốc cây Sa La Song Thọ, nơi hai cây Sa La, chỗ mà Đức Thích Tôn nhập diệt lúc Ngài 80 tuổi. Kinh nầy cũng có thể nói là "Quán Kinh Vãng Sanh". Ở cõi Tịnh Độ cũng thế, Đức Phật A Di Đà vì phương tiện hóa độ để phù hợp với căn cơ trình độ những kẻ chưa thành thục phải hóa hiện ra hóa thân Phật, chẳng phải là Đức Vô Lượng Thọ Phật khi nhập diệt. Điều nầy giống như Đức Thế Tôn nhập diệt để hóa độ. Sự nhập diệt của Ngài như ta thấy là sự vãng sanh mà sự vãng sanh ấy xảy ra nơi Sa La Song Thọ.

Cả Kinh A Di Đà lẫn Quán Kinh đều giống nhau chỗ ẩn và hiển. Ẩn hình có nghĩa là chư Phật tán thán việc niệm Phật vãng sanh nhờ vào tha lực. Đây là điều dạy có tính cách bí mật. Còn hiển có nghĩa là dùng tự lực để niệm Phật. Hẳn nhiên, còn nhiều nghi vấn về tự lực niệm Phật và tha lực của bổn nguyện nhưng chính mình cứ nổ lực tu hành qua pháp xưng danh hiệu, qua việc tích chứa công đức và qua công đức niệm Phật, Như Lai sẽ đến cứu độ. Đây gọi là sự niệm Phật với tâm nghi ngờ.

Lại nữa với những ai tinh thần được tập trung và tâm không loạn động, phút lâm chung vẫn tiếp tục xưng niệm danh hiệu, chắc chắc được tiếp dẫn vãng sanh về Tịnh Độ theo công đức tu tập dày mỏng qua niềm tin và hạnh niệm Phật. Thế nhưng cõi Tịnh Độ hiện bày trước mắt không phải là cõi Tịnh Độ chơn thật, mà chính đó là hóa thành và thai cung được biểu hiện qua hóa độ. Kẻ vãng sanh qua phương tiện hóa độ chính họ mong muốn Đức Như Lai trợ giúp giáo hóa; vì chính họ không có khả năng tự lực. Thân Loan gọi sự vãng sanh bằng phương tiện hóa độ nầy là “Nan Tư Vãng Sanh” [14] và cũng gọi là “A Di Đà Kinh Vãng Sanh”. Khi gặp pháp chơn thật và Nam mô A Di Đà Phật là dựa vào tâm bổn nguyện ấy và chính tự lực xưng niệm của kẻ kia được vãng sanh nên gọi là Nan Tư Nghì Vãng Sanh và ở đây chữ “Nghì” được lược bớt đi.

[14] Vãng sanh khó nghĩ bàn

Giáo lý chân thật của Tịnh Độ Chân Tông và giáo lý phương tiện hóa độ được trình bày lại một cách dễ hiểu qua "Giáo Hạnh Chứng Văn Loại" gồm năm quyển phía trước. Đồng thời "*Đại Kinh Vãng Sanh*" cũng được tóm tắt nội dung trong tác phẩm "*Hóa Thân Độ Văn Loại*" cũng như được giải thích rõ ràng ở các kinh "*Quán Kinh Vãng Sanh*" và "*A Di Đà Kinh Vãng Sanh*".

I.7 Tôn Hiệu Chơn Tượng Minh Văn (2 quyển)

"Tôn Hiệu Chơn Tượng Minh Văn" là bình giảng rộng hơn của hai tác phẩm "Tôn Hiệu" cũng có nghĩa là "Danh Hiệu". "Chơn Tượng" giải thích những bức tượng của chư vị Tổ sư vẽ bằng mực và "Minh Văn" là những bài viết bên trên hay bên dưới những bức họa trong đó có những bài văn và kinh luận nhằm để tán thán ca ngợi chư vị Tổ sư, như dưới các bức họa của Long Thọ và Thế Thân. "*Tôn Hiệu Chơn Tượng Minh Văn*" là những lời giải thích một cách đơn giản dễ hiểu tập trung những lời văn ca tụng ở dưới những bức họa ấy.

"*Tôn Hiệu*" cũng được hiểu là chính Thân Loan nói trong "*Ngu Ngốc Thân Loan Kính Tín Tôn Hiệu*" . Bản thân Thân Loan kính tín bổn tôn và tôn xưng bổn tôn ấy nên viết "*Danh Hiệu Bổn Tôn*". Thân Loan tự tay mình viết danh hiệu bổn tôn gồm 10 chữ đó là "Quy Mệnh Tận Thập Phương Vô Ngại Quang Như Lai" và 8 chữ: "Nam Mô Bất Khả Tư Nghì Quang Phật" hoặc 6 chữ: "Nam Mô A Di Đà Phật" vẫn còn tồn tại cho đến ngày nay. Thế nhưng ở đây còn thấy được thêm về những chú thích của minh văn nữa. Chắc rằng 10 chữ được truyền lại ở chùa Chuyên Tu thuộc Bổn Sơn Takada minh chứng cho điều ấy. Thế nhưng chân tượng lại chỉ cho cái gì đó thật ra không ai rõ, hoặc giả trong đó có thể hiểu là những bài viết hoặc bức họa thuộc Quang Minh Bổn Tôn chăng? Thế nhưng có một đoạn chú thích ở "Hòa Triều Ngu Ngốc

Thích Thân Loan Chánh Tín Kệ Văn" và "Chánh Tín Kệ" cũng có thể là bức vẽ vào lúc Ngài đã 83 tuổi gọi là "An Thành Ngự Tượng" hình nầy có thể thuộc về hệ thống ấy.

Tác phẩm nầy tóm lược còn một quyển và bản lớn có hai quyển được tăng thêm và bản lược không còn nữa như "Thủ Lăng Nghiêm Kinh" và "Thập Trụ Tỳ Bà Sa Luận" cùng với "Tịnh Độ Luận" và những bài văn lễ tán dương công đức Thánh Đức Thái Tử. Hiện còn đúng dấu tích là bản lược lúc Ngài 83 tuổi, giống như chân tích của bản lớn vào năm Ngài 86 tuổi.

I.8 Nhứt Niệm Đa Niệm Văn Ý

Với Thân Loan - Văn ý gồm hai tác phẩm "*Niệm Đa Niệm Văn Ý*" và "*Duy Tín Sao Văn Ý*". Quyển đầu giải thích những thể tài trong quyển "Nhứt Niệm Đa Niệm Phân Biệt Sự" của Loan Khoan và quyển sau là "Duy Tín Sao" của Thánh Giác. Vì hai tác phẩm nầy dùng ý văn để bình chú những quyển trên nên gọi là "*Văn Ý*".

Thân Loan, học trò của Pháp Nhiên cho nên đặc biệt đối với hai tác giả trên, rất tôn kính vì chân ý của Pháp Nhiên được truyền trì lại. Những thư từ sách vở của hai vị nầy được những học trò đệ tử giữ gìn rất trang trọng. Đương thời "*Nhứt Niệm Đa Niệm*" được bàn luận rất sôi nổi. Hơn nữa có sự phê bình rất cao về tín tâm của bổn nguyện cũng như phương pháp tiếp nhận pháp môn niệm Phật được những môn đệ ở Kanto viết rất rõ trong "*Nhứt Niệm Đa Niệm Phân Biệt Sự*". Trong đó, cũng có trích dẫn những lời văn chú thích của các kinh và được thêm vào trong tác phẩm nầy.

Thế nhưng, khi xem nội dung nửa phía trước của "*Nhứt Niệm, Đa Niệm*" cũng không khác mấy với sự quyết định vãng sanh với một niệm được chứng minh qua 14 chữ. Đặc biệt,

Pháp Nhiên hay Long Khoan chẳng những không buông bỏ niềm tin của một niệm mà còn tin mạnh hơn nữa. Họ giải thích rõ ràng hơn về quan điểm "*Hiện Sanh Chánh Định Tụ*" mà tư tưởng và vị trí của Thân Loan được biết rõ tại điểm quan trọng nầy. Nửa phần sau của "*Đa Niệm*" cũng nói về đa niệm vãng sanh, chẳng sai biệt tí nào. Với việc nầy, lấy ra 8 chữ để chứng minh. Như vậy từ Thân Loan, sự truyền thừa về những pháp nghĩa của việc chuyên tu niệm Phật dầu là "*Nhứt Niệm Vãng Sanh*" có phủ định về đa niệm vãng sanh và ngược lại đa niệm vãng sanh cũng có phủ định nhứt niệm vãng sanh; nhưng đó là điều chẳng phải đáng nói mà nhứt đa (một hay nhiều) cũng mang được bổn nguyện của kẻ tín tâm niệm Phật và việc nầy Pháp Nhiên đã kết luận nơi "*Niệm Phật Vãng Sanh*" rồi.

Bản viết tay nguyên thỉ của Thân Loan là bản còn giữ lại được nơi Đông Bản Nguyện Tự (Higashi Honganji). Đó chính là lúc 85 tuổi vào năm Khang Nguyên[15] thứ II viết ra. Thế nhưng đến năm Kiến Trường thứ 8 dưới hình của Tánh Tín (Thiện Loan nghĩa tuyệt trạng)[16] đã được viết ra. Đây chính là được viết trước đó, phải rõ như vậy. Đối với sách nầy "*Nhứt Niệm Đa Niệm Chứng Văn*" là tựa sách được viết vào thời Thất Đinh và tên gọi nầy chỉ có một quyển mà thôi.

I.9 Duy Tín Sao Văn Ý (1 quyển)

Một trong những cao đệ thuộc hàng đệ tử lớn của Pháp Nhiên là Thánh Giác (Seikaku), người trích dẫn và chú thích những bản kinh trọng yếu trong "*Duy Tín Sao*". Khi Thân Loan còn ở Kanto, Thánh Giác trực tiếp viết quyển "*Duy Tín*

[15] Nhằm vào năm 1257

[16] Thơ gởi cho con trai là Thiện Loan, đoạn tuyệt tình nghĩa cha con

Sao" nầy và gởi cho Thân Loan. Thỉnh thoảng các môn đệ ở Kanto cũng đọc và viết trả lời lại. Thực sự, các môn đệ của Thân Loan đọc rất nhiều lần và thuộc làu tác phẩm nầy. Bởi vì "*Thán Dị Sao*" những lá thơ họ viết đều có phần nào ảnh hưởng tác phẩm nầy.

Về chú thích - đầu tiên nói về tựa đề "*Duy Tín Sao*". Vì đây là một tác phẩm nhằm giải thích tỉ mỉ những câu văn đã được trích dẫn, mà những trích dẫn ấy là những câu văn trong "*Ngũ Hội Pháp Sự Tán*" của Pháp Chiếu (Hotsusho), "*Văn Pháp Sự Tán*" của Thiện Đạo và kinh văn của ba tâm thuộc "*Quán Kinh*". "*Tán Thiện Nghĩa*" của Thiện Đạo. Có những câu văn chú thích thật chân thành như trích dẫn văn của Từ Mẫn (Jimin) trong "*Ngũ Hội Pháp Sự Tán*". Văn nguyện thứ 18 trong "*Đại Kinh*"; văn thuộc về phi quyền phi thật trong "*Pháp Hoa Kinh*". Còn lấy từ cách hành văn của "*Quán Kinh*" tiếp tục giải thích để trở thành "*Duy Tín Sao*". Chính Thân Loan thấy biết rõ ràng trong "*Tôn Hiệu Chơn Tượng Minh Văn*" và "*Nhứt niệm Đa Niệm Văn Ý*". Có thể đây là những Thánh giáo quan trọng thuộc về tư tưởng tín ngưỡng của Thân Loan khi tuổi về già.

Hiện còn bút tích được lưu giữ tại chùa Chuyên Tu thuộc Bổn Sơn Takada cho biết vào ngày 11 tháng giêng năm Khang Nguyên thứ 2 và cùng năm ấy ngày 27 tháng giêng, Thân Loan đã 85 tuổi mới viết sách nầy. Thế nhưng năm Kiến Trường thứ 2, lúc ở tuổi 78, bản chánh được viết rồi và đó chính là bản viết tay cũ nhất. Việc tuyển thuật được ghi lại như trên.

I.10 Thân Loan Thánh Nhơn Ngự Tiêu Tức (1 quyển)

Thân Loan những năm về già ở Kanto được các môn đệ các nơi thu thập những pháp ngữ và những thư từ liên quan đến đời sống gom thành nhiều loại cho đến mãi một thời gian sau khi Ngài mất việc gom góp, biên tập ấy vẫn tiếp tục. Trong đó gồm có "*Thân Loan Thánh Nhơn Ngự Tiêu Tức Tập*" 18 hạng mục. Bản của Thiện Tánh (Zensho) về "*Ngự Tiêu Tức Tập*" 6 hạng mục. "*Huyết Mạch Văn Tập*" 5 hạng mục. "*Hiển Trí Thượng Nhơn Thơ Tả Tiêu Tức*" 2 hạng mục. "*Mạt Đăng Sao*" 22 hạng mục v.v... Đó là những tác phẩm chính. Gần đây đã công bố những lá thư viết tay của Thân Loan và những bản cũ nhất như "*Nguyên Điển Bản Thánh Điển*" (tức Tịnh Độ Chơn Tông Thánh Điển Nguyên Điển Bản) gồm 43 hạng mục để góp vào "*Thân Loan Thánh Nhơn Ngự Tiêu Tức*" mà đã thu nhập và biên tập thêm vào. Dĩ nhiên ở đây cũng giống như bản "*Chú thích Bản Thánh Điển*".

Qua phần Tiêu Tức và Pháp Ngữ ấy những môn đệ ở Kanto cho thấy về những trạng huống và những hình ảnh nổi trôi ghi rõ những hành động và tín tâm của Thân Loan khi tuổi đời xế bóng. Đối với sự kiện Thiện Loan, trong môn đệ của họ nổi loạn như thế nào và ý nghĩa của việc xử phạt bằng cách Thân Loan dứt tình cha con với Thiện Loan, khổ sở biết bao. Những điều nầy được làm sáng tỏ qua thơ văn viết lại về đời sống của Thân Loan. Ngoài ra lúc 86 tuổi, qua ngôn ngữ trí tuệ ở tại Hạ Dã Cao Điền (Shimotsuke) nói pháp trong "Tự Nhiên Pháp Nhĩ" và đây cũng là những lời dạy gần gũi sâu xa nhất đối với Tịnh Độ Chơn Tông.

I.11 Huệ Tín Ni (Eshinni) Tiêu Tức (1 quyển)

Một năm sau kể từ khi Thân Loan viên tịch, Huệ Tín, người bạn đời của Ngài, nhận được tất cả 8 lá thơ từ Giác Tín, người con gái út và biên tập tập sách nầy trong vòng 6 năm, kể từ năm Hoằng Trường[17] thứ 3 cho đến năm Văn Vĩnh[18] thứ 5. Ngoài ra, Huệ Tín cũng soạn hai lá "*Hộ Trạng*" và "*Đại Kinh*" bằng lối đọc theo âm Nhật Bản (Hiragana), mà trong "*Nguyên Điển Bản Thánh Điển*" có lược qua. Nói chung tất cả đều còn giữ lại bản chính tại chùa Tây Bổn Nguyện (Nishi Honganji).

Năm Kiến Trường thứ 6, 7 Thánh Nhơn 82, 83 tuổi, Huệ Tín cũng đã già, bà giã từ Kyoto lui về Việt Hậu (Etsugo) sống chung với bốn người con gái. Cuối cùng, bà mất tại nhà của Tiểu Hắc (Oguro), người con gái. Bà được cấp đất đai để ở nhưng con cháu còn lại chẳng được nuôi dưỡng nên người.

Trong thư, Giác Tín báo cho bà biết thân phụ Thân Loan đã vãng sanh. Những ngày sau đó, bà bắt đầu biên soạn từng phần cuộc đời bà. Đầu tiên, bà xác chứng đời Thân Loan thật là ý nghĩa.

Thứ nhứt, khi ở tại Tỷ Duệ Sơn và lúc ra khỏi Lục Giác Đường tham học, Thân Loan mộng thấy Pháp Nhiên nên Thân Loan hồi tâm. Đây gọi là điểm chính nổi bật về niềm tín của Thân Loan.

Thứ hai, lúc ở tại Thường Lục, bà thường mộng thấy Pháp Nhiên là hóa thân của Bồ Tát Đại Thế Chí và Thân Loan là hóa thân của Bồ Tát Quan Âm và giữ kín giấc mộng vì tin rằng Thân Loan chính là hóa thân của Bồ Tát Quan Âm, về sau, bà có cho con gái biết.

[17] Nhằm năm 1263

[18] Nhằm năm 1268

Thứ ba, vào năm Khoán Hỉ[19] thứ 3 Thân Loan 59 tuổi bị bịnh vì 17 năm trước, vào năm Kiến Bảo[20] thứ II lúc 42 tuổi ở tại Thượng Dã Quốc Tá Quán (Kozuke Kuni Sanuki), Ngài có phát nguyện đọc tụng 1000 bộ của ba bộ kinh, nhưng chỉ trong 4 đến 5 ngày sau nghĩ lại và dừng nghỉ.

Hẳn nhiên, trong đó bà cũng ghi lại tại sao Thân Loan ngừng việc đọc tụng kinh điển; tại sao rời Thường Lục về Kanto; ai mời ngài v.v...

Ngoài ra, qua cuộc đời Huệ Tín, chúng ta thấy bà chính là người niệm Phật rất thâm tín và đồng thời qua ngòi bút của bà, chúng ta biết rõ cả mẹ lẫn con gái đều trải qua cuộc đời tình ái thật đẹp.

I.12 Thán Dị Sao (1 quyển)

"*Thán Dị Sao*" do Duy Nhiên (Yuien), một trong những đệ tử biên soạn tại Thường Lục thuộc Hà Hòa Điền. Sau khi Thân Loan mất, có nhiều dị nghị phát sanh ở trong hàng đệ tử. Để trấn tỉnh và an tâm họ, Duy Nhiên biên soạn thán nầy. Đây là những pháp ngữ soạn ra để nói rõ niềm tin về tha lực của Thân Loan, ngõ hầu giúp kẻ hậu học lấy làm kim chỉ nam, như được tường thuật nơi lời nói đầu.

Bản văn chính chia ra 18 điều. Nửa phần trước có 10 điều ghi lại những pháp ngữ (lời giáo huấn) của Thân Loan. Nửa phần sau là những đoạn ngắn có 8 điều còn lại, trích ra những phê phán và dị nghị của người đương thời. Những lời giáo huấn của Thân Loan ở nửa phần trước là tiêu chuẩn song nửa

[19] Nhằm vào năm 1231

[20] Nhằm vào năm 1214

phần sau là những lời than thở dị nghị và phê phán mà thôi. Song phần nửa sau cũng có ghi lại pháp ngữ của Thân Loan.

Tóm lại: "*Niềm tín của Thân Loan cũng là niềm tin của Pháp Nhiên. Tuy hai nhưng là một*". Đồ chúng của Pháp Nhiên bàn luận xôn xao về tín tâm giống hay khác. Nhưng cuối cùng đi đến hai việc rất tâm đắc đó là: tín ngưỡng phụng trì Thánh Giáo và kính ngưỡng của Thân Loan. Theo tôi nghĩ (tác giả Kakehashi) cả hai giống nhau không khác tí nào đó là từ bi chân thành và cứu độ chân thật. Hầu như cả hai đều tràn đầy tâm đại bi trong bổn nguyện và chí thành chí kính niệm Phật. Bản văn nầy được viết xong với những bản phụ khác vào thời kỳ pháp nạn điên đảo dưới thời Thừa Nguyên.

(Nguồn: Thích Như Điển, dịch giả. *Tịnh Độ Tông Nhật Bản*. NXB Phương Đông, 2009)

ĐÔI NÉT VỀ DỊCH GIẢ:
Hòa Thượng Thích Như Điển

Sơ lược tiểu sử

- Thế danh: Lê Cường. Pháp tự: Giải Minh. Pháp hiệu: Trí Tâm.

- Sanh: 28.06.1949 tại Xuyên Mỹ, Duy Xuyên, Quảng Nam.

- Học lực: Cử nhân giáo dục và Cao học Phật giáo tại Nhật Bản.

- Xuất gia năm 1964 tại Tổ Đình Phước Lâm, Hội An.

- Năm 1971: Thọ Tỳ Kheo giới tại giới đàn Tu Viện Quảng Đức, Thủ Đức.

- Năm 1972: Du học Nhật Bản.

- Năm 1977: Đến Đức vào với Visa du lịch; nhưng sau đó xin tỵ nạn tại Cộng Hòa Liên Bang Đức và ở Đức từ đó cho đến nay.

- Tháng 4 năm 1978 thành lập Niệm Phật Đường Viên Giác và sau đó trở thành Chùa Viên Giác, Tổ đình Viên Giác tại Hannover.

- Từ năm 1978, 1979: Sáng lập Chi Bộ Giáo Hội Phật Giáo Việt Nam Thống Nhất Đức Quốc, thành lập Hội Sinh Viên và Kiều Bào Phật Tử Việt Nam tại CHLB Đức.

- Năm 1988 được tấn phong lên hàng Giáo phẩm Thượng Tọa tại giới đàn Đại Nguyện chùa Pháp Hoa Marseille, Pháp quốc.

- Ngày 28.6.2008 được tấn phong lên hàng Giáo phẩm Hòa Thượng tại Đại Giới Đàn Pháp Chuyên tại chùa Viên Giác Hannover, Đức Quốc.

- Đệ Nhị Chủ Tịch Hội Đồng Điều Hành GHPGVNTN Âu Châu nhiệm kỳ 2015-2019 và tiếp tục nhiệm kỳ 2019-2023, 2023-2027.

- Phó Chủ Tịch Hội Đồng Tăng Già Thế Giới (World Buddhist Sangha Council - WBSC).

- Ngày 8 tháng 7 năm 2011, Hội Đồng Tăng Già Tích Lan và chính phủ Tích Lan đã trao giải thưởng cao quý cho HT Thích Như Điển và HT Thích Minh Tâm, tại Colombo thủ đô nước Tích Lan.

- Ngày 8 tháng 12 năm 2021, Tổng thống Cộng Hòa Liên Bang Đức trao tặng Huân chương Cao quý Hạng nhất cho những người có công với sự nghiệp Văn hóa Tôn giáo Xã hội của nước Đức (Bundesverdienstkreuz 1. Klasse).

- Đã sáng tác và xuất bản 72 tác phẩm và dịch phẩm từ các tiếng Việt, Anh, Hán, Nhật và Đức ngữ.

Tác phẩm đã xuất bản

1. *Truyện cổ Việt Nam* (Tập 1 & Tập 2) - Nhật ngữ- 1974, 1975
2. *Giọt mưa đầu hạ* - Việt ngữ - 1979
3. *Ngỡ ngàng* - Việt ngữ - 1980
4. *Lịch sử Phật Giáo Việt Nam Hải Ngoại trước và sau năm 1975* - Việt & Đức ngữ - 1982
5. *Cuộc đời người Tăng sĩ* - Việt & Đức ngữ - 1983
6. *Lễ nhạc Phật Giáo* - Việt & Đức ngữ - 1984
7. *Tình đời nghĩa đạo* - Việt ngữ - 1985
8. *Tìm hiểu giáo lý Phật Giáo* - Việt & Đức ngữ - 1985
9. *Đời sống tinh thần của Phật Tử Việt Nam tại hải ngoại* - Việt & Đức ngữ - 1986
10. *Đường không biên giới* - Việt & Đức ngữ - 1987
11. *Hình ảnh 10 năm sinh hoạt Phật Giáo Việt Nam tại Tây Đức* - Việt & Đức ngữ - 1988
12. *Lòng từ Đức Phật* - Việt ngữ - 1989
13. *Nghiên cứu Giáo Đoàn Phật Giáo thời nguyên thủy I, II, III* - dịch từ Nhật ngữ ra Việt & Đức ngữ - 1990, 1991, 1992
14. *Tường thuật về Đại hội Tăng già Phật Giáo thế giới kỳ 5 khóa I tại Hannover, Đức Quốc* - Việt, Anh, Đức ngữ - 1993

15. *Giữa chốn cung vàng* - Việt ngữ - 1994
16. *Chùa Viên Giác* - Việt ngữ - 1994
17. *Chùa Viên Giác* - Đức ngữ - 1995
18. *Vụ án một người tu* - Việt ngữ - 1995
19. *Chùa Quan Âm (Canada)* - Việt ngữ - 1996
20. *Phật Giáo và con người* - Việt & Đức ngữ - 1996
21. *Khóa giáo lý Âu Châu kỳ 9* - Việt & Đức ngữ - 1997
22. *Theo dấu chân xưa (Hành hương Trung quốc I)* - Việt ngữ - 1998
23. *Sống và chết theo quan niệm của Phật Giáo* - Việt & Đức ngữ - 1998
24. *Tiếp kiến Đức Đạt Lai Lạt Ma* - Việt & Đức ngữ - 1999
25. *Vọng cố nhân lầu (Hành hương Trung Quốc II)* - Việt ngữ - 1999
26. *Có và Không* - Việt & Đức ngữ - 2000
27. *Kinh Đại Bi* (dịch từ Hán văn ra Việt văn) - Việt & Đức ngữ - 2001
28. *Phật thuyết Bồ Tát Hành Phương Tiện Cảnh Giới Thần Thông Biến Hóa Kinh* - dịch từ Hán văn ra Việt ngữ - 2001
29. *Bhutan có gì lạ?* - Việt ngữ - 2001
30. *Kinh Đại Phương Quảng Tổng Trì* - dịch từ Hán văn ra Việt ngữ - 2002
31. *Cảm tạ xứ Đức* - Việt & Đức ngữ - 2002
32. *Thư tòa soạn báo Viên Giác trong 25 năm* (1979 - 2003, 2004) - Việt ngữ - 2003
33. *Bổn Sự kinh* - Dịch từ Hán văn sang Việt ngữ - 2003

34. *Những đoản văn viết trong 25 năm qua* - Việt & Đức ngữ - 2003
35. *Phát Bồ Đề Tâm kinh luận* - Dịch từ Hán văn sang Việt ngữ - 2004
36. *Đại Đường Tây Vức Ký* - Dịch từ Hán văn sang Việt ngữ - 2004
37. *Làm thế nào để trở thành một người tốt* - Việt ngữ - 2004
38. *Dưới cội bồ đề* - Việt ngữ - 2005
39. *Đại Thừa Tập Bồ Tát Học Luận* - Dịch từ Hán văn sang Việt ngữ - 2005
40. *Bồ Đề Tư Lương luận* - Dịch từ Hán văn sang Việt ngữ - 2005
41. *Phật nói luận A Tỳ Đàm về việc thành lập thế giới* - Dịch từ Hán văn sang Việt ngữ - 2006
42. *Giai nhân và Hòa Thượng* - Việt ngữ - 2006
43. *Thiền Lâm Tế Nhật Bản* - Dịch từ Nhựt ngữ sang Việt ngữ - 2006
44. *Luận về con đường giải thoát* - Dịch từ Hán văn sang Việt ngữ - 2006
45. *Luận về bốn chân lý* - Dịch từ Hán văn sang Việt ngữ - 2007
46. *Tịnh Độ tông Nhật Bản* - Dịch từ Nhật ngữ sang Việt ngữ - 2007
47. *Tào Động tông Nhật Bản* - Dịch từ Nhật ngữ sang Việt ngữ - 2008
48. *Pháp ngữ* - Việt ngữ - 2008
49. *Những mẩu chuyện linh ứng của Đức Địa Tạng Vương Bồ Tát* - Dịch từ Nhật ngữ sang Việt ngữ - 2009
50. *Nhật Liên tông Nhật Bản* - Dịch từ Nhật ngữ sang Việt ngữ - 2009

51. *Chân Ngôn tông Nhật Bản* - Dịch từ Nhật ngữ sang Việt ngữ - 2010

52. *Chết an lạc, tái sanh hoan hỉ* - Dịch chung với T.T. Nguyên Tạng từ Anh ngữ sang Việt Ngữ - 2011

53. *Chuyện tình của Liên Hoa Hòa Thượng* - Việt Ngữ - 2011

54. *Tư tưởng Tịnh Độ Tông* - Việt ngữ - 2012

55. *Những bản kinh căn bản của Tịnh Độ Tông Nhật Bản* - Dịch từ Đức ngữ sang Việt ngữ - 2012

56. *Dưới bóng đa chùa Viên Giác* - Việt ngữ, viết chung với Trần Trung Đạo - 2012

57. *Diệu Pháp Liên Hoa kinh Văn cú* - Dịch từ chữ Hán sang tiếng Việt - 2013

58. *Hương Lúa Chùa Quê (Hoài Niệm Tuổi Thơ)* - Việt ngữ viết chung với H.T. Thích Bảo Lạc - 2013

59. *Hiện tượng của tử sinh* - Việt ngữ - 2014

60. *Nhật Bản trong lòng tôi* - Việt ngữ - 2015

61. *Kinh Ngũ Bách Danh Quán Thế Âm Bồ Tát* - Chủ trì dịch và chứng nghĩa Việt văn từ bản Hán văn của Quý Thầy Hạnh Định, Hạnh Tâm và Hạnh Bổn - 2015

62. *Nước Úc trong tâm tôi* - Việt ngữ - 2016

63. *Nước Mỹ bao lần đi và đến* - Việt ngữ - 2017

64. *Thiền quán về Sống và Chết* - Dịch từ Anh ngữ sang Việt ngữ với TT. Thích Nguyên Tạng - 2017

65. *Mối tơ vương của Huyền Trân Công Chúa* - Việt ngữ - 2018

66. *Vua là Phật, Phật là Vua* - Việt ngữ - 2020

67. *Phật Giáo Việt Nam tại Âu Châu* - Việt ngữ - 2020
68. *Tư tưởng Phật Giáo trong thi ca Nguyễn Du* - Việt ngữ - 2021
69. *Tôi đọc Đại Tạng Kinh* – Việt ngữ - 2022
70. *Sống với "Thán Di Sao của Ngài Thân Loan*. Dịch từ Nhật ngữ sang Việt ngữ - 2023
71. *Bàn về mối liên hệ giữa Văn Hóa, Giáo Dục và Tôn giáo*. Việt ngữ - 2023.
72. *Thân Loan Thánh Nhân Toàn Thư, Tập 1*. Dịch từ Nhật ngữ và Cổ văn Hán tự sang Việt ngữ - 2023

Các tác phẩm tái bản gần đây

(Các sách này có thể mua qua trang Amazon)

1. *Tư tưởng Tịnh Độ Tông* - Việt ngữ - 2019
2. *Dưới bóng đa chùa Viên Giác* - Việt ngữ, viết chung với nhà văn Trần Trung Đạo - 2019
3. *Hương Lúa Chùa Quê (Hoài Niệm Tuổi Thơ)* - Việt ngữ viết chung với Hòa Thượng Thích Bảo Lạc - 2019
4. *Mối tơ vương của Huyền Trân Công Chúa* - Việt ngữ - 2019
5. *Chùa Viên Giác* - Đức ngữ - 2019
6. *Cảm tạ xứ Đức* - Việt & Đức ngữ - 2019
8. *Tiếp kiến Đức Đạt Lai Lạt Ma* - Việt & Đức ngữ - 2019
7. *Đường không biên giới* - Việt & Đức ngữ - 2020

9. *Phật Giáo và Con người* - Việt & Đức ngữ - 2020
10. *Sống và Chết theo quan niệm của Phật Giáo* - Việt & Đức ngữ - 2020
11. *Có và Không* - Việt & Đức ngữ - 2000
12. *Mây oan cửa thiền (Vụ án một người tu)* - Việt ngữ - 2020
13. *Bhutan có gì lạ?* - Việt ngữ - 2020
14. *Tích Lan - Đạo Tình Muôn Thuở* - Việt ngữ - 2020
15. *Dưới Cội Bồ-đề* - Việt ngữ - 2020
16. *Giai nhân và Hòa thượng* - Việt ngữ - 2020
17. *Tôi đọc Đại Tạng Kinh* – Việt ngữ - 2022
18. *Tây Vực Ký* – Việt ngữ - Tái bản 2022, Nguyễn Minh Tiến hiệu đính, HT Thích Tuệ Sỹ giới thiệu.

Tổ đình Viên Giác

Karlsruher Str. 6

30519 Hannover - GERMANY

Tel. 0511 / 879630 - Fax 0511 / 87 941 200

Homepage: http://www.viengiac.info

E-mail: todinh@viengiac.info

www.ingramcontent.com/pod-product-compliance
Lightning Source LLC
LaVergne TN
LVHW060310051026
849517LV00004B/1052
* 9 7 9 8 8 6 9 0 0 6 7 5 2 *